पर्यावरण प्रदूषण

निरंजन घाटे

मेहता पब्लिशिंग हाऊस

Please contact us at **Mehta Publishing House,** Pune 411030.
© +91 020-24476924 / 24460313 / Mob. No. 9545000513
Email : production@mehtapublishinghouse.com
Website : www.mehtapublishinghouse.com

- *या पुस्तकातील लेखकाची मते, घटना, वर्णने ही त्या लेखकाची असून त्याच्याशी प्रकाशक सहमत असतीलच असे नाही.*

PARYAVARAN PRADUSHAN by NIRANJAN GHATE

पर्यावरण प्रदूषण : निरंजन घाटे / विज्ञानविषयक

Email : author@mehtapublishinghouse.com

संस्थापक : सुनील अनिल मेहता

प्रकाशक : अखिल सुनील मेहता, मेहता पब्लिशिंग हाऊस,
१९४१, सदाशिव पेठ, माडीवाले कॉलनी, पुणे - ४११०३०.

मुद्रक : ट्रिनिटी ॲकॅडमी फॉर कॉर्पोरेट ट्रेनिंग लिमिटेड

मुखपृष्ठ : दिपक संकपाळ

प्रकाशनकाल : सप्टेंबर, १९८५ / जानेवारी, १९९४ / फेब्रुवारी, २००० / एप्रिल, २००४ / डिसेंबर, २००७ / सप्टेंबर, २०१३ / सुधारित आवृत्ती : मे, २०२२

किंमत : ₹ ३२०

P Book ISBN 9788171619771
E Book ISBN 9789353171018
E Books available on : amazonkindle Apple Books Google Play Books

---

माझा मित्र आणि पर्यावरण चळवळीचा
खंदा कार्यकर्ता...
जगदीश गोडबोले यास...

मनोगत

'पर्यावरण प्रदूषण'ची ही तिसरी सुधारित आवृत्ती. याआधीच्या आवृत्त्या हे एक छोटेखानी पुस्तक होतं. त्यात 'प्रदूषण' जास्त आणि 'पर्यावरण' अल्प होतं. पुढं पर्यावरण जागृतीसाठी लिखित स्वरूपाचे प्रयत्न मी सुरू केले. आकाशवाणी, पुढारी, सृष्टिज्ञान, वसुंधरेचा श्रावण, विज्ञानयुग आदी ठिकाणी भाषणं आणि लेख हे या प्रयत्नांचं स्वरूप होतं. ते सर्व इथं या नव्या आवृत्तीत एकत्र केलेलं आहे.

वेळोवेळी विज्ञान परिषदेनं विज्ञान लेखनाच्या ज्या कार्यशाळा चालविल्या, त्याला मी हातभार लावत होतो. अखिल भारतीय विज्ञान लेखकांची जी परिषद १९९६मध्ये मुंबईत भरली तिच्या संयोजनात माझा सहभाग होता. विज्ञानावरचे लेख छोटे छोटे असावेत, त्यातले मुद्दे लोकांच्या डोक्यात ठोकून बसविण्यासाठी (हॅमरिंग) पुनरुक्ती करावी, अशा सूचना मराठी विज्ञान लेखक मेळाव्यात आणि या राष्ट्रीय स्तरावरील चर्चासत्रात पुढं येत होत्या. त्यांचं मी पालनही करत आलो आहे. त्यामुळं बरेच लेख छोटेखानी आहेत. एखादा मुद्दा परत आला तर तो तसाच ठेवलाय याचं कारण, परिषदेत झालेल्या चर्चेतलं मार्गदर्शक तत्त्व मी अनुसरलंय. विज्ञानाचं पुस्तक (किंवा कुठलंही पुस्तक) सलग वाचणं आजकालच्या घाईच्या जमान्यात वाचकाला शक्य होत नाही. त्या ऐवजी हे पुस्तक कुठल्याही पानावर उघडून वाचता यावं, हाही उद्देश यामागं आहे.

या पुस्तकाचे काही भाग मी गृहीत धरलेले आहेत. सुरुवातीस पहिलं पुस्तक सलग आहे. त्यात काही कालमानपरत्वे येणाऱ्या सुधारणा केल्या आहेत. मग पर्यावरण, त्याचे घटक आहेत, मग प्राणिसृष्टी, नंतर शास्त्रज्ञ, काही संग्राह्य पुस्तकं आणि अखेरीस शहर आणि एकविसावे शतक असा क्रम आहे. याच क्रमानं हे पुस्तक वाचायला हवं असं नाही. माझ्या वाचकांनी आधीच्या आवृत्त्यांना आणि माझ्या इतर पुस्तकांना जसा भरघोस प्रतिसाद दिला तसाच याही पुस्तकास द्यावा. तसंच वाचताना काही शंका आल्या तर माझ्या प्रकाशकांकडे पत्र पाठवावं, म्हणजे उत्तर देता येईल; मात्र स्वत:चा पूर्ण पत्ता स्पष्ट लिहावा.

हे पुस्तक ज्याला अर्पण केलंय, तो माझा मित्र जगदीश आज हयात नाही. त्याच्या स्मृतीस प्रणाम.

निरंजन घाटे

दोन शब्द

एखाद्या पुस्तकाच्या इतक्या आवृत्त्या निघणं ही लेखकाच्या दृष्टीनं आनंदाची बाब असते. या पुस्तकाची पहिली आवृत्ती जेमतेम शंभर पानांची होती. त्यात दरवेळी भर घालून ते अद्ययावत करणं, हे माझं कर्तव्य होतं. कामाचं महत्त्व जाणून सुनीलने मला प्रोत्साहन दिलं; पण दरवेळी त्यावर चर्चाही केली. २०१६ नंतर माझ्या शरीरस्वास्थ्यात बरेच प्रश्न निर्माण झाले. मध्यंतरी कोरोनानं सगळं वेळापत्रक बिघडवलं. त्या काळात पुस्तकनिर्मिती आणि विक्री तंत्रात बरेच बदल घडले. त्यावर मात करून हे पुस्तक नव्या वाढवलेल्या स्वरूपात प्रसिद्ध होतंय, त्याबद्दल मेहतांच्या नव्या पिढीचे आभार. पर्यावरणाचा प्रश्न दिवसेंदिवस गंभीर होत असताना त्याबद्दल माहिती ज्यांना हवी असेल, त्यांची जिज्ञासा हे पुस्तक काही प्रमाणात तरी भागवेल अशी मला आशा आहे. या आवृत्तीच्या निर्मितीसाठी परिश्रम घेणाऱ्या सर्वांचे आभार.

निरंजन घाटे

अनुक्रमणिका

राजे-महाराजे वन्य जीव रक्षण करीत होते तेव्हा...

पृथ्वीवरील असंख्य सजीव आपणच नष्ट केल्यावर आता आपण 'वन्य प्राणी वाचवा' म्हणून हाकाटी करू लागलो आहोत. भारतात फार पूर्वीपासूनच वन्यप्राण्यांना संरक्षण मिळत होते. आपल्या पूर्वजांनी शिकारीचेही नियम केले होते. त्यामुळे बरेच प्राणी तग धरून जिवंत होते. अशोकाचे शिलालेखही वन्यप्राण्यांची निगा राखण्याची माहिती देतात. भारतातील बहुतेक सर्वच सम्राटांनी राजे-महाराजांनी स्वतःचा शिकारीचा शौक पुरविण्यासाठी राखीव जंगलं निर्माण केल्याचे उल्लेख आढळतात. इतर सर्वच व्यावहारिक गोष्टींबरोबर आपल्या पूर्वजांनी 'मृगया' हेही एक शास्त्रच बनवलं होतं. त्यामुळे आपोआपच वन आणि वन्य प्राणी यांचं संरक्षण केलं जात होतं.

जैन आणि बौद्ध धर्म भारतात रुजल्यावर अहिंसेचा प्रचार सुरू झाला. त्यामुळेही वन्य पशु-पक्ष्यांना आपोआप संरक्षण मिळत गेलं. इंग्रज आणि इतर युरोपीय माणसं भारतात आल्यावरच भारतीय वन आणि वन्य पशू यांची बेसुमार हानी सुरू झाल्याचे दिसून येतं. ही गोष्ट केवळ आपल्याकडेच घडली असं नाही, तर जिथं जिथं युरोपी माणसं गेली त्या त्या ठिकाणी त्यांनी स्थानिक जमाती आणि वन्य प्राणी यांचे हत्याकांड केल्याचे बघावयास मिळते. वन्य प्राणी संरक्षण हा आपला वारसा आहे, तर युरोपीयनांना ते उशिरा सुचलेलं शहाणपण आहे. आज परिस्थिती अशी आहे की, आपण आपला वारसा विसरलो आहोत नि युरोप, अमेरिकेत मात्र वन्य प्राणी संरक्षणधर्म बनत चालला आहे.

जगातील सर्वच प्राचीन संस्कृतींचा मागोवा घेता हेच दिसून येतं. इजिप्तमध्ये आयबिससारख्या पक्ष्यांना देवच मानण्यात येत असे. आयबिस म्हणजे थॉथ या देवाचा अवतार, असं मानल्यानं त्याची हत्या आपोआप बंद झाली. आयबिसप्रमाणेच इजिप्तमध्ये सापडणारे निम्म्याहून जास्त वन्य पशुपक्षी या ना त्या देवाशी संबंधित होते, तर या उलट काही प्राणी भरपूर प्रमाणात मारले जात. काही प्राणी मात्र केवळ फाराहोंनीच शिकार करण्यायोग्य ठरवले गेल्यामुळे सुरक्षित होते. बदकांची शिकार हा अत्यंत लोकप्रिय छंद असावा. त्याचे शिकारी इतके वाढले की, नाईलच्या

मुखाजवळ बदकांपेक्षा शिकारी जास्त, अशी परिस्थिती निर्माण झाली असावी. कारण ख्रि.पू.११९८ मध्ये परवाने असल्याशिवाय ही शिकार करण्यास बंदी घालण्यात आल्याची नोंद आहे. बहुतेक सर्व फाराहो हे शिकारीचे शौकीन होते. मात्र त्यांनी शिकार करण्यावर बंदी घातल्याचे उदाहरण नाही. याउलट वनं वाढवली तर शिकार आपोआपच वाढेल, असा त्यांचा होरा असावा. दुसऱ्या रॅम्सेसनं (ख्रि.पू.१३०४-१२३७) जास्तीत जास्त झाडं लावण्याचे आदेश आपले अधिकारी व जनतेला दिलेले आढळतात.

रॅम्सेस (दुसरा) ला आपल्या या वनीकरणाबद्दल खूप अभिमान वाटत असावा. चित्रलिपीत त्याच्या या वनाचं वर्णन 'मधुर आणि सुवासिक झाडी', असं केलेलं आहे, तर दुसऱ्या रॅम्सेसबद्दल 'खूप वनं वाढवणारा' असं विशेषण आढळतं. पुढं ही पद्धत चालूच राहिली. क्लिओपात्राच्या काळापर्यंत यासंबंधी अनेक कायदे करण्यात आले. सर्व सरकारी जमिनींवर झाडं लावण्याची सक्ती होती. याची जबाबदारी काही अधिकाऱ्यांवर सोपविण्यात आली होती. अनधिकृतपणे झाडं तोडल्यास जबर शिक्षा करण्यात येत असे. १७ एप्रिल ४६ नंतर काही विशिष्ट प्रकारचे मासे 'सुरक्षित मासे' म्हणून जाहीर करण्यात आले होते. ते जाळ्यात आल्यास परत पाण्यात सोडावे लागत असत.

बॅबिलोनिया आणि असिरियात 'सुरक्षित वनांची' लागवड केली जाई. मोठमोठे वृक्ष, नाना प्रकारच्या वेली नि झुडपं या बागांतून लावली जात. या बागा प्रचंड विस्ताराच्या असत. यात अनेक वन्य पशुपक्षी सोडले जात. या वनांचे मालक अधूनमधून आपल्या या राखीव वनात शिकार करीत. या वनांना पेरीडेझा (pairidaeza) असं म्हणतात. यावरूनच 'पॅराडाईज' हा स्वर्गवाचक इंग्रजी शब्द अस्तित्वात आला.

ख्रि.पू. सातव्या शतकात असिरियाचा राजा सेन्नाचेरिब यानं निनेवेहे या राजधानीत एक प्रचंड राखीव वन तयार केलं होतं. त्या काळाच्या अक्षरविटांवर लिहिलं आहे, 'त्यानं शहराच्या खालच्या बाजूस खूप वनं निर्माण केली. यातलं मध्यवर्ती वन सर्वात मोठं नि सर्वात सुंदर होतं. इथं सर्व प्रकारची झाडं आणि स्वर्गीय पक्षी होते. रानडुकरं नि इतर वन्य प्राणी यांची प्रजा या वनात जोमानं वाढत होती.'

बहुतेक सर्वच असिरिय राजे शिकारी होते. ख्रि.पू.११०० पासून म्हणजे पहिल्या टिगलाथ-पिलेसरपासून या राज्यातून शिकारविषयक कायदे अस्तित्वात होते. शिकारीचे ऋतू, शिकारबंदचा काळ, ससाण्यांना शिकवण्याचा काळ, वन्य पशुपक्षी पकडण्याचा काळ याबद्दल हे कायदे होते. राजा नि त्याचे शिकारी सोडले तर इतर सर्वांना हा कायदा लागू होता. हा कायदा मोडला की, राजसेवकांनी हात किंवा पाय तोडला, अशी परिस्थिती तिथं होती. झाडं तोडणाऱ्याला सश्रम कारावास

नि भरपूर दंड केला जात असे. शिकाऱ्यांनी कुठल्याही वन्य पशुपक्ष्याच्या वयात आलेल्या मादीची कुठल्याही परिस्थितीत शिकार करू नये, असाही दंडक होता.

चीनमध्ये ख्रि.पू. ११२२ मध्ये चाऊ घराण्यानं राजसत्ता स्थापली; त्या आधीपासून शिकारवनं आणि प्राणी संग्रहालयं निर्माण केली जात होती. झिआन प्रांतात हान घराण्यानं ख्रि.पू. २०६ मध्ये एक प्रचंड वन निर्माण केलं होतं. याशिवाय छोटी (म्हणजे ५ कि.मी. परीघ असलेली) इतरही अनेक वनं हान घराण्याच्या कारकीर्दीत निर्माण करण्यात आली.

चीनमध्ये शिकारविषयक अनेक कायदे पूर्वीपासून अस्तित्वात आहेत. कन्फ्युशियस (ख्रि.पू. ५५१-४७९) या विचारवंतांने देखील शिकार केव्हा करावी व केव्हा करू नये, याबद्दल विचार व्यक्त केले आहेत.

झिआओ झुआन (ख्रि.पू. ६२) या राजाच्या वनात वसंत आणि ग्रीष्म ऋतूत शिकार करायला, बाण वापरायला, घरटी उचकटायला व अंडी शोधायला बंदी घातलेली होती. या कायद्याच्या पालनावर लक्ष ठेवण्याची जबाबदारी प्रमुख बगीचा अधिकाऱ्यांवर सोपविण्यात आली होती. ख्रि.पू. ७ मध्ये प्रदर्शन भरविण्यासाठी वन्य पशू पकडण्यावर बंदी घालण्यात आली. त्याचप्रमाणं राजाला कुणीही वन्य पशू भेट देऊ नयेत, असाही फतवा काढण्यात आला. चीनमधल्या शिकारबंदीला एक अपवाद होता. दुष्काळाच्या काळात जनतेला पशु-पक्षी, मासे, कासवं, सरडे, कीटक, वनस्पती, रेशमाचे किडे आणि इतर जे मिळेल ते गोळा करायची परवानगी होती.

ग्रीस आणि रोम ही राज्ये सम्राट सिकंदर नि ज्युलियस सीझर यांच्यामुळं आपल्याला परिचित असलेली. या दोन्ही साम्राज्यांत किंवा संस्कृतींत इतर अनेक कला भरभराटीला पोहोचल्या. सांस्कृतिक बाबतीत शिल्पशास्त्रात जगानं यांच्यापासून

बऱ्याच गोष्टी उचलल्या पण त्या मानानं वनं आणि वन्यप्राणी संरक्षणात या संस्कृतींना विशेष काही केल्याचं आढळत नाही. झेनोफॉन (ख्रि.पू. ३६०) यांच्या मते मृगया हा ग्रीकांचा एक आवडता क्रीडाप्रकार होता. असिरियनांप्रमाणेच ग्रीकांनीही शिकारीसाठी मोठी सुरक्षित वनं आणि प्राणी संग्रहालयं बनवली होती. ॲरिस्टॉटलच्या काळात बहिरी ससाण्याच्या साहाय्याने शिकार करण्याची पद्धत ग्रीसमध्ये रूढ झाल्याचं आढळतं. याशिवाय मासेमारी हा एक ग्रीकांचा वेळ घालवण्याचा आवडता खेळ.

जिथं शिकार हा समाजाचा आवडता छंद असतो तिथं शिकारीसाठी पशू उपलब्ध होणं ही प्राथमिक गरज ठरते. यामुळे ग्रीक वन्य पशुपक्षी कायदे हे फक्त अशा शिकारविषयक पशुपक्ष्यांबद्दलच करण्यात आले आहेत हे दिसून येते. प्लेटोच्या काळात (ख्रि.पू. ३७५ च्या आसपास) जाळी व फास वापरून चोरटी शिकार करण्यावर बंदी होती. रानकवडे, रानकोंबड्या अशा पक्ष्यांच्या शिकारीला शेती आणि पवित्र स्थळांच्या परिसरात बंदी होती. त्याचप्रमाणे पाणी दूषित व गढूळ करणारे विषारी द्रव वापरून मच्छीमारी करण्यासही सक्त मनाई होती. काही विशिष्ट दिवशी शिकारीला बंदी असे. तसंच काही विशिष्ट ऋतूत विशिष्ट प्राण्यांच्या शिकारीलाही बंदी असे. झेनोफोनोनं रात्री शिकारीवर शहरांच्या सीमालगत बंदी घालावी असं मात्र सुचवल्याचं आढळतं.

रोमनांनीही याविषयी फारसे कायदे केलेले दिसत नाहीत. त्यांचीही शिकारवनं होतीच. गॉल प्रांतात ४० चौरस कि.मी. चं शिकारवन टायबेरियस पॉपीयसनं आपला शिकारीचा छंद भागविण्यासाठी निर्माण केलं होतं. याशिवाय इतरत्रही प्राणी संग्रहालये असत. पण सामान्य माणसांना तिथं प्रवेश नसे. 'अँड्रोक्लिस आणि सिंह' ही गोष्ट आपल्या परिचयाची आहेच, तेव्हा सिंहांना उपाशी ठेवलं जात होतं. नि माणूसमारीसाठी त्यांचा उपयोग होत असे, हे ओघानं आलंच. रोमन साम्राज्यात काही राखीव वनं सोडली तर कुणीही माणूस कुठंही शिकार करू शकत असे. तसंच झाडं तोडण्यावरही कसलेही निर्बंध नव्हते. प्रदर्शनासाठी नि बळी देण्यासाठी हजारो वन्य पशू गोळा केले जात. रोममधल्या सर्कस मॅक्झिमस इथं हे बलिदान समारंभपूर्वक पार पाडण्यात येत असे. कलोझियमच्या उद्‌घाटनप्रसंगी ९००० वन्य पशू तर सम्राट ट्राजनचा डेकियन्सवरचा विजय साजरा करण्याकरिता अकरा हजार पशू मारण्यात आले होते.

ट्राकिनी भागात ख्रि.पू. १०० च्या सुमारास फल्वियस लिपिनसनं पहिलं अभयारण्य निर्माण केलं. ल्युसियस, ल्युसिनियस, ल्युकुलस व क्विंटस हॉटेन्सियस या दोघांनीही ही परंपरा चालवली. प्रचंड विस्तार, कृत्रिम धबधबे नि गुहा असलेल्या या अभयारण्यात रानडुकरं, हरणं आणि मोठमोठे शिकारपशू सोडण्यात आले होते.

यांना अभयारण्य म्हणायचं कारण इतके दिवसांची प्रथा मोडून या अभयारण्यात सामान्यजनांना मज्जाव करण्यात आला होता.

क्विंटस हॉटेन्सियसनं बाऊलीजवळ मोठमोठे जलाशय बांधून घेतले. यात त्यानं वेगवेगळे सागरी व गोड्या पाण्यातले मासे सोडले होते. खाणं आणि मनोरंजन हाच या मागचा हेतू होता. मात्र आपल्याला हव्या त्या माशांचंच अधिक प्रजनन व्हावं, याची तो दक्षता घेई. 'पहिला मत्स्य शेतकरी' असं त्याला म्हटलं तरी चालू शकेल.

युरोपमधल्या राजसत्तांनी वन्य पशुपक्षी संरक्षण-संवर्धन या गोष्टींकडं लक्ष पुरवायच्या कितीतरी आधी मंगोल सम्राटांनी तिकडं लक्ष दिलं होतं. चेंगीजखान (इ.स.१२०६-२७) हा त्याच्या क्रौर्याबद्दल प्रसिद्ध असला तरी त्याच्या मानवी शिकारींइतक्याच त्याच्या प्राण्यांच्या शिकारीही भव्य असत. हजारो शिकारी घेऊन या शिकारी महिना महिना चालत. अशा शिकारी मोहिमा यशस्वी व्हाव्यात म्हणून चेंगीजखानानं एक फतवा काढून मार्च ते ऑक्टोबरमध्ये कुठल्याही प्राण्याची शिकार करायला आपल्या नागरिकांना बंदी घातलेली होती. यात सर्व प्रकारची हरणं, बदकं, ससे, रानगाढवं आणि अनेक पक्ष्यांचा समावेश होता.

कुब्लायखानानं तर वन्य पशुपक्ष्यांची उपासमार टाळण्याचा एक कार्यक्रम हाती घेतला. कुब्लायखानाचा काळ इ.स. १२६०-९४. सार्वजनिक रस्त्यांच्या दोन्ही बाजूंनी मका व इतर धान्यांची लागवड करायची. मात्र कुठल्याही माणसाला हे पीक कापायला बंदी असायची. रस्त्यावर जागोजागी सुरक्षा अधिकारी पहारा देत. हे धान्य फक्त वन्य पशुपक्ष्यांसाठी राखून ठेवलेलं असे.

कुब्लायखानला आपल्या आजोबांप्रमाणेच— चेंगीजखानप्रमाणेच— शिकारीची खूप हौस होती. त्या हौसेपोटीच हे चाललं होतं. पण यामुळं वन्य पशुपक्ष्यांची संख्या भरपूर वाढून त्यातले काहीच शिकारीच्या वेळी मारले जात असत हे नक्की.

कुब्लायखान आशियात आपला हा वन्यजीव संवर्धक कार्यक्रम अमलात आणीत होता. त्याच काळात दक्षिण अमेरिकेतील पेरूमधले इंका इंडियन लोकही असाच एक कार्यक्रम राबवीत होते. इंका सम्राटसुद्धा शिकारीच्या मोठमोठ्या मोहिमा काढीत असत. या शिकारी यशस्वी होण्यासाठी वन्यजीवसंवर्धन करणं आवश्यक ठरत होतं. यामुळे हुआमाचुको प्रांतात त्यांनी अभयारण्यं निर्माण केली. या अभयारण्यात राजाज्ञेशिवाय शिकार करणाऱ्या माणसास मृत्युदंड होत असे. यामुळे या अभयारण्यात प्युमा, अस्वलं, कोल्हे, खोकड आणि इतर अनेक वन्य जीव सुरक्षित वाढू शकत. पाचाकुटेक या सम्राटानं प्रथम असं अभयारण्य निर्माण केलं आणि फक्त इंका सम्राटच या अभयारण्यात शिकार करू शकत असे. सामान्य इंका नागरिकही शिकार करू शकत असे, पण त्यासाठी वेगळी वनं राखून ठेवलेली होती.

शिकारीच्या मोसमात एक वन खुलं म्हणून जाहीर केलं जात असे. एकदा खुलं केलेलं शिकारवन पुढं तीन वर्ष शिकारीसाठी वापरता येत नसे. खुल्या केलेल्या शिकारवनातसुद्धा हिंस्र पशूंचीच शिकार करायची परवानगी असे. अल्पकासारखे गरीब प्राणी धरून त्यांची लोकर काढून घेतली की, त्यांना परत सोडून यावं लागत असे. कुठल्याही प्राण्याच्या मादीला मारता येत नसे. हमिंग बर्ड, गरुड, गिधाड आणि काही विशिष्ट जातीची बदकं यांना धार्मिक कारणांमुळे अभय मिळालेलं होतं. शिकारीत भाग घेणाऱ्या सर्वांनाच बंधारे घालणं आणि झाडं लावणं या शासकीय कार्यक्रमात विनावेतन काम करावं लागे.

मध्य अमेरिकेतल्या मायाइंडियनात (इ.स. २००-१५००) शिकार हे जीवनाचंच एक अंग होतं. यामुळं या जमातीत शिकारविषयक कायदे बरेच कमी आहेत. क्वेट्टझेल पक्ष्याला मारायची बंदी होती. कारण ती मायांची टांकसाळ होती. या पक्ष्याची पिसं चलन म्हणून वापरली जात. इतर कुठल्याही प्राण्याच्या किंवा पक्ष्याच्या शिकारीस बंदी नव्हती. मात्र ही जमात अत्यंत अंधश्रद्धाळू असल्यानं त्यांच्या शिकारीवर बरीच बंधन होती. मंगळवार, गुरुवार हे शिकारीसाठी घातवार, काही प्राणी मारणं अशुभ. अशा कल्पनांमुळे त्यांच्या शिकारीवर मर्यादा पडत होती.

ॲझ्टेक इंडियनांमध्ये (इ.स. १२५०-१५२५) शिकार हा एक शाही खेळ होता. सामान्यजनांना काही विशिष्ट दिवशीच पेकरी व हरणं अन्न म्हणून मारता येत. तसंच रानससे आणि बदकंही त्यांना पकडता येत. अभयारण्यात फक्त राजघराण्यातले लोक अधूनमधून शिकार करीत. टेनोक्टिकलान या शहराजवळ ॲझ्टेकांचं सर्वात मोठं अभयारण्य होतं. त्यांच्या चारी बाजूंनी कालवे काढले होते. या अभयारण्यात अनेक पशुपक्षी आणून सोडण्यात येत. दुसऱ्या माँटेझुमाच्या काळात (इ.स. १५१६) अशी अनेक प्राणी संग्रहालयं स्थापन करण्यात आली होती. या उद्यानातून शिकारीला बंदी असे. क्वेटझाल, फ्लेमिंगो आणि इतर अनेक पक्ष्यांच्या शिकारीवरही बंदी घालण्यात आली होती. काही अपवित्र प्राण्यांच्या शिकारीला तसंच झाडं तोडण्यास बंदी होतीच.

ग्रेट ब्रिटनमध्ये कारकुनी जन्माला आली. त्यामुळे इतरत्र न आढळणारी एक गोष्ट इथं मिळते ती म्हणजे वन्य पशुपक्षी संरक्षण-संवर्धनाचा लेखी पुरावा. अगदी सुरुवातीच्या सॅक्सन राजांपासून आजपर्यंत ब्रिटिशांनी वन्यजीव संरक्षणासाठी काय काय केलं किंवा केलं नाही, याचे व्यवस्थित जपून ठेवलेले पुरावे मिळतात. शिकार हा शाही खेळ आहे, सामान्यांचा नाही. सामान्य माणसांनी या शाही खेळात रममाण होऊ नये, म्हणून आधी हे कायदे करण्यात आले. सातव्या शतकाच्या सुरुवातीला ब्रिटनमध्ये डीन, वायर, किन्वर, शेरवुड आणि रॉकिंग हॅम ही वनं होती. यातली काही तेरा हजार चौरस कि.मी. पेक्षा मोठी होती. यातून शाही शिकार व्हायची.

वेसेक्सच्या आईन नावाच्या राजानं (इ. स. ६८८-७२६) पहिला शिकारविषयक कायदा केला. या कायद्यान्वये जंगल जाळण्याबद्दल किंवा वृक्षतोडीबद्दल जबर दंड करण्यात येत असे. हा दंड झाडाच्या आकारमानावर अवलंबून वाढत असे. केंटच्या विल्ट्रेड (इ.स.६९५) या राजानं राखीव कुरणात पाळीव प्राणी चारायला बंदी घालणारा कायदा केला.

कॅन्युट द ग्रेट (१०१६-२५) हा शिकारीचा भलताच शौकीन. या काळात ज्याच्या जमिनीवर शिकारी प्राणी असेल त्यालाच फक्त त्या प्राण्याची शिकार करता येईल, अशी प्रथा पडली. या प्रथेमुळे फक्त जहागिरदार लोकच शिकार करू शकत आणि अर्थातच राजाला सर्वत्र मोकळीक होती. हेन्रीच्या काळात (इ.स.११००-११३५) केवळ राजासाठी अरण्यं निर्माण करण्यात आली. या जंगलांवर खास राखणदारांची नेमणूक करण्यात आली. राजाच्या अरण्यात शिकारीचा प्रयत्न करणाऱ्या व्यक्तीलासुद्धा मृत्यूदंड ठोठावण्यात येत असे. राजाचे सरदार, जहागिरदार आपापल्या जहागिऱ्यात शिकार करत किंवा खास परवाना घेऊन शाही अरण्यात जात असत. इ.स.१०८० पासून काही ठराविक ऋतूत शिकार करण्यावर बंदी होती. ती प्रथा खाजगी अभयारण्यातसुद्धा पाळावी लागत होती. रेड डिअर किंवा तांबड्या हरणाला १४ सप्टेंबर (होली संडे) पासून जून २४ पर्यंत (नेटीविटी ऑफ सेंट जॉन द बॅप्टीस्ट) मारता येत नसे. अशाच प्रकारे इतर हरणांसाठीही वेगवेगळे शिकारकाळ ठरविले होते.

अकराव्या-बराव्या शतकात राजा आणि त्यांचे सरदार यांच्यात या शाही अरण्याच्या व्याप्तीवरून झगडे झाले. अखेरीला तिसऱ्या एडवर्डच्या (१३२७-७७) काळात हा वाद मिटला. त्याचा निकाल राजासाठी आणखी शाही अभयारण्ये निर्माण करण्यात झाला.

इ.स. ११८४ मध्ये अस्तित्वात आलेला 'द ॲसिझे ऑफ फॉरेस्ट' हा कायदा इंग्लंडमधल्या वनसंवर्धनाचा पहिला मोठा कायदा ठरतो. शाही वनातून जनसामान्यांना बंदी, विना परवाना झाडं तोडल्यास जबरदस्त शिक्षा, बारा वर्षांवरील प्रत्येक व्यक्तीला शाही वन्य प्राण्यांचं संरक्षण करण्याची शपथ घ्यायला लावणे, रात्री शिकार केल्यास एक वर्ष सक्त मजुरी, कुठल्याही वनात शिकारी कुत्रे मोकळे सोडण्यास बंदी, ही या कायद्यातली काही महत्त्वाची कलमे होती.

इ.स.१२२५ मध्ये 'मॅग्नाचार्टा' या सनदेतील वनविषयक तरतुदी जराशा ढिल्या करण्यात आल्या. राजाची हरणं मारण्याकरता हातपाय तोडणे किंवा फाशी देणं, अशा ज्या तरतुदी होत्या त्या रद्द करण्यात आल्या. आर्च बिशप, अर्ल बिशप किंवा बॅरन ही मंडळी राजाच्या परवानगीने हरणं मारण्यास पात्र ठरली.

'झाडांचं संरक्षण' हा मात्र ब्रिटिशांच्या आवडीचा खास पहिल्यापासूनचा विषय.

तिसऱ्या हेन्रीनं (१२१६-७२) झाडाचा अकारण विध्वंस करण्याविरुद्ध कायदे केले होते. फर व लोकर असणारे प्राणी मारण्यावर तिसऱ्या एडवर्डनं बंदी घातली. कारण फर कोट वापरणं ही राजेशाही फॅशन होती. इ.स.१४२७ मध्ये सहाव्या हेन्रीनं सागरतटाचे पाणथळ नि दलदलीचे प्रदेश शाही संरक्षणाखाली आणले.

इ.स.१३६० पासून ससाणे आणि इतर शिकारी पक्षी पाळण्यावर बंधनं घालण्यात आली. आठव्या हेन्रीनं (१५०९-४७) तर बहिरी ससाणे व शिक्रे विनापरवाना पाळणाऱ्याला मृत्युदंडाची शिक्षा देण्याचा फतवा काढला होता. इ.स.१४८२ पासून राजहंसांना शाही संरक्षण देण्यात आले. तर सशाच्या शिकारीवर १५२२ मध्ये बंदी घालण्यात आली. पाणकोंबड्यांसाठी १५३३ पासून ३१ ऑगस्ट ते १ मे पर्यंतच शिकारीची परवानगी देण्यात येऊ लागली. १५८१ पासून जाळी, सापळे आणि फास यांच्यात पक्षी पकडण्यावर बंदी घालण्यात आली. याच वर्षी प्रथमच फीझंटस आणि पारट्रीज यांच्या शिकारीला वर्षातून काही काळ बंदी घालण्याचा हुकूम अमलात येऊ लागला. इ.स.१६०० मध्ये हरणांच्या चोरट्या शिकारीविरुद्ध कडक कायदे केले गेले. तर १६९२ मध्ये प्रथमच माशांच्या शिकारीचे कायदे करण्यात आले. सर्वात शेवटी व्हिक्टोरिया राणीच्या काळात सागरी पक्ष्यांना मारण्यावर बंधनं घालण्यात आली.

पुरातन काळापासून देशोदेशी सुरुवातीला शिकारीवर घातलेली बंधनं स्वार्थापोटी असली तरी त्यामुळे वनं आणि वन्य पशुपक्षी यांचा फायदाच झाला, असं म्हणावं लागेल. धर्म, पुराण, राजेशाही नि सामाजिक जाणीव या क्रमानं हे वन आणि वन्य जीवसंवर्धन अस्तित्वात आलं, हे उघडच आहे. त्यामानानं गेल्या दोनशे वर्षांत जी वन्य जीवांची हत्या झाली ती अघोरीच म्हणावी लागेल.

◆

प्रदूषण आणि पृथ्वीचे हवामान

आपण इंग्रजांकडून ज्या काही पारंपरिक गोष्टी घेतल्या त्यात हवेबद्दल गप्पा मारणे ही एक महत्त्वाची गोष्ट आणि हवेबद्दल बोलायला लागलो की, पूर्वी आपल्या गावची हवा आजसारखी त्रासदायक नव्हती, असे प्रत्येकजण ठासून सांगत असतो. शास्त्रज्ञांना या बाबतीत विचारले तर ते काय म्हणतात? हवामान शास्त्रज्ञांच्या मते गेली तीन-चार वर्षे पृथ्वीचे हवामान फारसे बदललेले नाही. याला पुरावा काय? माणूस सुदृढ आहे याला जो पुरावा लागू आहे, तो पुरावा हवेच्या तब्येतीलाही पुरा पडतो. तो म्हणजे तापमानाचा! आपल्या शरीराचे तापमान थोडेफार जास्त कमी झाले की आपली तब्येत बिघडली असे आपण म्हणतो. अर्थात नेहमीच्या तापमानापेक्षा हा बदल जाणवण्याइतका असावा लागतो हे उघडच आहे आणि पृथ्वीवरच्या हवामानाबद्दल बोलायचे झालेच तर हा बदल सरासरी ०.२ अंश ते ०.५ अंश सें. एवढाच आहे.

आता स्थानिक परिस्थितीवर अवलंबून थोडेफार फरक हवेच्या तापमानात पडतात व ते पडणारच. जर पृथ्वीवर सर्वत्र एकदम प्रचंड बदल झाले तरच त्या बदलांना लक्षणीय बदल मानता येईल. पृथ्वीवरच्या बऱ्याच मोठ्या भूभागावरच्या हवामानाबद्दल उत्तरध्रुवीय सागरातल्या परिस्थितीचा परिणाम होत असतो. या सागरात असणाऱ्या बर्फाच्या अंशाचा युरोप आणि आशिया खंडातील हवामानावर परिणाम होत असतो. या सागरातल्या बर्फाचा परिणाम सागरी पृष्ठांच्या तापमानावर होतो. सागरी पृष्ठाच्या तापमानात जर जाणवण्याइतपत बदल झाला तर त्याचा परिणाम हवेच्या प्रवाहावर होतो. यामुळे पुढे वादळ व वावटळी यांच्या दिशा ठरत असतात. या गोष्टीचे अर्थात आपल्याला आश्चर्य वाटायला नको.

जागतिक समुद्राच्या पाण्याचा १०० मीटर जाडीचा थर ०.१ अंश सें.ने थंड व्हायचा असेल, म्हणजे सागरी पाण्यातून एवढी उष्णता बाहेर पडायची असेल तर सर्व वातावरण तापमान ६ अंश सें. ने वाढतेच. हवा तापण्यासाठी लागणारी उष्णता सूर्य किरणांपासून मिळते असा आपला समज असतो. पण हवा तापण्यासाठी लागणाऱ्या उष्णतेच्या फक्त एक टक्का उष्णता सूर्यकिरणांपासून

मिळते. बाकीची उष्णता ही जमीन आणि सागरी पाण्यातून मिळते हे लक्षात घेतले तर सागराचा हवामानावर होणारा परिणाम आपल्या लक्षात येईल.

१९६० च्या आसपास हवेच्या बाबतीत आणखी एक महत्त्वाचा शोध लागला. विषवृत्तीय स्तरितावरणात (स्ट्रॅटोस्फीअर) एक सुसाट वाऱ्यांचा पट्टा पृथ्वीपासून बरेच किलोमीटर उंचीवर असतो. साधारणपणे तेरा महिने हे वारे पश्चिमेकडून पूर्वेकडे वाहात असतात. मग यांचा वेग हळूहळू कमी होत जातो, ते स्थिरावतात आणि हा पट्टा नाहीसा होतो. हळूहळू हा पट्टा पुन्हा तयार होऊ लागतो. पुन्हा सुसाट वेगाने वारे वाहू लागतात. फक्त आता त्यांची दिशा नेमकी उलटी झालेली असते. हे २६ महिन्यांचे चक्र शास्त्रज्ञांच्या लक्षात आले नि चक्रम हवामानाच्या लहरीपणाचे कोडे काही प्रमाणात उकलले गेले. उदाहरणार्थ, हिवाळ्यात प्रमाणाबाहेर थंडी पडते तर नंतर काही हिवाळे हिवाळ्याच्या मानाने उबदार वाटतात.

याशिवाय सौर डाग आणि दुष्काळ यांचा काही तरी संबंध असावा असे वाटण्याइतका पुरावा शास्त्रज्ञांच्या हाती लागला आहे. या व इतर अनेक पुराव्यांच्या आधारे निदान आजपर्यंत तरी हवामानात काळजी करण्याइतका बदल घडलेला नाही, असे आपण म्हणू शकतो.

'आजपर्यंत तरी' याला याबाबतीत महत्त्व आहे. याचा अर्थ एवढाच की, आजपर्यंत काळजी करण्याइतका बदल नसला तरी उद्या काळजी करण्याइतपत बदल होऊ शकतो.

दरवर्षी सरासरी ६० लक्ष टन नैसर्गिक तेल अपघाताने समुद्रात सांडले जाते. सागराची व्याप्ती बघितली तर एवढे तेल म्हणजे खरोखरच दर्यामें खसखस ठरते. पण जेव्हा या तेलाचा तवंग हजार चौरस किलोमीटर सागरी पृष्ठावर पसरतो; तेव्हा फायटोप्लँक्टॉन या सागरी सूक्ष्म वनस्पतींपासून निर्माण होणाऱ्या ऑक्सिजनचे प्रमाण एकदम कमी होते. अगदी कमी प्रमाणात डी.डी.टी. नद्यातून सागरापर्यंत पोचते तेव्हा या डी.डी.टी. चा परिणाम झालेला फायटोप्लँक्टॉनची ऑक्सिजन निर्मितीची क्षमता ७५ टक्के झालेली दिसून येते. बऱ्याच विकसनशील देशातून डी.डी.टी. वापरावर बंदी नसली तरी सर्वच प्रगत राष्ट्रांनी व युरोपीय कम्युनिस्ट राष्ट्रांनी डी.डी.टी. च्या वापरावर पूर्ण बंदी घातलीय हे इथे लक्षात ठेवण्यासारखे आहे.

दरवर्षी आपण निसर्गात वाढत्या प्रमाणात ढवळाढवळ करतोय. विशेषत: आपली वाहतुकीची साधने हीच या निसर्ग समतोलातल्या ढवळाढवळीची साधने बनली आहेत. एक मोटार एक हजार किलोमीटर पळते. तेव्हा त्या मोटारीतले इंधन ज्वलनासाठी एक सामान्य माणूस एक वर्ष जगण्यासाठी जेवढा ऑक्सिजन वापरेल तेवढा वातावरणातला ऑक्सिजन वापरते.

बऱ्याच शास्त्रज्ञांच्या मते दरवर्षीचे औष्णिक ऊर्जेचे वाढते उत्पादन बघितले तर पृथ्वीचे सरासरी तापमान येत्या काही वर्षातच वाढणार आहे. याशिवाय दरवर्षी मानवी उद्योगांमुळे हवेत कार्बन-डाय-ऑक्साईडचे प्रमाण ०.२ टक्के वाढत आहे. ग्रीनहाऊसवर परिणाम होण्याची शक्यता आहे. ग्रीनहाऊस म्हणजे वनस्पतींसाठीचे काचघर, तर त्या वनस्पती घरासारख्या परिणामामुळे ऊर्जा न वापरताच पृथ्वीचे तापमान २.५ अंश वाढले, अशी बऱ्याच शास्त्रज्ञांची खात्री झाली आहे.

जर सरासरी तापमानात ३ अंशाने वाढ झाली तर पृथ्वीवर, मानवी जीवनावर त्याचा प्रचंड परिणाम होण्याची शक्यता आहे. उत्तर व दक्षिण ध्रुवीय प्रदेशातील बर्फ वितळून सागराच्या पाण्याची पातळी वाढेल हा त्यातला सर्वात महत्त्वाचा धोका. आज पृथ्वीचा नकाशा बघितला तर आपल्याला एक गोष्ट लक्षात येईल, ती म्हणजे बहुतेक सर्व अतिमहत्त्वाची शहरे ही समुद्रकिनारी वसलेली आहेत आणि या शहरातल्या जीवन व्यापाराचा देशाच्या आर्थिक घडामोडींवर परिणाम होत असतो.

अजून तरी आपल्या उद्योग उपद्व्यापाने पृथ्वीवरचे हवामान बदललेले नाही. पण आपला बेजबाबदारपणा असाच वाढत राहिला तर मात्र काही खरे नाही.

◆

आपण प्रलय जवळ आणतो आहोत काय?

विसाव्या शतकाचा पूर्वार्ध संपेपर्यंत हवामान आणि मानवी प्रक्रिया यांचा कुठल्याही प्रकारे विशेष संबंध येत नव्हता. किंबहुना मानव हवामान बदलू शकेल का? या प्रश्नाचा आपण कधीही विचारसुद्धा करत नव्हतो. मग एकाएकी मानवी जीवन प्रणालीत एक मूलभूत बदल घडला. आपण खूप इंधनं, खनिज इंधनं वापरू लागलो. दिवसेंदिवस मानवी व्यवसायात खनिज इंधनाचा वापर वाढू लागला. यामुळे हवेतील कार्बन-डाय-ऑक्साईडचे प्रमाण वाढू लागले. यामुळे ज्याला 'ग्रीनहाऊस' इफेक्ट म्हणतात तस घडलं. ग्रीनहाऊस म्हणजे वेगवेगळ्या वनस्पतींसाठी उभारलेले काचेचे घर. यात बाहेरचे तापमान कमी झाले तरी आतील वनस्पतींच्या जीवनक्रियेमुळे तसेच काचेवर पडणाऱ्या सूर्यकिरणांमुळे आतले तापमान मात्र कमी होत नाही. उलट वाढतेच. पृथ्वीच्या तापमानातही वाढ व्हायला हवेत वाढलेले कार्बन-डाय-ऑक्साईडचे प्रमाण कारणीभूत होते, असा शास्त्रज्ञांचा दावा आहे.

जगातल्या निरनिराळ्या देशांत नवनवी आधुनिक तंत्र वापरून कार्बन डाय-ऑक्साईडच्या प्रमाणाची वाढ आणि त्याचा तापमानावर होणार परिणाम यावर संशोधन चालू आहे. सध्या जे कार्बन-डाय-ऑक्साईडचे हवेतले प्रमाण आहे ते जर दुप्पट झाले तर पृथ्वीच्या पृष्ठभागाजवळील तापमानाचे प्रमाण तीन अंश सेल्सियसने वाढेल, असा अंदाज आता पुढे आला आहे.

उत्तर ध्रुवीय हिमखंडामुळे उन्हाळ्यात उत्तर ध्रुवीय प्रदेशात हवेचे तापमान ५डिग्री सें.ने तर हिवाळ्यात २०डिग्री सें.ने कमी होत असते. या बर्फाचा विस्तार आणि स्थिती ही सौर उत्सर्जन तसेच हिवाळी आणि उन्हाळी तापमानावर अवलंबून असते. कार्बन-डाय-ऑक्साईडचे प्रमाण वाढल्यावर या बर्फावर काय परिणाम होईल याचे भविष्य वर्तविणे शास्त्रीय अभ्यासाने शक्य झाले आहे. उत्तर ध्रुवीय हिमखंडाचे प्रथम हळूहळू वितळणे सुरू होईल. कालांतराने वर्षभर जो भाग कायमस्वरुपी बर्फाचा असतो तोही वितळू लागेल.

शास्त्रज्ञांच्या अंदाजानुसार जर उत्तर गोलार्धातले सरासरी तापमान दोन अंश

सें.नी जरी वाढले तरी हा बर्फ वितळण्याची प्रक्रिया चालू होऊ शकेल. सोबत दिलेल्या तक्त्यानुसार उत्तर ध्रुवीय समुद्र इ.स.२००० पर्यंत मोठ्या प्रमाणात बर्फ विरहित बनलेले आढळून येतील तर इ.स.२०२५ पर्यंत उत्तर ध्रुवीय खंडावर बर्फ नावालाही उरणार नाही.

भूखंडे तापताना निरनिराळ्या अक्षांशांवर तापमान वाढण्याच्या वेगात बदल असेल, हिवाळ्यात किंवा अति उत्तरेस दोन ते साडेतीन अंश तापमान वाढले तर ध्रुवीय प्रदेशाचे उन्हाळ्यातले तापमान ७ अंश ते १० अंश सें. इतके वर जाईल आणि हिवाळ्यात ते ५ अंश ते १० अंश यापेक्षा कमी होऊ शकणार नाही. यामुळे उत्तर गोलार्धातील नैसर्गिक समतोल ढळेल. याशिवाय ज्याला पर्माफ्रॉस्ट म्हणतात (गेली कित्येक हजार वर्षांपासून या वर्षात बदल झालेला नाही.) तो जर वितळला तर हिवाळ्यात उत्तर ध्रुवीय सागरात कितपत बर्फ तयार होईल याबद्दलही वैज्ञानिक साशंकच आहेत.

विसाव्या शतकाच्या अखेरीस आणि एकविसाव्या शतकाच्या पूर्वार्धात तापमान कसं वाढेल? त्याला काही पद्धत असेल का? शास्त्रज्ञांच्या मते तापमान आधी हळूहळू, मग प्रचंड वेगाने हे बर्फ वितळेल. पण ते असेच वितळेल याची खात्री देता येणे अशक्य आहे. कदाचित या बर्फ वितळण्यास एक ठाम चाकोरीबद्ध असा मार्ग नसेलही.

नजीकच्या भविष्यकाळात पावसाच्या प्रमाणात सर्वत्र बदल होण्याचीही शक्यता नाकारता येत नाही. तापमान वाढल्यामुळे सागरी पाण्याची वाफही जास्त प्रमाणात होईल. यामुळेच पडणाऱ्या पावसाचे प्रमाणही वाढेल. हवेत वाढणाऱ्या कार्बन-डाय-ऑक्साइडच्या प्रमाणात बाष्पीभवन आणि पाऊस पडण्याचे प्रमाण यांच्यात वाढ होते हेही आता सिद्ध झालंय.

वर्ष	इ.स. १९७४	२०००	२०२५
वातावरणातील CO_2 चे प्रमाण	०.०३३	०.०३८	०.०५२
वातावरणाच्या तामानाची वाढ		-०.०४१	-०.०६४
(१९६० च्या तुलनेत)	०.५	१.०-१-५से.	२-०.२.५

वाढलेल्या तापमानाच्या प्रमाणात पाऊस कुठे पडावा हेही ठरणार आहे. अति उत्तरेकडे पावसाचे प्रमाण वाढले तरी मध्य अक्षांशाजवळ म्हणजे कर्कवृत्ताच्या

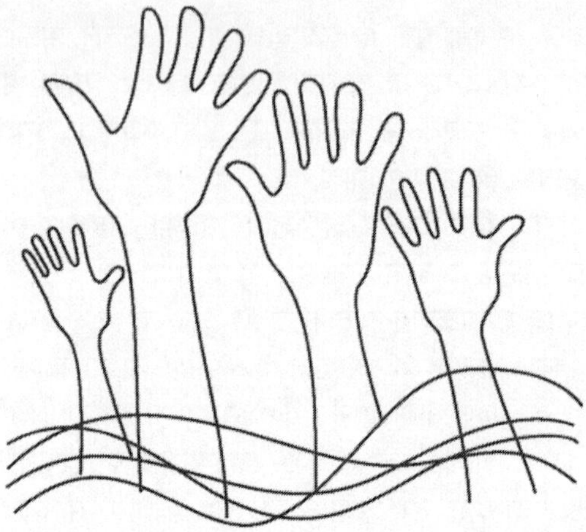

उत्तरेस १० अंशा पर्यंत हे प्रमाण कमी होईल. तसेच जेव्हा निरनिराळ्या भूभागावरील तापमानातला फरक कमी होतो तेव्हा ढगांची हालचालही कमी प्रमाणात होते. जमिनीवरच्या तापमानाची वाढ आणि बर्फ वितळल्यामुळे सागराचे कमी झालेले तापमान यामुळे सागराकडून जमिनीकडे वाहणारे वारे कमी होऊन पाऊस जमिनीवर पडण्याऐवजी पुन्हा सागरावर पडण्याची शक्यताच अशा परिस्थितीत वाढते. यामुळे पृथ्वीवर दुष्काळ पडण्याची शक्यता निर्माण होते. विशेषत: गवताळ प्रदेशातून हा धोका वाढतो आणि असा दुष्काळ दीर्घकाळ पडला तर गवताळ प्रदेशाचे वाळवंटात रूपांतर होते. या शतकाच्या तिसऱ्या, चौथ्या दशकात आणि १९७२-७६ मध्ये असं घडलं होतं. युरोप, आशिया (यात भारतसुद्धा) आणि उत्तर अमेरिका खंडात कर्कवृत्ताच्या आसपासच्या प्रदेशास या काळात भीषण दुष्काळास तोंड द्यावं लागलं होतं.

जरी बर्फ वितळण्याची सुरुवात कधी होईल, ते पूर्णपणे कधी वितळेल वगैरे अंदाज अनुभवसिद्ध आकडेवारीच्या साहाय्याने बांधणं शक्य असले तरी हा बर्फ विरहित कालखंड कसा असेल हे सांगणं मात्र अवघड आहे. त्या काळातील परिस्थिती, वातावरण हे आजच्यापेक्षा अगदी भिन्न असतील, एवढंच आपण म्हणू शकतो. तरीही याबद्दल शास्त्रज्ञांनी कॉम्प्युटर्स-संगणकांच्या आधाराने काही अंदाज बांधले आहेतच.

त्यांच्या मते सर्व उत्तर ध्रुवीय बर्फ वितळला तर ग्रीनलॅन्ड आणि दक्षिण ध्रुवीय हिमटोप शिल्लक राहतीलच. पृथ्वीवरील वातावरण प्लायोसीन कालखंडासारखं होईल. वीस ते सत्तर लक्ष वर्षांपूर्वीचा कालखंड हा प्लायोसीन या नावाने ओळखला जातो. या कालखंडात पृथ्वीच्या भूखंडाची आणि सागरांची भौगोलिक

स्थिती आजच्या स्वरूपाचीच होती. त्या काळात दक्षिण ध्रुवीय प्रदेशात हिमटोप अस्तित्वात होता. मात्र दक्षिण ध्रुवीय प्रदेशातील बर्फाच्छादित प्रदेशाची व्याप्ती आजच्यापेक्षा खूपच कमी होती. पण त्या काळात वातावरणातील CO_2 चे प्रमाण आजच्यापेक्षा खूपच जास्त असावे. त्यामुळेच 'काच घर' ग्रीनहाऊस इफेक्ट निर्माण झाला. पुराहवामान शास्त्राचा अभ्यास करणाऱ्या शास्त्रज्ञांच्या मते उत्तर गोलार्धाचे तापमान मध्य प्लायोसीन काळात सध्यापेक्षा ३ ते ४ अंश सें. इतके जास्त होते. हिवाळ्यातल्या तीव्र थंडीत उत्तर युरोपात त्या काळी ५ अंश सें. पेक्षा खाली तापमान उतरत नसावे. सध्याच्यापेक्षा आशियात ते १५ अंश सें. पेक्षा कमी होत नसावे. सध्याच्यापेक्षा हे तापमान खूपच जास्त आहे. तसेच त्या काळातले सरासरी तापमानही स्थिर होते. त्यात आजच्यासारखे तीव्र बदलही होत नव्हते. मात्र त्या काळात युरोप, आशियात जेवढा पाऊस पडत होता तेवढाच आजही पडतो हेही खरे म्हणजे प्लायोसीन कालखंडातले वातावरण फारसे वाईट नव्हते. म्हणजे पृथ्वीवर हळूहळू असं वातावरण पुन्हा आले तर ते आपल्याला फायदेशीरच ठरेल. पण फायदा म्हटला की, गुंतवणूक आलीच. हा फायदा मिळवण्यासाठी आपल्याला सुरुवातीस कोणता त्याग करावा लागेल?

एक म्हणजे सध्याचे वातावरण विभाग बदलतील. त्यानुसार त्या त्या भागातील पीक परिस्थिती बदलेल. यामुळे सध्याच्या शेती आणि जीवन पद्धतीत अमूलाग्र फरक पडेल.

याहीपेक्षा महत्त्वाची आणि बरीच चिंताजनक गोष्ट म्हणजे समुद्राची पातळी वाढणे. अगदी नव्याने जाहीर झालेल्या संशोधनानुसार दक्षिण ध्रुवीय हिमखंडाचा पश्चिम भाग हा असंतुलित आहे. वातावरणात जर झपाट्याने बदल झाले तर ती फुटून विरघळण्याची शक्यता आहे. त्यामुळे समुद्राची पातळी ५ मीटर्स किंवा १६ फूट एवढी वाढेल. तस झालं तर मात्र आपली खूपच पंचाईत होईल. कारण जगातील बहुतेक सर्व महत्त्वाची आणि मोठी लोकसंख्या असलेली शहरं समुद्र किनारी किंवा खाड्यांवर वसलेली आहेत. आपल्या भारतातच सुरत, मुंबई, पणजी, त्रिवेन्द्रम, पॉन्डीचरी, मद्रास, विशाखापट्टण आणि कलकत्ता ही शहरं समुद्र किनारी किंवा समुद्र सान्निध्यामुळे महत्त्व पावलेली अशी आहेत. तेव्हा समुद्राची पातळी १५ ते २० फूट वाढली तर जगभर किती हाहाकार होईल हे सांगायला नकोच.

इ.स. १९७७ मध्ये अमेरिकेत 'एनर्जी ॲण्ड क्लायमेट' (ऊर्जा आणि हवामान) या विषयावर एक परिसंवाद घेण्यात आला. त्यात या प्रश्नावर खूपच ऊहापोह झाला. काही तरी केलं पाहिजे असे सगळेच जण म्हणाले. यातच एक नवा सूर पुढे आला, तो म्हणजे अधिक झाडं लावणे हा. वनस्पती कार्बन-

डाय-ऑक्साईड घेऊन दिवसा ऑक्सिजन हवेत सोडतात. त्यामुळे कार्बन-डाय-ऑक्साआईडची पातळी कमी होण्यास खूपच मदत होते. तेव्हा जर प्रलय होऊ द्यायचा नसेल तर वनस्पतींची संख्या वाढवायला हवी.

आपणच निर्माण केलेल्या प्रश्नांवरचे हे उत्तर दिसायला जितके सोपे आहे तितकेच कृतीत उतरायला अवघड आहे हेही खरं. पण जगबुडी व्हायच्या आतच आपण या बाबतीत काही तरी करायला हवं, हेही तितकंच खरं नाही का?

◆

डायॉक्झिन–एक नवी समस्या

प्रदूषण ही आजची जगभरची समस्या आहे. या समस्येची उकल सर्वत्र आपआपल्यापरीनेच सुरू आहे. डायॉक्झिन नावाच्या विषामुळे अमेरिकेतील गावेच्या गावे हतबल होऊन बसली आहेत. विषशास्त्रज्ञ अहोरात्र या प्रश्नाची उकल करण्यासाठी झुंजत आहेत. हे विष आहे तरी काय? याचा हा एक वैज्ञानिक मागोवा.

आज प्रदूषणाला जबाबदार असलेल्या घटकांमध्ये डायॉक्झिनचा नंबर बराच वरचा आहे. अगदी थोड्या प्रमाणातल्या डायॉक्झिनमुळं प्रयोगशाळेत प्राणी मेल्याची उदाहरणे आहेत. डायॉक्झिन सूक्ष्म प्रमाणात पोटात किंवा शरीरात गेल्यामुळं माणसं गंभीररीत्या आजारी पडली आहेत. एक ग्रॅमचा ५ कोट्यांश भाग इतकं कमी डायॉक्झिन सेवन केलेला उंदीर मेलेला आढळतो. नैसर्गिक विषांशी तुलना करता डायॉक्झिन जगातलं चौथ्या नंबरचं घातकी विष ठरतं. सर्वात महत्त्वाची गोष्ट म्हणजे डायॉक्झिन शरीरावर कशाप्रकारे हल्ला करतं हे कोडं अजून सुटलेलं नाही.

डायॉक्झिनचे माणसांवर झालेले परिणाम हे औद्योगिक अपघातानंतरच तपासू शकलो. अत्यंत विषारी मानल्या गेलेल्या या विषानं आजपर्यंत एकही माणूस मेल्याचं मात्र उदाहरण मिळत नाही, ही एक आश्चर्याचीच गोष्ट आहे. किती प्रमाणात डायॉक्झिन सेवन केलं तर काय परिणाम होतात, याचीही निश्चित माहिती कुठं मिळू शकत नाही. डायॉक्झिनचे परिणाम जाणून घेण्याची कुठलीच निश्चित चाचणीही आपल्याला माहीत नाही. मानवी शरीरात त्याचं प्रमाण किती हेही जाणून घ्यायला निश्चित स्वरूपाची परीक्षाद्धती अस्तित्वात नाही. ते शरीरात किती काळ राहतं, हेही ठाऊक नाही. पण ते कित्येक वर्षे शरीरात राहात असावं, असा अंदाज व्यक्त केला जातो.

प्राण्यांवर केलेले डायॉक्झिनचे प्रयोग व त्यातून काढलेले निष्कर्ष मानवाला लागू पडतीलच असंही नाही. कारण प्रयोगशाळेत एका प्राण्यावर प्रयोग करून काढलेले निष्कर्ष दुसऱ्या प्राण्याला लागू पडतीलच याचीच मुळी खात्री देता येत नाही. आणि डायॉक्झिनमुळं एखादा प्राणी मेला तर त्याच्या शरीरातला

नक्की कुठला अवयव अकार्यक्षम झाल्यानं तो मेला हेही सांगता येत नाही. सगळ्यात महत्त्वाचं म्हणजे डायॉक्झिन सस्तन प्राण्यांच्या बाबतीतच घातक का ठरतं? काही प्रयोगात डायॉक्झिन टोचलेल्या प्राण्यास जन्मजात दोष असलेली पिलं जन्माला आली तर इतर काही प्राण्यांमध्ये कर्करोगाची लक्षणं दिसली. असेच दोष मानवी शरीरात निर्माण होऊ शकतात. डायॉक्झिन सजीव पेशीत शिरल्यावर त्याचे नक्की परिणाम काय होतात, त्या पेशीत कुठले बदल होतात हे जाणून घ्यायचा शास्त्रज्ञ प्रयत्न करीत आहेत.

तांत्रिकदृष्ट्या डायॉक्झिन या शब्दाला तसा काहीच अर्थ नाही. कारण त्या नावाचं कुठलंही वेगळं असे रसायन दाखविता येत नाही. डायॉक्झिन या रासायनिक कुटुंबात एकूण ७५ वेगवेगळ्या रसायनांचा समावेश होतो. या ७५ रसायनांतलं सगळ्यात विषारी नि घातक ठरलेलं नि आपल्याला त्रास देणारं रसायन म्हणजे २, ३, ७, ८ टेट्राक्लोरोडायबेंझो पी-डायॉक्झिन नावाचं कार्बनी रसायन. याला टीसीडीडी असं छोटेखानी नाव आहे. हे एक अत्यंत स्थिर रासायनिक संयुग आहे. यामुळे हे जिथं असेल तिथं याच स्वरूपात राहतं. त्याचं विघटन होत नाही. शरीरातही त्याचं विघटन व्हायला प्रदीर्घ काळ जावा लागतो.

डायॉक्झिन संयुग कुणीही मुद्दाम तयार करीत नाही. सिल्वेक्स, २, ४, ५ टी किंवा क्लोरोफेनॉल गटाची संयुगे तयार करताना डायॉक्झिन संयुगांची सहनिर्मिती होत असते. सिल्वेक्स आणि इतर संयुगं तणनाशक म्हणून वापरली जातात. क्लोरोफेनॉल्सपैकी पेंटॅक्लोरोफेनॉल हे लाकडाचं वाळवीपासून रक्षण करतं, तर हेक्झॅक्लोरोफिन हे सूक्ष्मजीवरोधक म्हणून वापरण्यात येतं. (अमेरिकेत हेक्झॅक्लोरोफिन साबण, दुर्गंधीनाशक आणि सौंदर्यप्रसाधनं यात वापरायला बंदी आहे. कारण यामुळे मेंदूच्या पेशींना धोका पोहोचतो.) जिथं कार्बनी कचरा जाळला जातो अशा ठिकाणीही डायॉक्झिन या ज्वलनात सहनिर्मित संयुग म्हणून तयार होत असतं.

जेव्हा माणसाच्या शरीरात टीसीडीडी शिरतं, हे किती प्रमाणावर शिरल्यावर त्रास होतो हे अजून ठरायचंय, तेव्हा त्याची चिन्हं हळूहळू मानवी शरीरावर दिसू लागतात. याला क्लोरॅक्ने म्हणतात. यात अंगावर पुरळ येतं, कातडी काळी पडते नि कठीण होते; तसंच जाडही होते. काही वेळा यातून पू वाहतो. या जखमा (बहुधा अनाहूतपणे खाजवल्या गेल्यानं) चिघळतात. काही वेळा त्या झटकन बऱ्या होतात. काही वेळा

त्या वर्षानुवर्षे वाहात राहतात. रासायनिक कारखान्यात काम करणाऱ्या कामगारांनाच याचा त्रास होतो असं नाही. त्यांच्या शरीरावरून किंवा कपड्यांतून, केसांतून ते डायॉक्झिन घरी येतं. त्याचा कुटुंबियांनाही त्रास होतो; नि प्रथम याचं कारण लक्षात येत नाही.

बऱ्याच डायॉक्झिनग्रस्त रुग्णांत त्वचा रोगाबरोबर यकृताचे विकार, भूक मंदावणे, वजन कमी होणे, हातापायांना मुंग्या येणे, तिथल्या मज्जातंतूंवर परिणाम होणे, मानसशास्त्रीय विकार, झोप न येणे, पूर्ण निद्रानाश, चिडचिड, लैंगिक वासना मरणे अशीही लक्षणे दिसतात. डायॉक्झिनग्रस्तांत कोलेस्टेरॉल नि लायपिडसचं प्रमाण एकदम वाढतं. रक्तातले हे घटक वाढले की, हृदय आणि रक्ताभिसरण संस्थांचे रोग वाढीला लागतात. डायॉक्झिन संयुगाशी संबंध संपताच माणसाची प्रकृती पुन्हा सुव्यवस्थित होते.

अमेरिका व युरोपमध्ये १९४९ ते १९५७ या काळात सात औद्योगिक अपघातात कामगार डायॉक्झिनग्रस्त बनले. यामुळं हजारो कामगारांत क्लोरॅक्ने आणि इतर दुश्चिन्हं दिसू लागली, पण १९५७ पर्यंत या आजाराचं कारण कळत नव्हतं. १९५७ मध्ये जेव्हा जर्मन शास्त्रज्ञांनी टीसीडीडी वेगळं केलं, नि त्यामुळं हे विकार होतात हे सिद्ध केलं तेव्हा असंख्य कार्बनी रसायनांच्या कारखान्यातून टीसीडीडीची सहनिर्मिती कमी करण्याकडे लक्ष पुरविण्यात येऊ लागलं.

टीसीडीडी या संयुगांचं अपकर्तृत्व लक्षात आल्यावर प्रयोगशाळेत त्यांच्या दुष्परिणामांचा अभ्यास सुरू झाला. यातला नक्की कुठला घटक विषारी आहे याचा शास्त्रज्ञांना शोध घ्यायचा होता. विक्सॉन्सिन विद्यापिठातील विषतज्ज्ञ ॲलन पोलंड यांनी सर्वप्रथम टीसीडीडीवर संशोधन चालू केलं. पहिले प्रयोग अर्थातच उंदरावर करण्यात आले. यात त्यांना टीसीडीडीचा मानवी एंझाइमनिर्मितीवर होणारा परिणाम बघायचा होता.

जर ही एंझाइमनिर्मिती वाढायची असेल तर डायॉक्झिन रेणू पेशीतील ग्राहक यंत्रणेत व्यवस्थित सामावून जाणे आवश्यक होते. ही ग्राहक यंत्रणा प्रथिन रेणूंची बनलेली असून ती फारच थोड्या इतर रेणूंशी स्वत:ला बांधून घेत असते. एकदा का प्रथिनं टीसीडीडी बंधन पक्क झालं की, ही जोडी मग पेशीच्या केंद्राकडे वाटचाल करते; तिथं ही जोडी एंझाइमनिर्मितीशी संबंधित असलेल्या गुणसूत्रात शिरकाव करून घेते. थोडक्यात म्हणजे टीसीडीडी हे शरीरांतर्गत यंत्रणेलाच धोकादायक बनवतं. त्यामुळे ते अधिक धोकादायक ठरते. शास्त्रज्ञांच्या अंदाजाप्रमाणं या एंझाइमांच्या संपर्कात डायॉक्झिनचं विषारी रसायनात रूपांतर तरी होतं किंवा विघटनानं त्यातले विषारी घटक वेगळे होतात. अर्थात

डायॉक्झिनची विषबाधा अशीच होते हे पोलंडला मान्य नाही. याला अनेक कारणं आहेत.

पोलंडने आपल्या प्रयोगशाळेत दोन प्रकारच्या उंदरांवर डायॉक्झिनचे प्रयोग केले. दोन्ही उंदरांच्या शरीरात डायॉक्झिन टोचताच वितंचक (एंझाइम) तयार झाली. यातल्या उंदराच्या एका जातीला विषाचा त्रास झाला, तर दुसऱ्या प्रकारच्या उंदरावर त्याचा काहीही परिणाम झाला नाही. या दोन प्रकारच्या उंदरात अगदी थोडा जननिक फरक आहे नि त्यांच्या गुणसूत्रांत डायॉक्झिनचं रहस्य दडलंय. डायॉक्झिन बाधा होणाऱ्या जातीत टीसीडीडी ग्राहक यंत्रणेमुळं वितंचक निर्मितीला कारणीभूत असलेल्या गुणसूत्रांबरोबर इतरही गुणसूत्रं कार्यान्वित केली जातात नि त्यामुळं क्लोरेक्नेचा प्रादूर्भाव होतो. क्लोरेक्नेचा प्रादूर्भाव व्हायचं कारण म्हणजे कातडीतल्या पेशींचं प्रमाणबाह्य प्रजनन.

यामध्ये एक महत्त्वाचा प्रश्न निर्माण होतो, तो असा; एखाद्या मानवनिर्मित रेणूचा पेशीवर मूलभूत फरक निर्माण होण्याइतका परिणाम का होते? पोलंड याला एक सैद्धांतिक उत्तर देते. टीसीडीडी रेणू हा उत्क्रांतीच्या प्राथमिक अवस्थेत असताना मानवी नि पेशींची वाढ नियंत्रित करणाऱ्या एखाद्या रेणूशी मिळता जुळता असावा. उत्क्रांतीच्या पुढच्या अवस्थेत या रेणूची गरज संपल्यानं त्यांची मानवी शरीरातली निर्मिती बंद झाली आणि दुसऱ्या गुणसूत्रांकडे ते काम गेलं. पण ही मूळची गुणसूत्रं अजूनही सुप्तापवस्थेत पेशीकेंद्रात तशीच राहिली. मात्र त्यांचा नियंत्रक रेणू शरीरातून हाकलला गेला. या रेणूचे ग्राहक अगदी वेगळंच काम करू लागले. ते निरुद्योगी राहणं निसर्गाला परवडणारं नव्हतं. म्हणून या ग्राहक रेणूंकडे वितंचक निर्मितीचं काम देण्यात आलं. जुन्या हकालपट्टी झालेल्या रेणूसारखे रेणू टीसीडीडीच्या रूपात शरीरात शिरतात. जुनी भुतं जागवली गेली नि त्यामुळं पेशींचं सुनियंत्रित कार्य नियंत्रणाबाहेर गेलं.

विल्यम ग्रीनली या विषतज्ज्ञाचंही मत असंच आहे. विशेषत: त्वचेच्या पेशीत टीसीडीडी ग्राहकरेणू मोठ्या प्रमाणात असतात, असं त्याला आढळून आलंय. टीसीडीडी किंवा डायॉक्झिन याबद्दल फारसं संशोधन मानवी बाबतीत झालेलं नसलं तरी डायॉक्झिनचा कर्करोगाशी संबंध आहे, अशा शंका घ्यायला जागा आहे. स्नायू, चरबीयुक्त भाग आणि संधानउती यांना होणारा हा कर्करोग अगदी दुर्मिळ असा आहे. शास्त्रज्ञ या रोगावर नि डायॉक्झिनशी त्याचा काही संबंध आहे का, या गोष्टीवर लक्ष ठेवून आहेत. याचा सबळ पुरावा आहे. पण तो ठाम निष्कर्ष काढण्याइतका सबळ नाही असं म्हटलं जातं. मेरियन मोझेस या डॉक्टरबाइनी शेकडो डायॉक्झिनग्रस्तांना तपासून हा निष्कर्ष काढलाय.

व्हिएतनाममध्ये अमेरिकेनं एजंट ऑरेंज नावाचा पदार्थ जंगलं साफ करण्यासाठी

वापरला. त्यात डायॉक्झिन होतं. व्हिएतनाम युद्धात भाग घेणारे जे अमेरिकन सैनिक होते त्यांना डायॉक्झिनमुळं दोष निर्माण होतात कां हा प्रश्न पडलाय; कारण तसं असेल तर त्यांच्या मुलाबाळांना त्यापासून धोका आहे. अर्थात असं अजून सिद्ध झालेलं नाही. पण ४० हजार व्हिएतनामी कुटुंबांची पाहणी करता जन्मजात दोषांची संख्या तिप्पट वाढल्याचं निदर्शनास आल्याचं हे चि मिन्ह सिटीतून सांगण्यात आलंय. अर्थात आजपर्यंतच्या वैज्ञानिक पाहणीत वडील रासायनिक द्रव्यांच्या सान्निध्यात आल्यानं त्यांचा मुलांवर परिणाम झाल्याचं कधीच सिद्ध झालेलं नाही.

१९७६ मध्ये सोवेटो, इटली इथं झालेल्या स्फोटानं डायॉक्झिनचा ढग आजूबाजूला पसरला. या अपघातात डायॉक्झिनग्रस्त मातांमध्ये गर्भपात नि नवजात अर्भकात जन्मजात दोष दिसून आले होते. पण दुर्दैवानं या आधी या भागात अशी पाहणी कधीच न झाल्यानं तुलनात्मक अभ्यासाच्या दृष्टीनं ही आकडेवारी फोल ठरली. टीसीडीडीच्या बाबतीत आणखी एक अडचण अभ्यासकांना येते ती म्हणजे अजूनही टीसीडीडीचं शरीरातलं प्रमाण आपल्याला निश्चित करता येत नाही. शरीरात शिरणारं डायॉक्झिन हे नेहमी चरबीत स्थिरावतं. आता चरबीचे नमुने घ्यायचे तर शस्त्रक्रिया करणं भाग आहे. नि चरबीतसुद्धा टीसीडीडी सर्वत्र सारख्याच प्रमाणात पसरते याची खात्री नाही.

अमेरिकेत टाईम्सबीच या गावात डायॉक्झिननं फारच खळबळ माजवली. हे गांव १९७१ पासून डायॉक्झिनग्रस्त आहे. या गावातच्या धुळीचं प्रमाण कमी करण्यासाठी इथल्या रस्त्यावर तेलाचं मिश्रण फवारण्यात आलं. या तेलात डायॉक्झिन होते; कारण हे तेल एका हेक्झॉक्लोरोफेन नि तणनाशकं निर्माण करणाऱ्या कारखान्यातून अवशिष्ट स्वरूपात खरेदी करण्यात आलं होतं. इथल्या दोन क्रीडांगणांतही तेल फवारण्यात आलं तेव्हा या क्रीडांगणातले पक्षी, छोटे प्राणी पटापट मेले नि घोडेही आजारी पडले. या क्रीडांगणावर खेळणारी मुलंही आजारी पडली. याची चौकशी करून १९७४ मध्ये या संकटाच्या मुळाशी डायॉक्झिन आहे हे सिद्ध झालं. मूर्खपणाचा मामला म्हणजे ही क्रीडांगणं खणून काढल्यावर तिथली माती एका कंत्राटदारानं गृहनिर्माण मंडळाच्या दोन वसाहतीत पसरली. कारण या काळात डायॉक्झिनचं झटकन विघटन होतं असं मानलं जात असे. शेवटी १९८२ मध्ये या गावातल्या असंख्य आजारांच्या मुळाशी डायॉक्झिन असल्याचं सिद्ध झालं.

आता अमेरिकन सरकार या गावाचं सरकारी खर्चानं पुनर्वसन करणार आहे. या टाईम्सबीच शिवाय अशी ७५ डायॉक्झिनग्रस्त गावं एकट्या मिसुरी राज्यात आहेत. जॅक्सनव्हिल, अर्कान्सास इथं ३००० गंजक्या पिपात डायॉक्झिन पडून

आहे नि आजूबाजूच्या परिसरात मैलोगणती डायॉक्झिन आढळतंय.

मिशिगन आणि न्यूयॉर्क राज्यात अनेक तलावांत नि नद्यांत डायॉक्झिनचं प्रमाण प्रचंड असल्याचं आढळलंय. असंख्य तणनाशकांत विशेषत: सिल्वेक्स व २, ४, ५ टी या औषधांत डायॉक्झिन आहे नि ही तणनाशकं जगभर मुक्तहस्ते वापरली जात आहेत.

अमेरिकेसारख्या जागरूक राष्ट्रात डायॉक्झिन जर एवढा धुमाकूळ घालत असेल तर आपल्या शेतीप्रधान राष्ट्रात जिथं टनावारी तणनाशकं वापरली जाताहेत तिथं डायॉक्झिन नावाचा प्रश्न आहे, याची तरी आपल्याला कल्पना आहे काय?

◆

डायॉक्झिनने सर्वांनाच ग्रासले

डायॉक्झिन हा शब्द उच्चारताच ज्यांना या शब्दाची पार्श्वभूमी माहिती आहे त्यांच्या डोळ्यांसमोर कवटी व २ हाडांचे चित्र येते. अमेरिकेन व्हिएटनाममध्ये वापरलेल्या एजंट ऑरेंजची आठवण होते किंवा उत्तर इटलीतील सेवेसो इथल्या डायॉक्झिनच्या अपघातात अपंग झालेली मुलं आठवतात. डायॉक्झिन हे एक बदनाम रसायन आहे. तरीही त्याची व्हायला हवी तेवढी बदनामी झालेली नाही. ते एक भयंकर रसायन आहेच पण सर्व औद्योगिक देशांत आणि प्रत्येक औद्योगिक शहरात राहणाऱ्या व्यक्तीच्या उतीमध्ये या रसायनाचा काही अंश सापडतोच. पण बरेचदा हे प्रमाण घातक मर्यादेपेक्षा कितीतरी जास्त असल्याचं आढळून येतं.

रेणूंमध्ये फरक

डायॉक्झिन हे ७५ रसायनांचं कूळ आहे. या रसायनांची मूलभूत संरचना सारखी असली तरी त्यांच्या रेणूंमध्ये थोडा फार फरक आढळतो. ही सर्व रसायने मानवनिर्मित आहेत. यातलं एकही रसायन निसर्गतः आढळत नाही. अलास्कातल्या पॉईंट बॅरो इथल्या एस्किमोंच्या १०० ते ४०० वर्षांपूर्वी बर्फात गाडल्या गेलेल्या मृतदेहांची तपासणी डॉ. अर्नाएड शेक्टर यांनी केली. या एकाही देहात डायॉक्झिनचा अगदी सूक्ष्मसुद्धा अंश सापडला नव्हता. डॉ. शेक्टर यांनी आणि त्यांच्या सहकाऱ्यांनी चिनी आणि उत्तर व्हिएटनामी शेतकऱ्यांच्या शरीरातल्या चरबीची तपासणी केली. या दोन देशात इतकी वर्षे पाश्चात्त्य देशातील रसायने येत नव्हती आणि या शेतकऱ्यांच्या चरबीत डायॉक्झिन अगदी सूक्ष्म प्रमाणात सापडलं. याउलट अमेरिकी युरोपीय आणि दक्षिण व्हिएटनामी शेतकऱ्यांच्या शरीरात डायॉक्झिनचे प्रमाण धोक्याच्या मर्यादेच्या आसपास असलेलं आढळलं.

श्वसनावाटे शरीरात

क्लोरिनयुक्त रसायनं बनवताना डायॉक्झिन कुळातल्या रसायनांची सहज निर्मिती होते. याला सहउत्पादन (बाय प्रॉडक्ट) म्हणतात. यात कागद आणि

लाकूड यांचे रक्षण करणाऱ्या क्लोरोफिनॉलचा, विद्युत रोहित्र (ट्रान्सफॉर्मर) आणि काही तणनाशकात वापरल्या जाणाऱ्या पॉलिक्लोरिनेटेड बायफेनिल संयुगांचा समावेश असतो. विशेषत: फेनॉक्सी तणनाशके यात २, ४, ५-टी आणि २, ४-डी यांचा समावेश होतो. क्लोरिनयुक्त अपशिष्टे जाळली की, त्यातूनही डायॉक्झिनांची निर्मिती होते. शिसेयुक्त पेट्रोलच्या ज्वलनातून डायॉक्झिन बाहेर पडते. पॉलिव्हिनील क्लोराईड (पीव्हीसी) चा वाढता उपयोग आणि नंतर टाकाऊ पीव्हीसीचे ज्वलन यामुळे डायॉक्झिन कुळातली संयुगे श्वसनावाटे आपल्या शरीरात जातात.

या डायॉक्झिनांपैकी २, ३, ७, ८ - टीसीडीडी या नावाचे संयुग अत्यंत घातकही आहे. प्रयोगशाळेत इतर कुठल्याही विषारी पदार्थापेक्षा कमी प्रमाणात हे संयुग गिनीपिग्जना निजधाधमास पोचवते. पण नक्की काय घडतं आणि ही गिनीपिग्ज मरतात हे अजून लक्षात आलेलं नाही. याचे असंख्य परिणाम दिसून आले आहेत. यकृत, आतडी, प्रतिक्षमन प्रणाली आणि चेतासंस्थांचे प्रचंड प्रमाणात नुकसान करणारे हे संयुग असंख्य प्रकारच्या कर्करोगाची बाधा घडून यायला मदत करते.

सर्वसाधारणपणे प्रदूषणाचे परिणाम अजमावून पाहण्याच्या दोन पद्धती असतात. यातली पहिली पद्धत म्हणजे ज्या ठिकाणी अपघाताने किंवा इतर काही कारणांनी एखाद्या पदार्थाचे प्रदूषण झाल्याची खात्री असते तेव्हा या प्रदूषणातून पुढे काय झाले यावर नजर ठेवणे आणि दुसरा थोडा आडवळणाचा मार्ग म्हणजे बऱ्याच आजारी व्यक्तींचा अभ्यास करून त्यांच्या आजाराला मूळ कारण काय घडले हे शोधून काढणे. एखाद्या लोकवस्तीत एकाच आजाराने बरेच जण आजारी

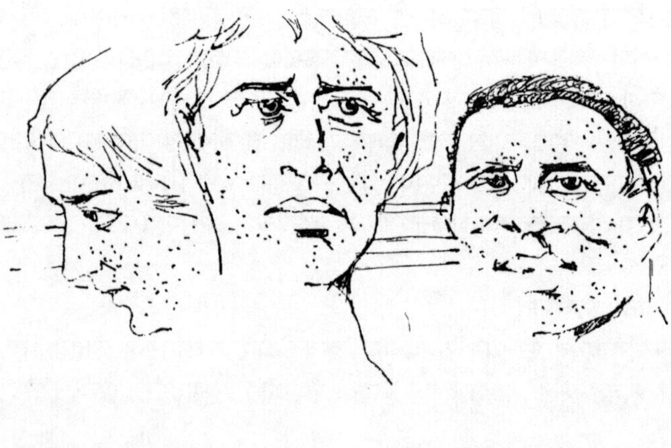

पडले की अशा तऱ्हेची साथ का यावी याचे कारण शोधताना त्याचे मूळ एकाच गोष्टीत सापडते. यातली पहिली पद्धत डायॉक्झिनच्या बाबतीत अयशस्वी ठरली आहे. १९७१ मध्ये नैर्ऋत्य मिसुरीत कुत्री, मांजर, उंदीर आणि पक्षी पटापट मरू लागले, हे असे कां मरतात याची कारणं शोधायचा प्रयत्न झाला तेव्हा वाया गेलेल्या तेलात एका एजंट ऑरेंज निर्मिती प्रकल्पाची अपशिष्टं मिसळली होती. हे तेल धूळ उडू नये म्हणून गावच्या मैदानावर फवारण्यात आलं होतं.

एजंट ऑरेंज म्हणजे दक्षिण व्हिएटनाममध्ये विषुववृत्तीय जंगल निष्पर्ण करण्यासाठी अमेरिकेनं विमानातून पसरलेलं डायॉक्झिन कुळातलं रसायन. या डायॉक्झिनचा स्थानिक लोकांवर काय परिणाम झालाय याची मग पाहणी सुरू झाली. या प्रदूषणाचा परिणाम झालेल्या टाईम्स बीच या गावातील सर्व लोकवस्ती हलवण्यात आली आणि या सर्व व्यक्तीची वैद्यकीय तपासणी करण्यात आली. पण या लोकांपैकी कुणावरही वाईट परिणाम दिसून आले नव्हते किंवा गावात एखादा रोगही वाढलेला नव्हता. यानंतर खूप काळजीपूर्वक तपासणी केल्यावर काही व्यक्तींत प्रतिक्षमन प्रणालीच्या कार्यक्षमतेत आणि यकृतावर थोडासा परिणाम झाल्याचं आढळून आलं.

उमिया विद्यापीठातल्या दोन डॉक्टरांना मात्र त्यांच्या प्रयत्नात अधिक यश आलं. डॉ.लेनार्ट हार्डेल आणि डॉ. मिकाएल एरिक्सन यांना उमियामध्ये एक वेगळ्याच प्रकारचा कर्करोग आढळून आला. हा कर्करोग फक्त उतींमध्ये आढळतो. या डॉक्टरद्वयाने या सर्व रुग्णांचा अभ्यास केला तेव्हा हा रोग असणारे सर्व रुग्ण फेनॉक्सी तणनाशकाच्या सान्निध्यात आल्याचं त्यांना आढळून आलं. मुख्य म्हणजे हे रुग्ण वनखात्याच्या किंवा लाकूतोडीच्या व्यवसायात १५ ते २० वर्षांपूर्वी होते आणि त्यावेळी त्यांचा या वनस्पतीनाशकाशी संबंध आला होता.

दक्षिण स्वीडनमध्ये मऊ उतीचा कर्करोग (सॉफ्ट टिश्यू सार्कोमा) झालेल्या ११० व्यक्ती आणि त्याच वयाच्या निरोगी व सुदृढ ११० व्यक्ती यांचा तौलनिक अभ्यास करण्यात आला. त्यावेळीही या कर्करोगाचा आणि डायॉक्झिन कुळातील रसायनाचा संबंध असल्याचे आढळून आले. याशिवाय डायॉक्झिनच्या संपर्कात आलेल्या व्यक्तींमध्ये इतर कर्करोगांचे प्रमाण डायॉक्झिनच्या सान्निध्यात न आलेल्या लोकांच्या तिप्पट असते.

मग अमेरिकेत डॉ. शेक्टरना डायॉक्झिनचे दुष्परिणाम का दिसले नाहीत? यावर डॉ.शेक्टरनी एक तर्क लढवला. हे डायॉक्झिन उतींमध्ये आणि चरबीत जाऊन साठतं व त्याचे परिणाम १५ ते २० वर्षांनंतर दिसू लागतात. यामुळे लगेच केलेल्या तपासणीत शरीरात डायॉक्झिन रसायने किती प्रमाणात गेली हे

कळलं तरी त्याचे दुष्परिणाम हळूहळू दिसू लागतील.

डॉ. शेक्टर यांच्या पद्धतीत डायॉक्झिन कुळातल्या नक्की कोणत्या चिरंजीवांचे शरीरात आक्रमण झालंय हे शोधून काढणे शक्य आहे. एकदा शरीरात शिरलेल्या रसायनाचे स्वरूप निश्चित झाले की, ते रसायन कुठल्या कारखान्यात तयार झाले हे सुद्धा शोधून काढता येते. या पद्धतीत पोटाच्या आसपासची चरबी काढून घेतली जाते आणि पृथक्करण करण्यात येतं. यासाठी स्थानिक बधिरता पुरते.

डॉ. शेक्टरना आढळून आलंय की, अमेरिकी मातांच्या दुधामध्ये मुलाला घातक ठरेल एवढ्या प्रमाणात टीसीडीडी हे डायॉक्झिन असतं. जर वर्षभर हे मातेचे दूध मुलाच्या पोटात गेलं तर मुलाच्या आरोग्यावर नक्कीच परिणाम घडेल. युरोप आणि अमेरिकेतली (आणि कदाचित भारतातलीही) एक पिढी डायॉक्झिनवर वाढली आहे.

◆

धोकादायक ॲल्युमिनियम

आज वापरात असलेल्या धातूंमध्ये ॲल्युमिनियम हा सर्वत्र आढळणारा धातू आहे. भूकवचाच्या घटकांमध्येही तो विपुल प्रमाणात आढळतो. नित्योपयोगी धातूंमधला तो सर्वात अपायकारक धातू आहे, हे त्याचे वैशिष्ट्य मात्र गेल्या काही वर्षात उघडकीस आले आहे. इ.स.१९७४ मध्ये ॲल्युमिनियमविषयक ८०० संशोधन पत्रिका व शोध निबंधकांचा अभ्यास केला गेला. त्यावरून जे. आर. सोरेन्सन या शास्त्रज्ञाने ॲल्युमिनियम मानवाच्या दृष्टीने घातक ठरेल असा पुरावा उपलब्ध नाही, असा निष्कर्ष काढला होता.

धक्का देणारी घटना

१९७५ मध्ये या समजुतीस धक्का देणारी एक गोष्ट उघडकीस आली. मस्तिष्क दाहाने (एन्सेफलायटिस) दगावलेल्या एका व्यक्तीच्या शवविच्छेदनात या व्यक्तीच्या मेंदूत ॲल्युमिनियमची अतीव प्रमाणात साठवण झाल्याचं उघडकीस आले आणि शास्त्रज्ञांमध्ये खळबळ माजली.

हे खरे योगायोगानेच उघडकीस आले होते. दगावलेला रुग्ण ३७ वर्षांचा होता. त्याला मस्तिष्क दाह कसा झाला, हे कोडे उलगडत नव्हते. पण त्याच्या या विकारात त्याच्या मेंदूची कार्ये हळूहळू थंडावत गेली होती. मेंदूतील करड्या भागाचे सूक्ष्मदर्शीखाली निरीक्षण केले गेले तेव्हा यात काही कण सर्वत्र पसरलेले आढळले. कॅल्शियमची पुटे चढावीत, तसे यांचे स्वरूप वाटल्याने डॉ. सर्ज डकेट यांनी या कणांचे पृथक्करण केले. ते यावेळेस १ वर्षाची अभ्यास रजा घेऊन फ्रान्समध्ये आले होते. शरीरातल्या कॅल्शियम कणांचा ते शोध घेत होते. यामुळेच मेंदूतले हे कण कॅल्शियमचे आहेत या समजुतीने अभ्यासासाठी त्यांच्याकडे पाठविण्यात आले होते.

ॲल्युमिनियमचे पुंजके

तपासून बघतात तर हे पुंजके कॅल्शियमचे नव्हतेच. मग ते कशाचे असावेत

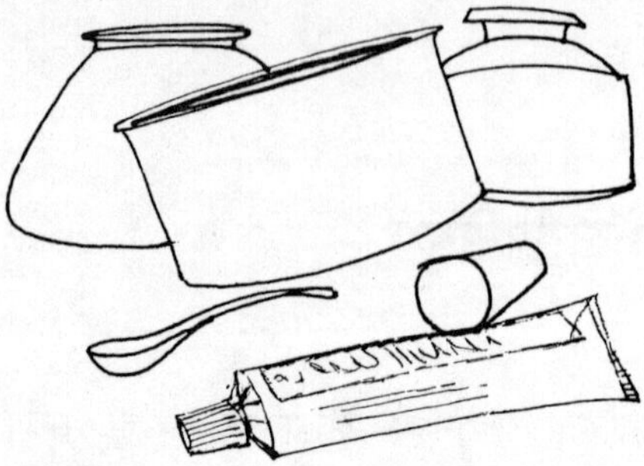

याचा शोध घेतला, तेव्हा हे पुंजके अॅल्युमिनियमच्या कणाचा साका जमून तयार झाल्याचे त्यांना आढळून आले. या साक्यात अॅल्युमिनियमबरोबर फॉस्फेटचेही कण होते. याशिवाय या मृताच्या फुफ्फुसातही बऱ्याच मोठ्या प्रमाणात अॅल्युमिनियमची धूळ होती.

यानंतर अमेरिकेत ए.सी.अल्फे या शास्त्रज्ञाने मेंदूतील अॅल्युमिनियमच्या साठ्याचा नि एन्सेफलायटिसच्या रासायनिक लक्षणांचा परस्परसंबंध असतो हे सिद्ध केले.

यानंतर अॅल्युमिनियमचे मानवी शरीरावर होणारे परिणाम या विषयातील संशोधनास खूप गती मिळाली. या मूलद्रव्यामुळे केवळ मेंदूत विकृती निर्माण होते एवढेच नव्हे तर हाडातील कॅल्शियमचे प्रमाण कमी होऊन आपोआप हाडांना तडे जाण्याचे प्रमाण वाढते, असेही या संशोधनात दिसून आले. याशिवाय यकृत पेशींची हानी, हृदयास जखमा होणे, रक्तक्षय आणि पॅराथायरॉइड ग्रंथींच्या कामात बिघाड असे नानाविध विकार होत असल्याचे या संशोधनात उघडकीस आले.

अॅल्युमिनियम असे जबरदस्त घातकी आहे हे लक्षात येताच मग ते शरीरात शिरले कसे याचा अभ्यास सुरू झाला.

निसर्गात भरपूर प्रमाणात

अॅल्युमिनियमचा शोध १८२५ मध्ये ओअरस्टेडने लावला. त्याने डेन्मार्कमध्ये आपला शोध जाहीर केला. मेंडेलियेवच्या आवर्त सारणीत (पिरीऑडिक टेबल) ३ ए गटात गॅलियन, इडियम व थॅलियमबरोबर अॅल्युमिनियमचा समावेश होतो.

शोध लागल्यानंतर बरीच वर्षे अॅल्युमिनियम हे दुर्मिळ आणि मूल्यवान समजले जात होते. खरे तर निसर्गात ते भरपूर प्रमाणात असून भूपृष्ठाचे पृथक्करण केले तर पहिल्या ९२ मूलद्रव्यात त्याचा विपुलतेच्या दृष्टीने तिसरा क्रमांक लागतो. (८.१३ टक्के) तर धातूंमध्ये हे पहिले आहे.

अॅल्युमिनियम निसर्गात शुद्ध स्वरूपात सापडत नाही तर ते हायड्रॉक्साईड वा ऑक्साईड स्वरूपात आढळते. त्याचे अतिसूक्ष्म स्फटिक वा अर्धस्फटिक

असतात. पण ते साध्या डोळ्यांनी दिसत नाहीत. नाही म्हणायला कोरंडमचे स्फटिक मात्र चांगले मोठे वाटतात नि त्यांचा रत्न म्हणूनही वापर होतो. कोरंडम हिऱ्याखालोखाल कठीण असते. माती, चिनी माती, चिकण माती अशा मातीच्या निरनिराळ्या प्रकारांत ॲल्युमिनियमची संयुगे असतात. शिवाय स्फटिकजल विरहित (अनहायड्रस) ऑक्साईडच्या रूपातही ते आढळते. ॲल्युमिनियम ऑक्साईड व हायड्रॉक्साईडचे अतिसूक्ष्म स्फटिक हवेत तरंगत असतात आणि आपल्या श्वासावाटे फुफ्फुसात शिरणाऱ्या धुळीत यांचे प्रमाण खूपच अधिक असते.

नैसर्गिकरीत्या ॲल्युमिनियमची ही संयुगे नदी, नाले, ओढे, झरे यांच्या पाण्यात मिसळलेली असतातच. गढूळ पाण्यात तर यांचे प्रमाण खूप जास्त असते. गढूळ पाणी निवळण्यासाठी आपण तुरटी वापरतो. चीन आणि भारतात गेली ५ हजार वर्षे तुरटीचा वापर पाणी स्वच्छ करण्यासाठी होत असतो. इजिप्त व ग्रीसमध्येही तो माहीत होता; नि आजही सर्वत्र तो चालू आहेच. म्हणजेच ॲल्युमिनियम प्रदूषण अगदी सुरुवातीपासून आपला पिच्छा पुरवीत आलेले आहे.

वापर वाढला

इ.स. १८४६ मध्ये हेन्री सेंट क्लेअरने विद्युत विघटनाने ॲल्युमिनियम मिळवायची पद्धत शोधून काढल्यापासून ॲल्युमिनियमचा वापर प्रचंड प्रमाणात वाढला. त्याने इतर अनेक धातूंची जागा घेतली. रंग, औषधे, आवरणे, दंतमंजन अशा नानाविध आवश्यक उद्योगधंद्यातून ॲल्युमिनियमचा वापर वाढला. ॲल्युमिनियम असे नानाविध प्रकारे वापरता येत असले तरी ते झटकन विद्राव्य नाही. ते अगदी हळूहळू कुठल्याही माध्यमात विरघळते, तसेच शरीरातही हे श्वसनावाटे वा अन्नमार्गाने अति सूक्ष्म प्रमाणात प्रवेश करीत राहते. यामुळे ते घातकी आहे हे लक्षात यायलाच उशीर झाला.

श्वसनातून शरीरात जाते

आपल्या रोजच्या जेवणात ॲल्युमिनियम किंवा त्याच्या संयुगांचे प्रमाण अल्प असते. ते १०ते १०० मिलीग्रॅम इतपत असले तर अपायकारक नसते. याचे कारण ॲल्युमिनियम किंवा त्याची संयुगे हे विद्राव्य नसल्याने ती रक्तात झटकन मिसळत नाहीत. असे असले तरी काही वेळा ॲल्युमिनियमचा चांदीचे आवरण म्हणून वापर करण्यात येतो. या आवरणात आम्ल पदार्थ भरण्यात येतात. साधारणपणे नेहमीच्या पाण्यात १ अब्ज भागात २० ते २५ भाग ॲल्युमिनियम असते. पण पाणी तर नैसर्गिकरीत्या किंवा अन्य काही कारणाने

आम्ल गुणधर्मी बनले तर हे प्रमाण खूप वाढते.

अन्न पाण्यातून जसे ॲल्युमिनियम शरीरात शिरते, तसेच श्वसनावाटेही शरीरात जाते. मातीचा प्रकार, जवळपासचे कारखाने, आपली काम करण्याची जागा यावर अवलंबून असते. ॲल्युमिनियम संयुगाचे प्रमाण बदलत असते. यामुळे श्वसनावाटे किती ॲल्युमिनियम आपल्या शरीरात प्रवेश करते हे नक्की सांगणे अवघड आहे. मानवी फुफ्फुसात ॲल्युमिनियम साठलेले आढळते हे नक्की. अजून तरी याविषयी संशोधन चालू आहे. पण ॲल्युमिनियम आपल्याला वाटते तितके निरुपद्रवी नाही, इतके सिद्ध करणारे संशोधन नक्कीच झालेले आहे. यामुळे आपणही आता या बाबतीत काळजी घ्यायची वेळ येऊन ठेपली आहे.

◆

आम्लपर्जन्याचं आधुनिक संकट

'रिमझिम पाऊस पडे सारखा' किंवा 'पावसाच्या धारा येती झरझरा' ही गाणी आपण ऐकली आहेत. पावसात भिजणारी नायिका नि पावसाला उद्देशून म्हटली जाणारी गाणी ही बहुसंख्य हिंदी चित्रपटांचा प्राण ठरतात. पण आता अगदी आपल्याकडचा दुष्काळ परवडेल, पण पाऊस नको, असं म्हणण्याची पाळी औद्योगिक प्रगत देशात आली आहे. या देशातून जर एखादा मुलगा 'येरे येरे पावसा' सारखं त्याच्या भाषेतलं गाणं म्हणू लागला तर सार्वजनिकरीत्या त्याचा धिक्कार केला जाईल. कारण तिथला पाऊस हा आता परीकथेच्या परीची जादू राहिलेला नाही, तर तो लोककथांतून आढळणाऱ्या दुष्ट राक्षसाचा पाऊस बनलाय. हा राक्षस म्हणजे औद्योगिक प्रगती आणि या राक्षसांमुळं आजचा औद्योगिक देशातला पाऊस बनलाय 'ॲसिड रेन'. मुख्य म्हणजे, हा आम्लपाऊस हळूहळू तुमचं आमचं जीवन पोखरतो, कुरतडतो, ते आपल्या लक्षातही येत नाही आणि येतं तेव्हा खूप उशीर झालेला असतो. या पावसाकडं आपण दुर्लक्ष करूनही चालणार नाही. जिथं जिथं औद्योगिक वसाहती वसताहेत तिथं तिथं हळूच या पावसाचा शिरकाव होत असतो. पाश्चात्त्य देशात जागरूक नागरिक, शास्त्रज्ञ ही बाब झटकन जनतेच्या नजरेला आणतात; तर आपल्या देशात बऱ्याचदा या गोष्टी हसण्यावारी नेल्या जातात. या आम्लपावसाला 'दि किलर रेन', 'अ कॅटास्ट्रोफ ऑफ लेझरली काईंड' असं म्हटलं जातं. म्हणजे हा पाऊस हसण्यावारी नेण्याची गोष्ट नाही, हे आपल्या लक्षात येईल.

ईशान्य अमेरिका, कॅनडा आणि उत्तर युरोपमध्ये या खुनी पावसामुळे नद्या, नाले, सरोवरे आणि इतर जलाशय सजीवविहीन झाले आहेत. या जलाशयातले मासे, इतर सजीव प्राणी, सूक्ष्म जीव आणि वनस्पती नाहीशा झाल्या आहेत. याशिवाय हा पाऊस जमिनीतली खनिजे, वनस्पती वाढीसाठी आवश्यक पोषक द्रव्यं याचं क्षारात रूपांतर करतोच, पण तो स्वत:बरोबर वाहून नेतो. यामुळं युरोप, अमेरिकेत जिवापाड जपलेली जंगले येत्या काही वर्षात नाहीशी होतील, अशी भीती निर्माण झाली आहे. या पावसातल्या आम्लामुळे इमारती, इतर

बांधकाम आणि जलवाहिन्या हळूहळू कुरडतल्या जातात. या दगड-सिमेंट बांधकामांना एक प्रकारचा क्षय होतो. याशिवाय पिण्याचं पाणी प्रदूषित झाल्यानं मानवी आरोग्याला धोका पोहचतो. या पावसामुळे श्वासनलिकेचे अनेक विकार होतात. एका स्वीडिश शास्त्रज्ञाच्या मते या आम्ल पावसामुळं म्हणे रक्ताचा कर्करोग होतो. कॅनडाचे तत्कालीन पर्यावरणमंत्री जॉन रॉबर्ट्स यांच्या मते 'प्रदूषणाचा सर्वात पराकोटीचा वाईट प्रकार म्हणजे आम्ल पाऊस, हा जीवसृष्टीला जडलेला एक दुर्धर रोगच आहे.'

पर्यावरण तज्ज्ञांच्या या मताशी धंदेवाले श्रीमंत सहमत नाहीत. विशेषत: कोळसा नि डिझेल जाळून पैसा करणारे धंदेवाईक या मताशी कधीच सहमत होणार नाहीत. त्यांच्या मते 'आम्ल पाऊस हा नैसर्गिकच आहे!' ही मंडळी पुढं जाऊन असंही म्हणतात की, या आम्ल पावसामुळं जमिनीतले अल्कली क्षार नाहीसे व्हायला मदत होते. हा आम्ल पाऊस या अक्लकी क्षारांशी संयोग पावून त्यांचे उदासीकरण करतो. हे म्हणताना ही मंडळी एक गोष्ट विसरतात की आजचा पाऊस हा शंभर वर्षांपूर्वीच्या पावसाच्या शंभरपटीने जास्त आम्लधारक बनला आहे. मग तो नैसर्गिक कसा? आता शंभर वर्षांपूर्वीचा पाऊस किती आम्ल होता, हे कसं कळलं, हा प्रश्न आपल्यापुढं उभा राहील. पण निसर्गच आपल्याला हे सर्व पुरावे देत असतो. ग्रीनलँडसारख्या अति शीत तापमानाच्या प्रदेशात निरनिराळ्या काळात पडलेल्या बर्फाचे नमुने निसर्गत:च जपून ठेवले जातात. या बर्फाचं पृथक्करण केलं की, त्या काळातल्या वातावरणात कोणकोणते घटक असावे, याची व्यवस्थित कल्पना येऊ शकते.

या आम्लयुक्त पावसामुळे अमेरिका आणि कॅनडा यांच्यातील परंपरागत मित्रत्वाचे संबंध धोक्यात आले आहेत. उत्तर संयुक्त संस्थानातील अनियंत्रित गंधकयुक्त धुरामुळं कॅनडातील जंगलं व नद्या यांचं अपरिमित नुकसान होतं आहे, हे अमेरिका सरकारला पटवून द्यायचा प्रयत्न कॅनडा सरकार करत आहे. इ.स. १९९० पर्यंत हे गंधकमिश्रित विषारी धुराचं प्रमाण निम्म्याहून कमी करावं, ही कॅनडाच्या जनतेची अमेरिकेच्या सरकारकडे मागणी आहे.

ऑक्टोबर १९८२ मध्ये अमेरिकेतल्या पिट्सबर्ग इथं 'आम्लयुक्त पाऊस' या विषयावर एक शास्त्रीय परिसंवाद झाला. त्यात आम्लयुक्त पाऊस धोकादायक आहे नि धोकादायक नाही; असं म्हणणाऱ्या पक्षांनी आपापली मतं मांडली. आम्लयुक्त पर्जन्याला जबाबदार कोण? या प्रश्नाचं महत्त्व काय किंवा किती? या प्रश्नाचा गुंता कसा सोडवता येईल? आदी प्रश्नांवर चर्चा झाली. अमेरिकन गृहखात्याचे रॉबिन पोर्टर म्हणाले, 'आमच्या दृष्टीने आम्लयुक्त पर्जन्य हा सध्याचा पर्यावरण संरक्षणातील सर्वात महत्त्वाचा विषय आहे आणि हा प्रश्न सोडविण्यासाठी

आम्ही अतिशय उत्सुक आहोत.'

हा प्रश्न सोडवण्यासाठी सर्वात मोठी अडचण म्हणजे 'आम्लयुक्त पर्जन्य किंवा 'ॲसिड रेन' तयार कसा होतो? हे कोडं शास्त्रज्ञांनाच नीटसं उकललेलं नाही. ज्वालामुखीचे उद्रेक, वणवे किंवा कार्बनी कचऱ्यांचं सूक्ष्मजीवांकडून होणारं विघटन यामुळं गंधकाम्लाची किंवा गंधकयुक्त वायूंची निर्मिती होऊ शकते नि यातून पुढे आम्लयुक्त पाऊस पडतो. आज बहुतेक सर्व तज्ज्ञांच्या मते ऊर्जा निर्मितीचे बहुतेक सर्व प्रकल्प, औष्णिक ऊर्जा वापरणारे उद्योगधंदे, औद्योगिक बाष्पित्र (Boiler) आणि प्रद्रावक (Smelting) प्रकल्पातून सल्फर डाय-ऑक्साईड (SO_2) व नायट्रोजनची ऑक्साईड हवेत सोडली जातात. याशिवाय आम्लयुक्त धूर आणि पारा, कॅडमियम आदी विषारी धातूंच्या वाफाही हवेत मिसळत असतात. जेव्हा उंच चिमणीतून हे कण हवेत सोडले जातात तेव्हा सूर्यकिरणांच्या ऊर्जेनं हे हवेतील प्रवाहातल्या वाफेच्या कणांशी संयोग पावतात. या रासायनिक संयोगानं सौम्य नायट्रिक व सल्फ्युरिक आम्ल तयार होतात हाच तो 'आम्ल पर्जन्य.'

प्रत्यक्षात आम्लयुक्त साठवण (शास्त्रज्ञ Deposition किंवा साठवण हा शब्द 'ॲसिड रेन' ऐवजी वापरतात. कारण धुकं, आम्लयुक्त धूळ, हिमकण या स्वरूपात हा आम्लयुक्त पाऊस असतो.) प्रत्यक्ष प्रदूषणकारक क्षेत्रांपासून शेकडो मैलांवर होत असते. आपल्याकडचं उदाहरण घ्यायचं झालं तर मान्सूनचे ढग मुंबईवरून पुढं सरकतात. ते दुसऱ्या-तिसऱ्या दिवशी नाशिकला किंवा गुजरातेतही पोहचतात आणि जाताना आपल्या बरोबर ते मुंबईतलं प्रदूषण नेऊन या दूरच्या ठिकाणी अगदी मध्य प्रदेशातही बरसण्याची शक्यता नाकारता येत नाही. या आम्लयुक्त पर्जन्याचे परिणाम सुद्धा त्यांच्याबद्दल पूर्ण माहिती नसली तरी अधिक सुस्पष्ट आहेत. अजूनही आम्ल पर्जन्याचं मूळ नक्की कुठल्या प्रदेशात आहे, हे सांगण्याचं तंत्र उपलब्ध नाही. मात्र आम्लयुक्त पर्जन्य कशाला म्हणायचं, हे नक्की करण्यात आलं आहे. कुठलाही 5.6pH पेक्षा कमी pHचा वर्षाव म्हणजे आम्लयुक्त पर्जन्य. आता साहजिकच हे pH काय हा पश्न आपल्या समोर उभा राहील. pHही एक श्रेणी आहे. या श्रेणीत ० ते १४ पायऱ्या आहेत. 7pH निर्धारांक असलेला पदार्थ हा उदासीन मानण्यात येतो. त्याखाली pH निर्धारांक असेल तर तो पदार्थ आम्ल आहे, असं म्हटलं जातं. प्रत्येक pHपायरी ही आधीच्या पायरीच्या १० पट मोठी असते. म्हणजे pH1 ही pH2 पेक्षा दहापट मोठी आणि pH2 ही pH3 पेक्षा दहापट मोठी म्हणजे pH1 ही pH3 पेक्षा शंभर पटीनं अधिक आम्ल ठरते. शुद्ध पर्जन्याचा निर्धारांक pH5.6 धरला जातो. या तुलनेत अमेरिकेतल्या सर्वाधिक आम्लयुक्त पावसाचा

निर्धारांक pH2.3 होता. म्हणजे हा पाऊस नेहमीच्या नैसर्गिक शुद्ध पावसाच्या हजार पटीनं आम्लयुक्त होता.

आम्लयुक्त पर्जन्य जलवाहिन्या (नदी, नाले, कालवे, ओढे वगैरे) व जलाशय (नैसर्गिक व कृत्रिम) यांचे pH निर्धारक बदलून त्यांची आम्लता वाढवतो. जमिनीवर तो मातीत शोषून घेतला जातो किंवा भूजलात शिरतो. तो मातीतून खाली खाली जाताना कॅल्शियम, पोटॅशियम, ॲल्युमिनियम, लोह आदी मूळ द्रव्यांशी रासायनिक संयोग पावतो, तो अखेरीला या आम्लजन्य पाण्याबरोबर वाहात जातो. यामुळं वनस्पतींना आवश्यक अशी पोषक द्रव्यच जमिनीतून नाहीशी होत असतात. हे पाणी अखेरीला जवळपासच्या जलाशयात पोहोचतं नि तिथल्या सजीवांना धोका निर्माण होतो तो वेगळाच. अशा चार-पाच आम्लयुक्त पावसामुळे पाहिलेल्या नद्या व सरोवराचं पाणी अगदी स्वच्छ बनतं. त्याला एक निळसर छटा प्राप्त होते. त्या नदी-नाल्यांच्या किंवा सरोवराच्या सुदैवाने त्या चुनखडीच्या प्रदेशात असतील तर निसर्गतःच या आम्लाचं उदासीकरण होतं. पण जिथं अशी नैसर्गिक सोय उपलब्ध नसते तिथं मात्र अगदी प्राथमिक स्वरूपातील जीव प्लँक्टॉन व शैवालाच्या थराखाली कसेबसे जगतात. बाकीचे जीव नाहीसेच होतात.

इ.स. २०२० पर्यंत कॅनडातील ४८००० जलाशय निर्जीव बनतील, असा कॅनेडियन शास्त्रज्ञांचा अंदाज आहे. जे कॅनडात, तेच पश्चिम युरोपात घडत आहे. पश्चिम जर्मनीतील 'रून्ह' या औद्योगिक क्षेत्रातील भरभराटीची विषारी फळं स्वीडनला चाखावी लागत आहेत. हजारो स्वीडीश शाळकरी मुलांनी पश्चिम जर्मनी सरकारला रून्ह प्रांतातील उद्योगधंद्यांमुळं स्वीडनवर बरसणाऱ्या आम्लयुक्त पावसाबद्दल निषेध व्यक्त करणारी पोस्टकार्ड १९८२ या वर्षभर पाठवली. स्वीडनमध्ये जवळजवळ एक लाख छोटी-मोठी सरोवरं आहेत. यातली २० टक्के सरोवरं म्हणजे २० हजार जलशयं आम्लयुक्त पावसामुळं निर्जीव बनली आहेत. यामुळं स्वीडनमधले नागरिक चिडणं साहजिकच आहे. यातल्या काही तलावांवर चुना फवारून त्यांचं उदासिनीकरण करण्यात स्वीडीश सरकारला यश आलं आहे. पण जवळजवळ ९००० जलाशयांचं गंभीररीत्या नुकसान झालं आहे. त्यातले ४००० जलाशय पुन्हा सजीव होण्याची अजिबात शक्यता नाही. स्वीडनच्या पश्चिम किनाऱ्यावर या आम्लयुक्त पावसानं भूजलसुद्धा आम्लयुक्त बनलं. लिला एडेत या गावात त्या विहिरीच्या पाण्याने तांब्याचे नळ कुरतडायला सुरुवात केली. हे तांबंमिश्रित पाणी जनजीवनाला नक्कीच अपायकारक ठरतं. इथल्या एका स्त्रीचे केस या पाण्यामुळं बर्चच्या पालवीसारखे हिरवे बनले.

नॉर्वेमधली १७५ ते २७५ तळी, सरोवरं आम्लयुक्त बनली आहेत. टोवडाल

नदीच्या खोऱ्यापुरतीच ही आकडेवारी आहे. प. जर्मनी, हॉलंड आणि बेल्जियममधल्या औद्योगिक वसाहतींचा हा परिणाम आहे. या शिवाय दरवर्षी जर्मनीतल्या जंगल संपत्तींचं ८० कोटी डॉलरचं, तर शेतीचं ६० कोटी डॉलरचं नुकसान होत आहे ते वेगळंच.

अमेरिकेतल्या न्यूझिलंड भागात हौशी मच्छीमारांकडून परवान्याच्या स्वरूपात जे उत्पन्न मिळायचं ते पूर्णपणे थांबलं आहे. या आम्लयुक्त पाण्यात टिकून राहू शकतील अशा माशांच्या जातीची पैदास करण्याच्या विचारात तिथले जीवशास्त्रज्ञ आहेत.

मध्य मॅसॅच्युसेट्समधल्या काबिन जलाशयातलं पाणी इतकं आम्लयुक्त बनलं की, पाणी वाहून नेणारे नळ नि इतर साधनं त्यात हळूहळू विरघळू लागली. या भागातल्या पिण्याच्या पाण्यातलं शिसाचं प्रमाण यामुळं धोकादायक बनलं. याशिवाय मेन, न्यूयॉर्क, मिनेसोटा, विस्कॉन्सिन, फ्लोरिडा नि कॅलिफोर्निया या राज्यांतूनही आम्लयुक्त पावसानं धुमाकूळ घातला आहे.

आम्लयुक्त पावसानं होणारं नुकसान हे फक्त शेती आणि वनस्पतींपुरतंच मर्यादित आहे, असंही नाही. पर्यावरण शास्त्रज्ञांनी प्रसिद्ध केलेल्या आकडेवारीनुसार दगडी इमारती, धातूंचे पुतळे, जुनी मौल्यवान चित्रं, ओतकाम आणि शिल्प यांना सुद्धा आम्लयुक्त पावसापासून धोका पोचतो. एकट्या मॅसॅच्युसेट्स राज्यात काशाचे पुतळे दुरुस्त करण्यासाठी ७८ लक्ष डॉलर खर्च येणार आहे. पोलंडमध्ये काटोविच या औद्योगिक पट्ट्यातल्या लेनिन स्टील वर्कच्या धुरामुळं पूर्व दिशेला असलेल्या सिग्मंड चॅपेलच्या इमारतीचं अतोनात नुकसान होत आहे.

१९७९ मध्ये लॉंग रेंज ट्रान्स बाउंड्री एअरपोल्युशन म्हणजे 'दीर्घ पल्ल्याचे सीमातीत वायू प्रदूषण' या विषयी ३३ राष्ट्रांत एक करार झाला. अनेक जिनिवा करारात या आणखी एका कराराची भर पडली. या ३३ राष्ट्रांपैकी २१ राष्ट्रांचे पर्यावरण प्रतिनिधी ऑगस्ट ८२ मध्ये स्वीडन इथं जमले. खूप चर्चा झाली. यातून काहीही निष्पन्न झालं नसलं तरी मध्य युरोपात १५ लक्ष एकर जमीन आम्ल पर्जन्यामुळं धुळीला मिळाली, हे तरी एकदाचं मान्य करण्यात आलं.

आम्ल पर्जन्याचा इतिहास, तसा जुनाच आहे. इ.स. १८७२ मध्ये रॉबर्ट ॲर्गस स्मिथ या ब्रिटिश रसायन शास्त्रज्ञानं मँचेस्टरमधील वातावरण आणि पावसाचं आम्ल प्रमाण यावर एक ६०० पानी ग्रंथ लिहिला. दुसरं महायुद्ध संपेपर्यंत लोक स्मिथचं संशोधन विसरले. दुसऱ्या महायुद्धानंतर खनिज तेलाचा वाढता वापर आणि प्रचंड प्रमाणात औद्योगीकीकरण यामुळं प्रदूषण जाणवू लागलं. कॉर्नेल विद्यापीठाच्या जीन लायकेन्सनं १९६३ मध्ये पावसात आम्लाचं प्रमाण वाढत आहे, हे पुन्हा एकदा सांगितलं. तिकडंही कुणी फारसं लक्ष दिलं

नाही. अखेरीस १९६७ मध्ये स्वांते ओडेन या स्वीडीश मृदा शास्त्रज्ञानं 'मॅन्स केमिकल वॉर अगेन्स्ट नेचर' (माणसाचं निसर्गाशी रसायन युद्ध) या मथळ्याचा आम्ल पर्जन्याबद्दलचा लेख लिहीला तेव्हा शास्त्रज्ञ आणि नंतर राजकारणी मंडळींना खडबडून जाग आली.

यात गमतीची गोष्ट म्हणजे आम्ल पर्जन्य निर्माण झाले ते बहुधा शहरातलं प्रदूषण कमी करण्याचया प्रयत्नातून. मोठमोठ्या औद्योगिक शहरांतून प्रदूषित धुकं पडू लागलं, तेव्हा १९७० च्या आसपास बऱ्याच औद्योगिक प्रगत देशातून धूर सोडणाऱ्या चिमण्यांची उंची वाढवावी, असा सरकारी आदेश जारी करण्यात आला. यामुळं पूर्वी शहरापुरतं मर्यादित असलेलं प्रदूषण आता दूरवर पसरत आहे.

१९७० पूर्वी ५०० फुटांपेक्षा जास्त उंचीच्या शंभर चिमण्यासुद्धा अमेरिकेत अस्तित्वात नव्हत्या. होत्या त्यातल्या बहुतेक चिमण्या पेनिसिल्वानियातल्या ओहायो खोऱ्यात आणि पश्चिम व्हर्जिनियात होत्या. इथं कोळशाच्या खाणी आहेत. आज अमेरिकेत पाचशेच्या वर अशा चिमण्या आहेत नि त्यातल्या काही १००० फुटांपेक्षाही उंच आहेत. कॅनडात तर याहीपेक्षा उंच असलेली एक चिमणी आहे. तिची हकिगत मनोरंजक आहे. ओंटारियोतल्या सडबरी इथं जगातील निकेलची सर्वात मोठी खाण आहे. इ. स. १९७० पूर्वीच सल्फरडाय ऑक्साइडच्या वाफांनी या खाणीतनं धातुकाचं निक्षेपण (Oresmelting) केलं जातं, म्हणजे काढलेलं खनिज भाजून त्यावर प्रक्रिया करून त्यातले अनावश्यक भाग काढले जातात, त्या निक्षेपकाच्या आसपासच्या भूमी इतकी उजाड झाली होती की बोलायची सोय नाही. बरीच धातुकं आणि खनिजं ही सल्फाइडच्या रूपात आढळतात. त्यांना भाजलं जाळलं की सल्फर (गंधक), सल्फरडाय ऑक्साइड या वायूच्या रूपात बाहेर पडतो. या सल्फरडाय ऑक्साइडचाही परिणाम होता. सडबरीच्या निक्षेपकाच्या आसपासच्या उजाड भूमीवर पहिल्या चंद्र प्रवाशांनी चंद्रावर राहायची सवय होण्यासाठी इथं सराव केला होता. यानंतर सडबरीची चिमणी अधिक उंच करण्यात आली. सध्या ती १२५० फूट उंच आहे. पूर्व कॅनडातल्या एकूण सल्फरडाय ऑक्साईडच्या वातावरणातील धुरापैकी २०टक्के धूर एकट्या सडबरी चिमणीतून सोडला जातो.

अमेरिकेत दरवर्षी २.५ कोटी टन सल्फरडाय ऑक्साईड हवेत सोडला जातो. यातला १.२ कोटी टन धूर कॅनडात पावसाच्या रूपानं पडतो, असं कॅनडाचं म्हणणं आहे. या उलट कॅनडातून दरवर्षी ४८ लक्ष टन सल्फरडाय ऑक्साईडचा धूर अमेरिकेत सोडला जातो. यामुळं सध्या या दोन मित्र देशात कधी नव्हती एवढी कटुता निर्माण झाली आहे.

युरोपातही आम्ल पर्जन्यानं मित्र राष्ट्रात तणाव निर्माण केले आहेत. जोपर्यंत आम्ल पर्जन्य नक्की कसा तयार होतो हे कळत नाही तोपर्यंत त्यावर उपाय शोधता येत नाही. शिवाय मोठमोठ्या औद्योगिक संस्था आर्थिक नुकसान होत असल्याच्या सबबीखाली उत्पादनही करत नाहीत. याउलट त्यांचे शास्त्रज्ञ आम्ल पर्जन्य आणि कारखान्यांचा धूर यांचा परस्परसंबंध नाकारण्यात मग्न असतात. युरोपात जर आम्ल पर्जन्य आटोक्यात आला, तर तिथल्या औद्योगिक क्षेत्रातला २.७ अब्ज डॉलरचा वैद्यकीय खर्च जवळजवळ पूर्णपणे कमी होईल, असा एक अहवाल नुकताच प्रसिद्ध झाला आहे, पण लक्षात कोण घेतो?

रशियातही परिस्थिती निराळी नाही. सैबेरियात हा प्रश्न अतिशय नाजूक बनला आहे, हे प्रा. ब्लेव्ह कालाचियेव यांनी मान्य केलं आहे. ते इन्स्टिट्यूट ऑफ क्लिनिकल ॲण्ड एक्सपेरीमेंटली मेडिसिन या संस्थचे सैबेरियन शाखेचे प्रमुख आहेत. इथे तर त्यांना आनुवंशिक परिणाम आढळले आहेत. चीनमध्येही हीच तऱ्हा आहे. पण त्यांना असल्या किरकोळ प्रश्नांकडं लक्ष द्यायला वेळ नाही आणि आपल्याला 'बैल गेला नि झोपा केला' या म्हणीला जागण्याची सवय आहे. त्यामुळं सध्या तरी या प्रश्नाकडं लक्ष द्यायला वेळ नाही.

थोडक्यात म्हणजे 'अणू युद्धाआधीच आपण आम्ल पर्जन्याच्या साहाय्यानं पृथ्वी उजाड करू!' हे स्वीडिश शास्त्रज्ञ स्वांते ओडेन याचे शब्द खरे करून दाखवायचा विडाच मानवजातीनं उचललाय की काय? अशी शंका यायला वाव आहे.

◆

ओझोनचा क्षय

इ. स. २०५०. पॅरिसमध्ये आणि फिलाडेल्फियात, बंगालमध्ये आणि थायलंडमध्ये पुराचं थैमान चालू आहे. सागराकाठच्या अनेक शहरांतून सखल भागात चार ते पाच फूट पाणी आहे आणि इथले लोक देशाच्या अंतर्भागात आसऱ्यासाठी गेले आहेत. मोतीबिंदू, नागीण, कावीळ आणि इतर विषाणुजन्य आजारांनी धुमाकूळ घातलाय. गेल्या दहा वर्षांप्रमाणेच यावर्षीही त्वचेच्या कर्करोगाचं प्रमाण वाढलंय आणि पृथ्वीवरच्या ५० कोटी लोकांना त्वचेच्या कर्करोगानं ग्रासलंय.

घबराट उडवायचा हा प्रकार नाही किंवा विज्ञानकथेतलं चित्रणही नव्हे. आज आपण नीट वागलो नाही तर आजपासून पन्नास वर्षांनी पृथ्वी कशी असेल याचं चित्रण आहे. मानवनिर्मित रसायनं आणि कार्बन-डाय-ऑक्साईड याचं वाढतं प्रमाण यामुळे पृथ्वीभोवती असलेला ओझोनचा थर कमी कमी होत आहे. हा थर अतिनील किरण थोपवतो. त्यांची तीव्रता कमी करतो. तो कमी झाला तर पृथ्वीवर येणाऱ्या अतिनील किरणांचं प्रमाण वाढत जाणार आहे. याशिवाय ही रसायनं आणि कार्बन-डाय-ऑक्साईड वायू पृथ्वीनं परावर्तित केलेली उपारूण प्रारणं (इन्फ्रारेड रेडिएशन) अडवतात. यामुळे हळूहळू वातावरणाचं तापमान वाढतं. यालाच ग्रीन हाऊस इफेक्ट म्हणजे 'काच घर परिणाम' म्हणतात.

बऱ्याच वनस्पती उद्यानात वनस्पतींना उबदार वातावरण मिळावं म्हणून काचगृहे असतात. त्याप्रमाणेच ही रसायनं व कार्बन-डाय-ऑक्साइड वागतात म्हणून काचघर परिणाम, यामुळे पृथ्वीचं सरासरी तापमान खूप वाढण्याची शक्यता आहे.

पिकांवर परिणाम

ओझोन थर कमी होण्यानं पृथ्वीवर येणाऱ्या अतिनील किरणांचे प्रमाण त्याबरोबर वाढत जाणार आहे. अतिनील किरणांमुळे त्वचेचे अनेक प्रकारचे कर्करोग होतात. या किरणांमुळे सागरातले कठीण कवचधारी प्राणी, खेकडे, शेवंडे वगैरे कमी होतात नि प्लँक्टन नावाच्या सूक्ष्म वनस्पतींचा नाश होतो.

याशिवाय अनेक मानवोपयोगी वनस्पतींच्या पिकावरही या अतिनील किरणांचा परिणाम होतो. यात कोबी, फ्लॉवर, सोयाबीन, टोमॅटो यांचा समावेश होतो. याशिवाय स्मॉग म्हणजे धूरयुक्त धुकं किंवा धुरकं यांचं प्रमाण प्रचंड वाढल्यानं श्वसनविकार वाढणार आहेत ते वेगळंच.

काचघर परिणामामुळे पृथ्वीचं तापमान सरासरीने १.५ अंश ते ४.५ अंश सें. एवढं वाढण्याची शक्यता आहे यामुळे ध्रुवीय प्रदेशातील बर्फ वितळू लागेल. यामुळे म्हणजे सागराची पातळी १॥ ते ३ मीटर वाढेल. याचा परिणाम म्हणजे सध्याची सर्व महत्त्वाची किनारी शहरं पाण्यात जातील. आजचे सर्व सुपीक प्रदेश नापीक तर बनतीलच, पण यातल्या बऱ्याच भूभागात वाळवंट बनलेलं असेल. याउलट ध्रुवीय आणि अतिशीत पट्ट्यावरील बराच मोठा भूभाग सुपीक बनेल.

विशेषत: क्लोरोफ्लुओरोकार्बन्स (सी. एफ. सी.) गटांतील रसायनं धोकादायक आहेत हे रशियासह सर्व औद्योगिक देशांना मान्य झालेलं आहे. मात्र हे प्रदूषण किती धोकादायक आहे यावर मात्र या देशात मतभिन्नता आहे. अमेरिका, कॅनडा आणि स्कँडनेवियन देशांना सीएफसीचं उत्पादन ताबडतोब कमी करावं नि हळूहळू ते जवळजवळ पूर्णपणे थांबवावं असं वाटतंय. याउलट युरोपीय सामाजिक बाजापेठेतले देश यापैकी काही रसायनांचा वापर थांबवायला तयार असले तरी सर्वच उत्पादने बंद करायची त्यांची तयारी नाही, तर याबाबत अधिक अभ्यास करायला हवा असं त्यांचं म्हणणं आहे.

युरोपीय राष्ट्रांच्या दृष्टीनं हे सी.एफ.सी. गटातले वायू फार महत्त्वाचे आहेत. जमिनीवर त्यांचं प्रदूषण तीव्र नसतं. किंबहुना जवळजवळ नसतेच. ते खूप स्वस्त असून अनेक उद्योधंद्यात नि दैनंदिन जीवनात ते महत्त्वपूर्ण कामगिरी बजावत असतात. एरोसोल डब्यांमध्ये ते प्रेरक म्हणून काम करतात. घरच्या फ्रीजमध्ये आणि गाड्यांच्या वातानुकूल यंत्रणातून ते वापरले जातात. बहुवारिक रेणूंच्या विशेषत: पॉली युरोथेन संयुगाच्या

निर्मितीत ते वापरण्यात येतात. तसेच सूक्ष्म इलेक्ट्रॉनिक भागांची सफाई करतानाही यांचा वापर अत्यावश्यक असतो. जर सी. एफ. सी. वर तत्काळ शंभर टक्के बंदी घातली तर जगभर रासायनिक उद्योग धडाधड बंद पडतील, अशी परिस्थिती

आहे. याशिवाय मोटार उद्योग, संगणक निर्मिती आणि इतर उद्योगांवर याचा गंभीर परिणाम होईल. याशिवाय यात आणखी एक भीती आहे. काही उद्योग समूह सी.एफ.सी. ला पर्याय शोधण्यात यशस्वी झाले आहेत. ते इतर उद्योगांवर आर्थिक मात करतील, ही भीती आहेच. याहीपेक्षा ही बंदी घालण्यास आणखी एक महत्त्वाचे कारण आहे, असे युरोपीयन देशांना वाटते. ते कारण नक्की काय घडणार याबद्दल वैज्ञानिक ठामपणे बोलू शकत नाहीत. सर्वच सी.एफ.सी. मुळे वातावरणास विशेषत: ओझोन थरास धोका पोहोचेल व त्याचबरोबर काचघर परिणाम वाढीस लागेल हे मान्य करतात. पण यात धोका किती आणि तो केव्हा याची निश्चिती नसल्यानं ते निश्चित झाल्याशिवाय ही बंदी घालू नये असं युरोपीय देशांना वाटते. याउलट अमेरिका व स्कॅंडिनेवियन देशांच्या मते ही बंदी आत्ताच घातली गेली नाही तर तो आपला बेजबाबदारपणा ठरणार आहे. आपण ओझोन स्तराला जीवदान घायला हवं!' असं या मंडळींचं मत आहे.

दोन बाजू

'आपण या धोक्याचं निश्चित स्वरूप कळेपर्यंत थांबलो, तर खूप उशीर झालेला असेल!' असं रिचर्ड बेनेडिक या अमेरिकन प्रतिनिधीने सांगितलं. याउलट 'उगीचच घाबरून काही तरी करणं योग्य नव्हे!' असं फ्रेंच प्रतिनिधीचं म्हणणं आहे.

या दोन्ही बाजूंनी आपापल्या बाजूने भरपूर पुरावे गोळा केले आहेत. संयुक्त राष्ट्रसंघाच्या परिस्थिती की समितीनं (युनायटेड नेशन्स एन्वायर्नमेंटल प्रोग्रॅम) सी. एफ. सी. व हॅलोजनयुक्त वायूंमुळे वातावरणाच्या एकूण हानींपैकी ९० टक्के हानी होते हे मान्य केलं आहे. 'नासा'ने केलेल्या अभ्यासानुसार या प्रमाणात औद्योगिक प्रगती होत राहिली तर येत्या ७० वर्षांत ओझोन स्तरातील ९ टक्के ओझोन कमी होणार आहे.

याउलट अमेरिकेच्या नॅशनल एशॅनिक अँड अॅटमॉस्फेरिक अॅडमिनिस्ट्रेशन (नोआ) च्या मते आतापर्यंत जमा केलेल्या माहितीवरून सी. एफ. सी. चा ओझोन स्तरावर परिणाम होतोच असं अजून पूर्णपणे सिद्ध झालेलं नाही. सुझान सॉलोमन या स्त्री शास्त्रज्ञाच्या मते कदाचित ओझोनस्तर घटण्याचं एखादं आपल्याला अजून अज्ञान असलेलं कारणही असू शकेल. १९७० नंतर डच आणि अमेरिकन शास्त्रज्ञांनी ध्वनीपेक्षा जास्त वेगानं आणि खूप उंचीवरून उडणारं कॉंकॉर्ड विमान ओझोनस्तराचा नाश करेल, अशी भीती व्यक्त केली होती. कारण या विमानानं निष्कासित केलेली वायुरूप रसायनं वातावरणाच्या थरात सहज पोहोचू शकत होती. पण अशी आवाजापेक्षा वेगाने वाहतूक करणारी विमानं फारच कमी

प्रमाणात बांधली गेली. यामुळे ओझोन घटण्याचं कारण दुसरंच काही तरी असावं, असा संशय शास्त्रज्ञांना येऊ लागला.

१९७४ मध्ये सी. एफ. सी. बद्दल प्रथम संशय व्यक्त केला गेला. आयर्विन इथल्या कॅलिफोर्निया विद्यापीठातल्या दोन शास्त्रज्ञांनी म्हटले आहे की, सी. एफ. सी. वायूचं वातावरणाच्या खालच्या स्तरात विघटन होत नाही तर ते वातावरणात वर वर जातात आणि स्तरितांबराच (स्ट्रॅटोस्फीअर) काही जटिल रासायनिक प्रक्रियांमुळे त्याचं विघटन होतं. या प्रक्रियांमध्ये ओझोनचंही विघटन होतं. वातावरणात ओझोनचा हा स्तर १३ ते ४० कि. मी. या उंचीवर आढळतो. हा शोध जाहीर झाल्यावर एरोसोल स्प्रे (केसांवर आणि शरीरावर उडवायचे फवारे) वर अमेरिकेत बंदी घालण्यात आली. कॅनडातही या मागोमाग बंदी आली तर युरोपात सी. एफ. सी. चा वापर ३५ टक्के कमी झाला. यामुळे सी. एफ. सी. चा खप ४० टक्के झाला पण १९८५ पर्यंत वाढून तो आता पूर्वीपेक्षा जास्त झाला आहे.

आणखी एकदा चिंता

१९८५ मध्ये ओझोन स्तराबद्दल पुन्हा एकदा चिंता व्यक्त करण्यात आली. अमेरिकेच्या निम्बस ७ या उपग्रहानं दक्षिण ध्रुवावर ओझोन स्तरास भोक पडल्याचं सिद्ध केलं. दरवर्षी सप्टेंबर व ऑक्टोबर महिन्यात हे दक्षिण ध्रुवावर भोक पडतं. या काळात स्तरितांबरातला दक्षिण ध्रुवावरचा ओझोन स्तरातील ओझोन ४० टक्के कमी होतो हे का घडतं? याची कारणं सांगण्यात येतात. अर्थात याची खात्री देता येत नाही. कारण ही वेगवेगळ्या शास्त्रज्ञांची मते आहेत, तर्क आहेत. या भागातल्या वाऱ्यांचा हा परिणाम आहे, असं काहीजण म्हणतात, तर सूर्यावरच्या डागांमुळे हे घडत असावं असा अंदाज काही शास्त्रज्ञ बांधतात. तर 'ओझोन किलर' ऊर्फ सी. एफ. सी. मुळं हे घडत असावं असं शास्त्रज्ञांचा एक मोठा गट मानतो. गेल्या वर्षी डोनल्ड हीथ या शास्त्रज्ञाला उत्तर ध्रुवावरही असंच एक छोटं भोक ओझोन थरात आढळल्यानं ओझोनसंबंधी चिंता आणखी वाढीस लागली आहे. हे ओझोन भोक नॉर्वेतल्या स्पिट्झबर्गेन वर आहे.

हा ओझोनक्षयाचा प्रश्न आंतरराष्ट्रीय आहे. १९८० सालापासून याची आंतरराष्ट्रीय पातळीवर चर्चा चालू आहे. १९८५ मध्ये ओझोन स्तरासंबंधी सुसूत्रीकरण समिती अधिकृतरीत्या स्थापन करण्यात आली. यात अमेरिका, रशिया, युरोप, सामाजिक बाजारपेठ, जपान आदि २७ देश आहेत. पृथ्वीचं ओझोन कवच सुरक्षित ठेवण्याचे प्रयत्न करण्यासाठी हे एकत्र आले आहेत. ब्राझिल आणि भारतानं सी. एफ. सी. वर तत्काळ बंदी घालायला विरोध केलाय याचं कारण

बहुराष्ट्रीय कंपन्या लगेच सी. एफ. सी. स पर्याय बाजारात आणतील आणि विकसनशील देशांची लूटमार करतील ही भीती.

दरवर्षी पाश्चात्त्य देशात ७ लक्ष ५० हजार टनाहून अधिक सी. एफ. सी. ११ व १२ या रसायनांचं उत्पादन होत असतं. रशियात हे उत्पादन ६० हजार टन आणि इतरत्र आणखी २ लक्ष टन आहे. म्हणजे दरवर्षी जवळजवळ १० लक्ष टन सी. एफ. सी. तयार केलं जातं. हे सी. एफ. सी. सौंदर्य प्रसाधनांपासून फ्रीझपर्यंत आणि प्लॅस्टिक खेळण्यांपासून संगणक उद्योगापर्यंत सर्वत्र वापरलं जातं. आता नवे पर्यायी पदार्थ आले तरी त्यांच्या योग्य वस्तू बनवताना पहिल्या वस्तूत बदल घडवणं आवश्यक ठरणार आहे.

पर्यायी रसायन

आज ना उद्या सी. एफ. सी. वर बंदी येणार हे जाणून बऱ्याच रसायन कंपन्या सी. एफ. सी. ११ व १२ ला पयाय शोधून काढण्यात गुंतल्या आहेत. यात ड्यू पाँ. इंपिरियल केमिकल्स वगैरे आघाडीवर आहेत.

हे झालं ओझोन क्षयाबद्दल! काचघर परिणामाकडे या वादात थोडं दुर्लक्ष होतं. जेव्हा जेव्हा आपण पुराजीव इंधन म्हणजे खनिज तेल, नैसर्गिक इंधन वायू आणि दगडी कोळसा जाळतो तेव्हा वातावरणात कार्बन-डाय-ऑक्साइड वाढत असतो. बरं, हे इंधन जाळणं पूर्णपणे बंद करणं शक्य नाही, इतके आपण त्यांच्यावर अवलंबून आहोत.

आज आपण जगतोय ते काचघर परिणामामुळंच. हा परिणाम नसता तर पृथ्वीचं वातावरण उणे २० अंश सेल्सियस एवढंच असतं. पण याच काचघर परिणामाचा अतिरेक होऊन आपण हळूहळू पृथ्वीच्या वातावरणाचं तापमान वाढवत चाललोय. त्यातच शेतीची वाढ करण्यासाठी आपण जंगलांची तोड केली तरी विकसनशील देशात इंधनासाठी जंगलांची वारेमाप तोड झाली आहे.

तोंड देणे अवघड

गेल्या शतकात अलास्कामधील जमीन २ ते ४ सेल्सियसने तापली आहे. क्लोरो फ्लुरोकार्बन्स आणि कार्बन-डाय-ऑक्साईड यांच्यामुळं पृथ्वीचं तापमान वाढलं तर त्याला तोंड देणं अवघड जाणार आहे. सर्वच बंदरं पाण्याखाली जातील, शेतीची जमीन उजाड होईल, उजाड जमिनी शेतीखाली येतील, या दरम्यानच्या काळात उपासमारीनं बरीच माणसे मरतील. सध्या हे धोके डोळ्यांसमोर दिसत असले तरी हे टाळण्यासाठी काय करावं हे ठरलेलं नाही. या जिनिवा बैठकीतही काही निष्पन्न होईल असं नाही. पण या प्रश्नावर चर्चा होते हेही

काही कमी नाही.

मध्यंतरी टोक्यो परिषदेत १९९७ मधे यावर बरीच गरमागरम चर्चा झाली. अमेरिकेच्या आडमुठ्या धोरणामुळे ह्या परिषदेतही फारसं काही हाती आलं नाही. जोपर्यंत औद्योगिक प्रगत राष्ट्रे त्यांची मनमानी वृत्ती सोडत नाहीत तोपर्यंत पर्यावरणाच्या प्रश्नांवर तोडगा निघणं अवघड आहे. हेच पुन्हा एकदा सिद्ध झालं आहे.

◆

चेर्नोबिलचा आगडोंब!

२८ एप्रिल १९७८ हा दिवस मानवी इतिहासात कदाचित एक महत्त्वाचा दिवस ठरेल. चेर्नोबिल येथील अणुभट्टीचं नक्की काय झालं, हे पूर्णपणे उघडकीस आलं तरच त्या दिवसाचं महत्त्व नक्की ठरवता येईल. सोमवार, २८ एप्रिल १९८६ या दिवशी रात्री नऊ वाजता मॉस्कोच्या टीव्हीवर, रशियन मंत्रिमंडळाची एक चार ओळींची अधिकृत घोषणा करण्यात आली. चेहऱ्यावर कसलेही भाव नसलेल्या दूरचित्रवाणीच्या निवेदकाने आपल्या बातमीपत्रात पुढील चार ओळी निर्विकारपणे वाचून दाखवल्या. 'चेर्नोबिल येथील वीज निर्मिती केंद्रात अपघात घडला आहे. इथल्या अणुभट्टीचं नुकसान झालेलं आहे. या अपघाताचे दुष्परिणाम टाळण्यासाठी योग्य ते उपाय केले जात आहेत. अपघातग्रस्तांना मदत देण्यात येत असून अपघाताची चौकशी करण्यासाठी एक समिती स्थापन करण्यात आली आहे.'

बस्! एवढीच बातमी. ती सुद्धा नॉर्वे, स्वीडन आणि फिनलंडमधून सतत फोन येत होते म्हणून. एखाद्या रशियन अणुभट्टीत स्फोट झाला असावा याचा सुगावा प्रथम स्वीडनमध्ये लागला. स्वीडनमध्ये स्टॉकहोमच्या उत्तरेला ६० मैलांवर फोर्समार्क आण्विक ऊर्जा प्रकल्प आहे. इथं प्रथम किरणोत्सर्जन वाढल्याचं लक्षात आलं. त्याबरोबर स्विडीश तंत्रज्ञांनी तत्काळ आपल्या प्रकल्पाची तपासणी केली. तिथल्या अणुभट्टीचं काम व्यवस्थित चालू होतं. मग त्यांनी या अणुऊर्जा प्रकल्पातील सर्व व्यक्तींची तपासणी केली. तेव्हा या व्यक्तींचे कपडे नि अणुभट्टीचा परिसर इथं नेहमीपेक्षा ४ ते ५ पट जास्त किरणोत्सर्जन आढळत होते. याचवेळेस या भागात हिमपात आणि पाऊस यांची सुरुवात झाली. नॉर्वे आणि डेन्मार्कमधूनही उच्च किरणोत्सर्जनाच्या बातम्या येऊ लागल्या. हवेतले किरणोत्सर्जन धोक्याची मर्यादा ओलांडून गेले होते. हे किरणोत्सर्जन कुठून येत असावे? हा प्रश्न महत्त्वाचा होता.

या काळात काळ्या समुद्रावरून युक्रेन प्रजासत्ताकावरून बाल्टिक प्रदेशावर व स्कॅंडिनेवियात वारे येत होते. यामुळे आपल्या प्रदेशात या किरणोत्साराचा उगम नाही याची पूर्णपणे खात्री झाल्यावर मगच या राष्ट्रांनी आपल्या शेजारच्या

महासत्तेकडे याबाबत विचारणा करायला सुरुवात केली. 'आमच्याकडे असं काहीही घडलेलं नाही!' दुपारी बारा वाजल्यापासून रशियन उत्तर येत होतं. रात्री नऊ वाजता मग टीव्हीनं बातमी दिली तेव्हा या प्रकरणाचा उलगडा झाला. पण त्यातली गुंतागुंत वाढली. कारण या अपघाताची व्याप्ती किती हे कळल्याशिवाय त्याचा धोका हे कळणं अवघड होतं. त्यातच चेर्नोबिल इथं दुसरा स्फोट होण्याची शक्यता गार्डियनसारख्या वृत्तपत्रानं जाहीर केली. रशियातल्या एका हॅम रेडियोनं चेर्नोबिल इथल्या दोन अणुभट्ट्या (रिॲक्टर) जोरात जळत असल्याचं जाहीर केलं. त्यानं या अपघातात शेकडो माण्सं मेली असून हजारो जखमी झाल्याचीही बातमी दिली होती.

'आम्ही मोठे स्फोटाचे आवाज ऐकले. मी चेर्नोबिलपासून ३२ कि.मी. वर आहे. पण मला काहीच सुचेनासं झालंय. तुम्हाला कल्पना येणार नाही अशी आपत्ती आमच्यावर कोसळली आहे. जे कोणी हे प्रक्षेपण ऐकत असतील त्यांनी जगाला याची जाणीव करून द्यायला हवी.' हे प्रक्षेपण हॉलंडमध्ये एका हॅमने ऐकलं. रशियन सरकारनं फक्त चार ओळींची अधिकृत प्रक्रिया व्यक्त केल्यामुळे पश्चिमात्य वृत्तपत्रानं या अनधिकृत प्रक्षेपणाचा हवाला देऊन आपल्या बातम्या छापल्या. १९७२ साली सोडलेल्या 'लँडसॅट' या अमेरिकन उपग्रहानं आणि त्यानंतर युरोपियन खाजगी उपग्रहानं चेर्नोबिलची भास चित्रे टिपली. संगणकांनी त्याच्या भास प्रतिमा छापल्या. यामुळे रशियनांच्या आधी जगाला जळत्या चेर्नोबिलची चित्रं बघायला मिळाली. चेर्नोबिल जळत असताना रशियन राज्यकर्ते मात्र सर्व काही नियंत्रणाखाली असल्याचं तुणतुणं वाजवत बसलेले होते.

रशियाला पाश्चात्त्य राष्ट्रांनी सर्वतोपरी मदत करायचं जाहीर केलं. रशियाने या मदतीचा स्वीकार केला नाही. तंत्रज्ञांना वगैरे येऊ देण्यास नकार दिलाय. पण इतर साधनसामग्रीही नको असं सांगितलं. याचं कारण उघडच होतं. अधिकृत बातमीनुसार दोन आणि आठवड्याने आणखी एक अशा तीनच व्यक्ती मरण पावल्या. त्यातलं तथ्य उघडकीस आलं असतं. तसंच चेर्नोबिल इथं नक्की काय घडलं हेही या तंत्रज्ञांना कळलं असतं. शिवाय ही तंत्रज्ञ मंडळी कसलेही मतभेद मानत नाहीत. त्यामुळं रशियन तंत्रज्ञ पाश्चात्त्य तंत्रज्ञांशी मोकळेपणाने बोलले असते आणि रशियन अणुप्रकल्पातील उणिवा उघड झाल्या असत्या. रशियानं कुठल्या साहित्याची मदत मागितली हे पाहूनही या अपघाताची बरीच माहिती कळू शकत होती. यामुळंच साहित्याची मदत घ्यायलाही रशियनांनी नकार दिला. अपघात होऊन गेल्यावर एका आठवड्यानंतर ब्रिटनकडे रशियाने संरक्षक पोशाख मागितल्याची बातमी आली. यावरून आता आग आटोक्यात आली असावी आणि रशियन शास्त्रज्ञ चेर्नोबिल अणुभट्टीत प्रवेश करण्याच्या

मार्गावर असावेत असा अंदाज करता आला.

बोरीस इलेत्झिन या रशियन अधिकृत प्रवक्त्यानं या भागात किरणोत्सर्गी दूषित वातावरण असल्यानं नागरिक जाऊ शकत नाहीत आणि अती उष्णतेनं काँक्रीटचे रस्ते वितळल्यानं प्रत्यक्ष आगीजवळ पोचणं अशक्य असल्याचं सूचित केलं होतं. या स्फोटात जो किरणोत्सर्गी धुळीचा ढग निघाला त्यानं रशियन अन्नधान्याचं कोठार समजली गेलेली दोन राज्ये-युक्रेन आणि बायलोरशियन संघराज्य या भागातील उभी पिकं प्रदूषित बनली आहेत. यामुळे नंतरच्या दोन वर्ष तरी रशियन लोकांचे अन्नाबाबतीत हाल झाले. कारण रशियन शक्यतो बाहेरच्या देशातून अन्न विकत घेण्याचे टळत असत.

रशियातल्या चेर्नोबिल अणुभट्टीत अत्यंत जुनाट तंत्रज्ञान वापरण्यात आलेलं होतं. सुमारे ३० वर्षांपूर्वी या अणुभट्टीच्या बांधकामास सुरुवात झाली. त्यानंतर तंत्रज्ञान खूप सुधारलं. पण या भट्टीत काहीच सुधारणा करण्यात आली नव्हती. या उलट आमच्या अणुभट्ट्या या अतिशय अद्ययावत असतात असा रशियन लोक दावा करीत असतात. फेब्रुवारी १९८६ च्या 'सोव्हिएत लाईफ'च्या अंकात विताली स्क्लियारोव या युक्रेनच्या ऊर्जामंत्र्यांनी चेर्नोबिल इथं 'मेल्टडाऊन' होण्याची शक्यता दहा हजारात एक असून आजूबाजूचं वातावरण दूषित होण्याची सुतराम शक्यता नाही, असं म्हटलं होतं. या उलट मार्चमध्ये लितरातुर्ना युक्रेन या नियतकालिकामध्ये ल्युबोव कोवालेवस्का या पत्रकारानं कीवजवळची चेर्नोबिल अणुभट्टी धोकादायक आहे, इथलं बांधकाम चांगलं नाही, असं म्हटलं होतं.

तरीही चेर्नोबिल इथं अणुस्फोट झालाच नि त्याचे प्रतिसाद जगभर उमटले.

आज जगात एकूण ३६५ अणुभट्ट्या आहेत. अनेक लोकांच्या मते ही ३६५ विनाशस्थानके आहेत. थोडक्यात म्हणजे इथून पुढं अणुवीज निर्मिती प्रकल्पांवर एक मोठे प्रश्नचिन्ह निर्माण झालेलं आहे.

चेर्नोबिल या ठिकाणी आण्विक अपघात झाल्यानंतर बरेच लोक खडबडून जागे झाले. पण चेर्नोबिल इथला अपघात हा काही पहिला अण्विक अपघात नव्हे. या आधीही बरेच आण्विक अपघात झाले. पण त्यांची व्यापकता एवढी प्रचंड नव्हती. त्यामुळे त्यांना एवढी प्रसिद्धी मिळाली नव्हती. या अपघातांची इथं थोडक्यात माहिती करून दिली आहे.

१२ डिसेंबर १९५२ ला पहिला जाहीर झालेला आण्विक अपघात झाला. कॅनडातल्या 'चॉक रिव्हर' या प्रायोगिक अणुप्रकल्पातून गाभ्यातले चार युरेनियम खांब चुकून काढले गेले. अंशतः गाभा वितळला. भट्टीमध्ये ५० लक्ष लिटर किरणात्सर्ग दूषित पाणी साठले. पण या अपघातात कुणालाही इजा झाली नव्हती. चेर्नोबिलच्या तुलनेत हा अपघात अगदीच किरकोळ होता. पण पहिला

मोठा अपघात इंग्लंडमध्ये झाला. विंडस्केल इथल्या प्लुटोनियम निर्मिती केंद्रात पहिल्या अणुभट्टीत हा अपघात झाला. (चेर्नोबिलसारखे प्रकल्प पाश्चात्त्य देशातून बंद केले असले तरी ते फक्त ऊर्जा निर्मिती पुरतेच. संरक्षण खात्यांच्या अखत्यारीतील प्लुटोनियम निर्मिती केंद्रे ही चेर्नोबिल प्रमाणेच असून ती चालूच आहेत.) या अणुभट्ट्या लिवरपूरच्या उत्तरेस असून युरेनियम खांबाभोवती इथेही ग्राफाइटचं आवरण घातलेलं होतं. इथं आग लागली हे लक्षात येताच कामगारांनी त्यावर कार्बन-डाय-ऑक्साईड फवारलं. पण आग आटोक्यात आली नाही. पुढं पाणी सोडून ती आग आटोक्यात आली. तेव्हा आजूबाजूच्या पन्नास चौरस कि. मी मधे किरणोत्सार पसरलेला होता. या किरणोत्सारामुळं ३३ जणांना कॅन्सर झाल्याचं जाहीर करण्यात आलं. असं असलं तरी त्यावेळी पोलोनियम हवेत मिसळलं ते युरोपमध्ये पोहोचलं. (या शिवाय इतर ४१मूलद्रव्यांचे किरणोत्सर्गी समस्थळीही या बरोबर होते.) यामुळे ब्रिटनमध्ये १२०० जणांना ल्युकेमिया आणि इतर ७००० व्यक्तींना वेगवेगळे कर्करोग झाले असल्याची शक्यता आहे; असं म्हटलं जातं (न्यू सायंटिस्ट, ३१ मार्च, १९८३).

तिसरा अपघात अमेरिकेच्या आयडॅहोफॉल्स इथल्या लष्करी अणुभट्टीत झाला. एका कामगारानं गाभ्यातले युरेनियमचे दांडू काढल्याने वाफ साठून हा स्फोट

झाला. यात तीन सैनिक ठार झाले. अमेरिकेतला हा पहिला अपघात. चौथा अपघात तर चक्क मानवी चुकीमुळेच झाला होता. कुठे हवा जाईल अशी छिद्रे नाहीत ना याची तपासणी करण्यासाठी एका कामगाराने मेणबत्ती पेटवली. यामुळं अलास्कातील डीकॅटर इथल्या ब्राऊन्स फेरी अणुभट्टीला आग लागली. या आगीत विद्युत प्रवाह वाहून नेणाऱ्या ताऱ्या जळाल्या आणि शीतक पाण्याची पातळी खूप कमी झाली. पण तत्काळ केलेल्या उपाययोजनांमुळे इथे फारसे नुकसान झालं नव्हतं.

२८ मार्च १९७९ या दिवशी अमेरिकेतला सर्वात मोठा अपघात घडून आला. पेनसिल्वानियातल्या हॅरिसबर्ग जवळच्या थ्री माईल्स आयलँड इथल्या दोन अणुभट्ट्यांपैकी एका अणुभट्टीतलं शीतकजल कमी झालं. याबाबत यंत्राचीही चूक होती आणि मानवी चूकही थोड्या प्रमाणात या अपघातास जबाबदार होतीच. शीतकजल कमी झाल्याने गाभ्यातील इंधनाचं तापमान भरपूर वाढलं. यामुळं इंधन ठोकळे काही प्रमाणात वितळले. किरणोत्सारी पदार्थ वातावरणात सोडलेही गेले. या अपघातात जीवि हानी झाली नाही. या अपघाताची चौकशी करण्यासाठी जिमी कार्टर यांनी जी समिती नेमली त्या समितीचा अहवाल ८ नोव्हेंबर १९७९ च्या 'न्यू सायंटिस्ट' मध्ये छापण्यात आला आहे. या अहवालातली प्रमुख बाब म्हणजे आण्विक प्रक्रिया केंद्रात अणुभट्ट्यांवर काम करणाऱ्या मंडळींना आणीबाणीच्या प्रसंगी नक्की काय करायचं याचं योग्य प्रशिक्षण देण्यात येत नाही. यामुळे छोट्या चुकीतून मोठे संकट ओढवते.

थ्री माईल्स आयलँड अपघातानंतर ८ मार्च १९८१ या दिवशी झुरूगा या जपानी अणुऊर्जाकेंद्रातून किरणोत्सारी पाणी सात तास गळत राहिलं. हे पाणी आवरायला पाठविलेल्या कर्मचाऱ्यांना किरणोत्सारी बाधा झाली. या अपघाताची बातमी सहा आठवड्यांनंतर जनतेसमोर आली. चेर्नोबिलच्या आधी घडलेल्या अपघातात ४ जानेवारी १९८६ या दिवशी युरेनियम प्रक्रिया केंद्रात अमेरिकेत झालेल्या एका अपघातास मानवी चूक जबाबदार होती असं आढळून आलं. याच काळात मुंबईच्या एका मराठी वृत्तपात्रानं तारापूरच्या अणुभट्टीतून किरणोत्सारी पाणी गळाल्याची बातमी दिली होती, तर उत्तर प्रदेशातील रडार केंद्रातल्या लोकांनी किरणोत्साराची बाधा झाल्याची बातमी एका इंग्रजी वृत्तपत्रानं दिली होती.

याशिवाय १९५७-५८ मध्ये रशियात एक मोठा अपघात झाला असावा असा संशय घेण्याइतपत माहिती हळूहळू बाहेर आली आहे. किस्तीम या चेर्नोबिलच्या पूर्वेस हजार एक मैल दूर असलेल्या शहराच्या परिसरात हा अपघात झाल्याची बातमी लेव टुमेरमान या रशियन शास्त्रज्ञानं १९६० साली

दिली. आता रशियन नकाशावर या परिसरातील गावाचा पत्ताही नसला तरी १९६० पूर्व नकाशात इथे बरीच गावं आढळतात. सध्या हा भाग रशियन सैन्य अणुयुद्धात कसं वावरायचं याच्या प्रशिक्षणासाठी वापरतं.

आज अमेरिकेत १०१चालू अणुऊर्जा केंद्रे असून २७ केंद्रे बांधली जात आहेत. या केंद्रांतून आपल्या आवश्यकतेच्या १७ टक्के वीज मिळते.

जगात एकूण अणुभट्ट्या ३६५ आहेत. म्हणजेच आज पृथ्वीवर ३६५ ठिकाणी विनाशकेंद्रे आहेत असंही काही जण म्हणतात; पण या अणुभट्ट्यांच्या अपघातात यांत्रिक आणि मानवी चूक यांचा सर्वत्र मिलाफ आढळतो. आजची ऊर्जेची गरज नैसर्गिक इंधने भागवू शकत नाहीत. नजीकच्या भविष्यकाळात ती संपतील अशीही शक्यता आहे. तेव्हा या ऊर्जेला पर्याय शोधणं किंवा अणुऊर्जा सावधपणे हाताळणं हे दोनच पर्याय आपल्यासामोर आहेत. अणुऊर्जेच्या बाबतीतला सर्वात मोठा प्रश्न म्हणजे इंधन जळून गेल्यावर अवशिष्टाचं पुढं काय करायचं हा प्रश्न; आणि तोच महत्त्वाचा आहे. तो सोडविण्याचे प्रयत्न चालू आहेतच. पण त्याचबरोबर अणुभट्ट्या जास्तीत जास्त सुरक्षित करण्यावरही जोर द्यायला हवा.

◆

चेर्नोबिलचा इशारा

२० डिसेंबर १९५१ या दिवशी २०० वॅटचे चार दिवे उजळले. जमलेल्या सर्वांनी टाळ्या वाजवून आपला आनंद व्यक्त केला. अमेरिकेत आयडाहो फॉल्स इथल्या अणुवीज केंद्रात अणुशक्तीच्या साहाय्यानं वीज निर्मितीचा प्रयोग यशस्वी झाला होता. वॉल्टर झिन या अणुशास्त्रज्ञानं खडू उचलला.

'इथं २० डिसेंबर १९५१ या दिवशी प्रथम अणुशक्तीच्या साहाय्यानं वीज निर्मितीचा प्रयोग यशस्वी झाला' झिनच्या हातातून खडू घेऊन त्याच्या एका सहकाऱ्याने या वाक्याच्या वर मानवी कवटी काढली. तेव्हापासून आजपर्यंत या कवट्यांची संख्या वाढतच आहे. चेर्नोबिल ही त्यातली आणखी एक.

चेर्नोबिलला नक्की काय घडलं?

शनिवारी, २६एप्रिलला इथं गडबडीस सुरुवात झाली असावी. या अणुकेंद्राच्या गाभ्यात असलेल्या अणुइंधनाचे तापमान वाढू नये म्हणून त्याभोवती सतत पाणी खेळवण्यात येते. एखादा पाईप, एखादी झडप नादुरुस्त बनल्याचे किंवा एखाद्या माणसानं आपल्या कर्तव्यात कसूर केल्यानं हा पाण्याचा प्रवाह अडला हे निश्चित. कदाचित विद्युत प्रवाहात खंड पडल्यानं सुद्धा ते घडलं असेल किंवा इतरही काही कारणं असतील असेही आता म्हणता येईल. ज्यावेळेस अशा तऱ्हेची घटना घडते, अणुभट्टीतला दाब कमी होतो तेव्हा तिथं तत्काळ पाणी घुसावं अशी व्यवस्था असते. चेर्नोबिल इथं भट्टी थंड करण्यासाठी वापरणाऱ्या पाण्याचा प्रवाह अडल्यावर हे पाणी घुसायला जो वेळ लागला त्या काळात भट्टीतली किरणोत्सर्गी प्रक्रिया चालूच होती. या भट्टीत १६६१ युरेनियमचे ठोकळे १७०० टन ग्राफाइटच्या आवरणाखाली ठेवण्यात आले होते. ज्यावेळी यांना थंड करणारं पाणी येईनासं झालं तेव्हा साहजिकच त्यांचं तापमान वाढलं. हे तापमान वाढल्यामुळं आता शिल्लक असलेल्या पाण्याची वाफ झाली. ही वाफ गाभ्यातून पाणी खेळणाऱ्या नळांमधून बाहेर पडली. अतिदाबाखाली असलेल्या या वाफेची नि युरेनियम ठोकळ्यांभोवती असलेल्या ग्राफाईट (कार्बनी) ची

प्रक्रिया होऊन कार्बन-डाय-ऑक्साइड आणि हायड्रोजनची निर्मिती झाली. खूप उशिरानं शिरलेल्या पाण्याशी प्रक्रिया होऊन शनिवारी मग स्फोट झाला. असा तर्क करायला जागा आहे. या स्फोटात ग्राफाईट पेटलं. इमारत उद्‌ध्वस्त झाली.युरेनियममधील किरणोत्सर्गी प्रक्रिया चालूच राहिली. इ.स.१९५७ मध्ये ब्रिटनमधील एका आण्विक प्रक्रिया केंद्रात अशी आग लागली होती. तेव्हापासून रशिया सोडल्यास इतर देशांतून या प्रकारची आण्विक प्रक्रिया केंद्रे किंवा अणुभट्ट्या बंद करण्यात आल्या.

संरक्षक कवच

ग्राफाईट जळतं तेव्हा तापमान ५ हजार अंश सेल्सियसहून जास्त वाढतं. या तापमानात किरणोत्सर्गी इंधनही जळतं. अशावेळी किरणात्सर्गी पदार्थ उधळू नयेत म्हणून या अणुभट्ट्यांवर मोठा काँक्रीटचा घुमट बांधण्यात येतो. याला 'कंटेनमेंट स्ट्रक्चर' किंवा 'भट्टीचं कवच' म्हणतात. वितळलेलं किरणोत्सारी इंधन जमिनीत घुसलं तर ते पृथ्वी जाळत दुसऱ्या बाजूने बाहेर पडेल असं विनोदानं म्हटलं जायचं. याला चायला सिंड्रोम असं म्हणतात. अर्थात हा क्रूर विनोद आहे. या नावाचा एक चित्रपट येऊन गेला.

त्यात एका अमेरिकन अणुभट्टीबाबत अशी घटना घडल्याचे दाखविण्यात आले होते. अशा तऱ्हेनं एखाद्या अणुभट्टीतलं इंधन पृथ्वीला भोक पाडून आरपार गेलं नाही तरी बरंच खोलवर जाऊन खूप नुकसान करण्याची शक्यता असते. विशेषतः भूजलावर त्याचा परिणाम होतो. भूजलाचे साठे, त्यांची हालचाल यांची अचूक कल्पना नसल्यानं भूजल किरणोत्सारी बनून खूप नुकसान करू शकतं.

शारीरिक दुष्परिणाम

किरणोत्सारामुळे मानवाला कोणकोणते अपाय होऊ शकतात? हा प्रश्न साहजिकच आपल्यापुढं उभा राहतो. किरणोत्सर्गी पदार्थातून जे किरणोत्सारी बाहेर पडतात त्यामुळे मानवी शरीरावर होणाऱ्या दुष्परिणामांना रेडिएशन सिकनेस म्हणजे किरणोत्सारजन्य आजार म्हणतात. हे आजार पाच प्रकारच्या किरणोत्सारांमुळे होतात. गॅमा, बीटा, न्यूट्रॉन, अल्फा आणि क्ष-किरण हे ते पाच प्रकारचे किरणोत्सार. यातलं गॅमा उत्सर्जन हे सर्वात धोकादायक उत्सर्जन ठरतं. हे गॅमा उत्सर्जन दोन प्रकारच्या मापानं मोजलं जातं. यातलं पहिलं मापन हे 'रॉंटजेन' या प्रमाणकात असतं. आपल्या शरीराजवळ, कपड्यांवर किंवा नजीकच्या वातावरणामधल गॅमा उत्सर्जनाच प्रमाण रॉंटजेनमध्ये मोजतात. त्याला 'आर'

(R)असं संबोधतात. मिली आर म्हणजे राँटजेनचा हजारावा हिस्सा. रॅड म्हणजे मानवी शरीरात शिरलेलं उत्सर्जन. राँटजेन आणि रॅड हे सारखेच असतात. यातून पुढे 'रेम' (REM)चं मापन करता येतं हे 'महत्त्वाचं'. रेम म्हणजे 'रेडिएशन इक्विवॅलंट मॅन' मानवावर किती प्रमाणात असलेल्या उत्सर्जनाचा अपायकारक परिणाम होतो हे सांगणाऱ्या परिमाणाचं एकक म्हणजे रेम, पण नुसतं हेच मोजून भागत नाही, तर एखादी व्यक्ती किती रेम उत्सर्जनात किती काळ होती हेही अपाय किती होणार, यादृष्टीने महत्त्वाचे असते. छोट्या उत्सर्जनात बराच काळ राहिल्यास जास्त अपाय होण्याची शक्यता असते. याला रेम/तास (दर ताशी रेम) असं म्हणतात.

क्ष-किरण

क्ष-किरणांचा शोध लागल्यानंतर काही वर्षातच क्ष-किरण हे शरीरात राहून अपाय करू शकतील हे सिद्ध झालं होतं. शरीरातल्या पेशीतील काही इलेक्ट्रॉन ढकलून बाजूला करण्याचं सामर्थ्य क्ष-किरणात असतं. यामुळे शरीरातील प्रथिनं आणि जीन यांच्यावर क्ष-किरणांचा परिणाम होत असतो. विशेषत: झटकन वाढणाऱ्या पेशींवर क्ष-किरणांचा खूप परिणाम होत असतो. कातडी, हाडातील मगज, आतडी आणि पुनरुत्पादक पेशी म्हणजे शुक्रजंतू आणि अंडी यांच्यावर क्ष-किरणांचा परिणाम होतो. ५हजार रेम झटकन शरीरावर पडले तर व्यक्ती लगेचच दगावते. चेर्निबिलनं इथं दिलेल्या अधिकृत आकडेवारीनुसार तिथे २०० रेम किरणोत्सर्ग निर्माण झाला. जर ५तास एवढ्या किरणोत्सर्गात माणूस राहिला तर तोही मृत्युमुखी पडू शकतो. एक हजार रेमच्या संपर्कात आलेली व्यक्ती एका दिवसात मरते. संपूर्ण शरीरावर ४०० रेमचा मारा झाला आणि तो बरेच दिवस होत राहिला तर निम्मी माणसं एका महिन्यात मरतात.

अपघाताची घातकता

किरणोत्सारजन्य आजारात प्रथम भूक मंदावते. मग घृणा निर्माण होऊन उलट्या होतात. मग जुलाब होऊ लागतात. दुसऱ्या आठवड्यात ही लक्षणे नाहीशी होतात. पण नंतर खूप ताप येतो. रुग्णाचे वजन कमी कमी होऊ लागतं. माणसं आळशी व निरुत्साही बनतात. कारण त्यांच्या आतड्यात पोषक पदार्थांचे शोषण होत नसतं. हाडाच्या मगजाला इजा पोचल्यामुळे रक्तातलं पांढऱ्या पेशींचं प्रमाण खूप कमी होतं. यामुळे रोगप्रतिकारक शक्ती नाहीशी होते. १५०रेम एक आठवडाभर सहन करावे लागले तर यातली सुरुवातीची लक्षणं जाणवतात. याशिवाय किरणोत्सर्गात कुठल्या मूलद्रव्याचे कुठले समस्थळी

आहे यावरही बऱ्याच रोगांना आमंत्रण अवलंबून असतं. स्वीडनवर आलेल्या ढगात बेरियम, क्रिप्टॉन, क्युरिअम, आयोडिन, सेशियम असे एकूण १६ किरणोत्सारी समस्थळी होते. यातले क्रिप्टॉन सर्व शरीरावर परिणाम करते. याची बाधा झाली की, दोन वर्षात ल्युकेमिया (रक्ताचा कर्करोग) होतो. सेशियम १३७ या मूलद्रव्याचं अर्ध आयुष्य साडेतीस वर्षांचं आहे. हे मूलद्रव्यही सर्व शरीरावर पण त्यातल्या त्यात यकृत, प्लीहा आणि स्नायूंच्या पेशींवर परिणाम करतं. आयोडिन १३१थायरॉईड ग्रंथीत जाऊन बसतं. हे आठ दिवसात नाहीसं होतं खरं, पण कैक वर्षांनंतर यामुळं कर्करोग होऊ शकतो. तर बेरियम हाडात जाऊन तिथल्या पेशींचे नुकसान करतं. हे परिणाम २० ते ३० वर्षे जाणवत राहतात.

चेर्नोबिलचा अपघात किती घातक होता हे ठरवायला आता आपल्याला किमान २०-३० वर्षे थांबून एकूण लोकसंख्येत कॅन्सरची वाढ किती हे बघावं लागणार आहे.

◆

चेर्नोबिलचा संदेश

२८ एप्रिल १९८६ या दिवशी एक छोटीशी बातमी आली. रशियातील चेर्नोबिल इथे नागरी वीज निर्मितीसाठी वापरण्यात येणाऱ्या अणुभट्टीतील स्फोटासंबंधी ती बातमी होती. दि.२९ला रशियाने पाश्चात्त्य राष्ट्रांनी या स्फोटाची सविस्तर वर्णनं जाहीर केली. याचे कारण अमेरिकी उपग्रहांनी घेतलेली या अपघाताची भास प्रतिमा चित्रे (इमेजरी) उपलब्ध होती. हे जसं होतं त्याचबरोबर या अपघातानं रशियन ग्लास्नॉस्ट किंवा मोकळेपणाच्या धोरणाचा प्रत्ययही जगाला आला.

रशियन साम्यवादी राजवटीनं प्रथमच इतक्या मोठ्या प्रमाणावरचा अपघात मान्य केला. शिवाय अमेरिकन आणि इस्त्रायली कर्करोग तज्ज्ञांची मदतही स्वीकारली. या अपघाताचे परिणाम कीव हे शहर आणि चेर्नोबिल जवळच्या ३०० चौरस मैल परिसरातल्या १लक्ष ३५हजार व्यक्तींना भोगावे लागतील, असा शास्त्रज्ञांचा अंदाज आहे. रशियन सरकारनं अधिकृतरीत्या या अपघातात २९व्यक्ती दगावल्या असं जाहीर केलं असलं तरी प्रत्यक्षात हा आकडा येत्या दहा वर्षात १०हजाराच्या पुढं जाईल, असा अंदाज आहे. हे सगळं वेळोवेळी छापून आलं. या दरम्यानच्या काळात रशियानं चेर्नोबिलचा अपघात कसा घडला याबद्दलचा चौकशी समितीला सविस्तर अहवाल प्रसिद्ध केला आहे आणि पाश्चात्त्य राष्ट्रांना एक जबरदस्त धक्का दिला.

या आधी पाश्चात्त्य राष्ट्रांमध्ये झालेल्या अणुभट्ट्यांच्या अपघात प्रकरणीचे अहवालही इतक्या झपाट्याने बाहेर पडलेले नव्हते आणि ते इतके स्पष्टही नव्हते. हा अपघात म्हणजे एक क्रूर विनोद होता असं म्हणावं लागेल. २५एप्रिलला चेर्नोबिलचे तंत्रज्ञ एक प्रयोग करायला गेले. एखादी यंत्रणा बंद पडली तर काय होईल? अशा तऱ्हेचा हा प्रयोग होता आणि दुर्दैवाने फाजिल आत्मविश्वासानं हा प्रयोग अंगाशी आला, असंही जाहीर झालं.

या फसलेल्या प्रयोगानं आपण काही शहाणपण शिकलो का हा प्रश्न निर्माण होतो. त्याचे उत्तर जवळजवळ नाही, असेच येते. एवढेच नव्हे तर चेर्नोबिलनंतर ज्या घटना घडल्या त्यातून ज्या गोष्टी बाहेर आल्या त्यावरून

मनुष्य किती स्वार्थी आहे, हेच उघड होते. सर्वप्रथम वेगवेगळ्या पाश्चात्त्य राष्ट्रांनी वारंवार विचारणा करूनही २६ला झालेल्या अपघाताची माहिती आणि खरं स्वरूप सांगायला रशियन सरकारने दोन दिवस लावले. अणुधुळीचा ढग युरोपभर पसरल्यानंतर ही माहिती जगाला कळली. ती आधीच कळती तर कदाचित काही प्रमाणात नुकसान टाळता आले असते. नंतर विकसनशील देशांच्या पाठीशी आम्ही उभे असतो, असा ढोल बडवणाऱ्या साम्यवादी राष्ट्रांनी आर्थिक स्वार्थ असला तर भांडवलशाही राष्ट्रांच्या नि बहुराष्ट्रीय संस्थांच्या तुलनेत आपण अजिबात कमी नाही हे दाखवून दिलं. दुष्काळी आफ्रिका, नेपाळ आणि इतर अनेक देशांना पोलंडने पुरविलेली दुधाची भुकटी ही चेर्नोबिलच्या किरणोत्सारी विखारानं दूषित झालेली होती, हे आता जाहीर झालेलं आहे. तेव्हा मानव जातीच्या कळवळ्यापेक्षा स्वत:ला बसणारा आर्थिक फटका जास्त महत्त्वाचा हेच सर्वच राष्ट्रांचे धोरण आहे.

यानंतरच्या काळात काही राष्ट्रांनी भराभर आपले अणुवीज निर्मिती कार्यक्रम रद्द केले हेही पोरकटपणाचेच लक्षण मानायला हवे. एका अपघाताने इतके घाबरून जाण्याचे काहीच कारण नव्हते. याऐवजी अणुभट्ट्या निर्माण करताना आणि त्या चालवताना जास्तीत जास्त काळजी घ्यायला हवी आणि तशी ती घेतली जाते, याची खात्री करायला हवी. मानवी चुका, यांत्रिक चुका या गोष्टी टाळता येण्यासारख्या असताना त्यांचा बाऊ करण्याचे फारसे कारण नाही, असे म्हणावेसे वाटते. आज लोकसंख्या प्रचंड प्रमाणात वाढत आहे. यामुळे ऊर्जेची गरज वाढत आहे. नैसर्गिक इंधन येत्या ५०-१०० वर्षात संपणार आहे, अशा परिस्थितीत अणुऊर्जेस पर्याय न शोधता ती वापरणं, बंद करणं योग्य होणार नाही. ती धोकादायक असेल तर त्या धोक्यावर मात करता येईल का याचा विचार व्हायला हवा. जर या धोक्यांवर मात करता येत नसेल तर या इंधनास पर्याय शोधून काढणे भाग आहे. पण जोपर्यंत हा पर्याय उपलब्ध होत नाही तोपर्यंत अणुऊर्जेचाच वापर करावा लागणार आहे.

इ. स. १९८६ मधे अनेक मोठे अपघात झाले. त्यात चॅलेंजर आणि चेर्नोबिल हे दोन महाअपघात म्हणावे लागतील. मानवानं नैसर्गिक बंधनं झुगारून द्यायच्या प्रयत्नाला या दोन अपघातांनी चांगलाच पायबंद बसला. असं असलं तरी तो तात्पुरता ठरावा आणि शास्त्रज्ञ तंत्रज्ञांनी यापुढं अधिक काळजीपूर्वक वागून, आपल्या हातून चुकाच होणार नाहीत, अशी व्यवस्था राबवावी, हाच या दोन अपघातांचा संदेश म्हणता येईल.

◆

चेर्नोबिलमुळे युरोपमध्ये घबराट

जेव्हा एखादा आण्विक स्फोट होतो तेव्हा एक संकटाची मालिकाच सुरू होते. ग्रीक पुराणात एक डेमोक्लिस नावाच्या राजाची गोष्ट आहे. त्याच्या डोक्यावर एक टांगलेली तलवार असायची. या तलवारीसारखी मृत्यूची भीती कुठल्याही आण्विक अपघातानंतर बऱ्याच मोठ्या भूभागातल्या रहिवाशांवर असते. सरकारी माध्यमांनी कितीही सांगितले तरीही नागरिकांच्या मनावरचे किरणोत्सर्गाचे भीतीचे दडपण जात नाही. कारण या स्फोटामुळे उडालेली धूळ किरणोत्सारी बनलेली असते आणि ही धूळ वारा, ढग, पाऊस यांच्यामुळे खूप दूरवर पसरत असते. उदाहरणार्थ ही धूळ खूप उंच गेली आणि दक्षिणेकडे वळली तर 'जेट स्ट्रीम' मध्ये मिसळून दक्षिण रशिया, अफगाणिस्थान, उत्तर पाकिस्तान, भारतातल्या हिमालय, तिबेट या मार्गाने पॅसिफिकपर्यंत पोहोचू शकते. या प्रवासात तिचे किरणोत्सर्जन कमीत कमी होत गेले तरी आधीच व्याधीग्रस्त आणि मानवी आयुष्याबद्दल बऱ्याच अंशी बेफिकीर असलेल्या तिसऱ्या जगातील देशात क्षीण किरणोत्सारांचे बऱ्याच मोठ्या प्रमाणावर परिणाम जाणवू शकतात. अर्थात या परिणामांचा अजून अभ्यास झालेला नाही.

पक्ष्यांपासून धोका

सैबेरियात आणि युक्रेनमध्ये जन्माला आलेले पक्षी सप्टेंबरमध्ये भारतात येऊ लागतात. १९८६ मधे जन्माला येणारे पक्षी बऱ्याच किरणोत्सारी धुळीतून येण्याची शक्यता आहे. त्यांच्या पिसात, विष्ठेत आणि अंड्यांच्या कवचात, स्नायूंत किरणोत्सारी मूलद्रव्ये साठून राहतील. यातले जे पक्षी अंडी घालतात त्यातली काही अंडी तरी इथे नक्कीच खाल्ली जातात. यातल्या काही पक्ष्यांची शिकार होऊन ते आपल्या पोटात जातात. त्यांच्या फॉस्फेटयुक्त विष्ठेवर इथे वनस्पती वाढतात. त्यामुळे चेर्नोबिलचे किरणोत्सार वेगवेगळ्या मार्गाने आपल्या पोटात जाण्याची शक्यता आहे. या शक्यतेचा अभ्यास व्हावयास हवा. त्यासाठी या पक्ष्यांची पिल्ले, पिसे, अंडी, विष्ठा यांची तपासणी व्हावयास हवी. हे

लिहिण्यामागे घबराट पसरविण्याचा हेतू नसून शास्त्रीय दृष्टीने या गोष्टींचा अभ्यास व्हावा ही कळकळ आहे. नाहीतर आणखी दहा वर्षांनी एखाद्या अमेरिकन वृत्तपत्राने केलेल्या गौप्यस्फोटातून या गोष्टी आपल्याला कळतील आणि 'बैल गेला नि झोपा केला' अशी आपली स्थिती होईल.

रशियाचे मौन संपले

आपल्याकडे फारशी काळजी करण्याचे कारण नसले तरी संपूर्ण युरोपभर चेर्नोबिलच्या किरणोत्सारी धुळीने जी घबराट निर्माण केली आहे ती पाहण्यासारखी आहे. कदाचित अमेरिकन प्रसार माध्यमांचा प्रभाव पडल्यामुळे असेल, पण गोर्बाचेव्ह यांच्या रशियन सरकारने एक आठवड्यानंतर मौन सोडले. एवढेच नव्हे तर बऱ्याच वृत्तपत्र प्रतिनिधींना कीवच्या दौऱ्यावर प्रत्यक्ष नेऊन आणले. कीव चेर्नोबिलच्या दक्षिणेस ९० मैलांवर (१५०किलोमीटर) असलेले युक्रेनमधील पहिल्या क्रमांकाचे शहर. या शहरातल्या नागरिकांना आपल्या इतक्या जवळ जगातला एक मोठा आण्विक अपघात घडलाय याची कल्पनाही नव्हती. या वेळी काही ब्रिटिश विद्यार्थी भाषाविषयक अभ्यासासाठी कीवला आलेले होते. कारेन बीझबुट ही सव्वीस वर्षांची तरुणी या अभ्यासक्रमासाठी त्यावेळी कीवमध्ये होती. तिची मुलाखत १९मे च्या 'न्यूजविक'मध्ये प्रसिद्ध झाली आहे.

ती म्हणते–

"अपघाताच्या वेळी २८एप्रिलला, सोमवारी संध्याकाळी आम्ही क्रेश्चाटिक या कीवच्या मुख्य रस्त्यावरून फेरफटका मारायला निघालो. उकाडा होता. आम्ही या रस्त्यावर एक मेच्या तयारीची पाहणी केली. नंतर इकडे तिकडे करून होस्टेलवर परतलो. पहाटे तीन वाजता मला फोन आला, 'ताबडतोब बाहेर पड. चेर्नोबिल इथे अपघात झालाय. मिळेल त्या विमानाने मॉस्कोला जा.' मी मैत्रिणींना जागं केलं. आमची रशियन मार्गदर्शिका आमची समजूत घालायचा प्रयत्न करीत होती. चेर्नोबिल कीवपासून बरेच लांब आहे, असं सांगत होती. माझ्या मनात प्रश्नांनी गर्दी केली. अशा अपघातात काय धोका संभवतो, माझी पुढची पिढी, माझी अपत्यं विकृत होतील का? एक ना अनेक-मी मॉस्कोतल्या अमेरिकन वकिलाला फोन केला. कीवला काही धोका नाही असं रशियनांनी अमेरिकनांना सांगितलं होतं. पण जर धोका निर्माण झाला तर काय काळजी घ्यायची याची वकिलातील त्या व्यक्तीला तरी कल्पना नव्हती. आमच्या ग्रुपमध्ये बहुतेक सर्व ब्रिटिश होते. आम्ही बी.बी.सी. ऐकत होतोच. यामुळे हा अपघात किती गंभीर आहे याची आम्हाला कल्पना आली होती. मग आम्ही नुसती चर्चाच केली."

दहा वर्षांनंतर परिणाम?

ब्रिटिश सरकारने बुधवारी संध्याकाळी या मंडळींना रेल्वेने हलविले. मॉस्को विमानतळावर त्यांना नवे ट्रॅक सूट देण्यात आले. त्यांचे कपडे वेगळ्या पिशव्यात ठेवण्यात आले. त्यांना धोका नाही, असे रशियनांनी सांगितले. लंडन आणि पॅरिसमध्ये क्ष-किरण तपासणीतही यापेक्षा जास्त किरणोत्सार आले. पण अजून दहा वर्षांनी याचे परिणाम दिसले तर? हा प्रश्न बीझबुट नि तिच्या मित्र-मैत्रिणींना अजूनही सतावतो आहे.

या अपघातानंतर रशियाने प्रथम जरी मौन पाळले तरी आता सर्व रशियन प्रसारमाध्यमे या अपघाताची माहिती देत आहेत. चेर्नोबिल भोवतालच्या ३२ कि. मी. त्रिज्येच्या वर्तुळातही नव्वद हजार माणसे या भागातून हलविण्यात आली आहेत. अमेरिकन, ब्रिटिश आणि रशियन डॉक्टर खांद्याला खांदा लावून बोन मॅरो ट्रान्सप्लँट किंवा 'अस्थिमज्जा रोपणा' च्या शस्त्रक्रिया करीत आहेत. अपघाताच्या वेळी चेर्नोबिल इथे असलेल्या सर्वच व्यक्तींवर या शस्त्रक्रिया कराव्या लागणार आहेत. कारण आपल्या हाडातला मगज फार महत्त्वाचा असतो. रोगप्रतिकारक यंत्रणेच्या दृष्टीने महत्त्वाच्या अशा पांढऱ्या पेशी हाडामधल्या मगजात, अस्थिमज्जेत तयार होत असतात. किरणोत्साराची बाधा होताच या मगजाचा नाश होतो. पांढऱ्या पेशींची निर्मिती थांबते. त्यामुळे अगदी साध्या रोगानेही अशी व्यक्ती प्राणास मुकू शकते. यासाठी ऑक्सिडेंटल पेट्रोलियम या पाश्चात्त्य कंपनीच्या पैशाने लॉस एंजेलिसचे डॉ. रॉबर्ट गेल आणि इस्रायलमधील डॉ. येर रैझन हे दोन तज्ज्ञ व त्यांच्या अनेक सहकाऱ्यांना मॉस्कोला पाठविण्यात आले.

या प्रकरणी रशियातून पाश्चात्त्य पत्रकारांना बरीच मोकळे वागण्याची परवानगी मिळाली असली तरी कीवहून येणाऱ्या निर्वासितांच्या मॉस्कोच्या रेल्वेस्थानकांवर मुलाखती घेणाऱ्या वार्ताहरांना के.जी.बी. या गुप्तहेर संघटनेच्या कर्मचाऱ्यांनी दमदाटी केल्याचेही वृत्त आहे. पण अजूनही कुणाला देश सोडून जायला सांगण्यात आलेले नाही.

चेर्नोबिलच्या अपघातानंतर रशियन नागरिक जितके घाबरले नाहीत, तितके पश्चिम युरोपियन देशातले नागरिक हवादिल झाल्याचे दृश्यही वार्ताहरांना पाहावयास मिळाले. या अपघातामुळे पूर्व युरोपातील रशियालगतचे देश वाळीत पडल्यासारखे आहेत. पोलंडचा तर व्यापार जवळजवळ पूर्णपणे स्थगित झाल्याचे दृश्य आहे. याचे कारण या देशावरून किरणोत्सर्गी धुळीचा ढग गेला ती धूळ इथल्या भूमीवर पडली. पालेभाज्यांनी ती शोषून घेतली. हे धूळयुक्त गवत इथल्या जनावरांनी खाल्ले, यामुळे आपल्याला हे खाऊन धोका निर्माण होणार या भावनेने सबंध युरोपला पछाडले आहे.

प्राण्यांमध्ये किरणोत्सर्ग

इटलीच्या सीमा सुरक्षा दलाने गायी, मेंढ्या आणि घोडे असलेल्या ३२ मालवाहू लॉऱ्या थोपविल्या. एक आठवडाभर त्यांना रखडवले आणि मग परत पाठविले. कारण त्यातल्या बऱ्याच प्राण्यांतून वाजवीपेक्षा जास्त किरणोत्सर्जन होत होते.

इंग्लंडमधून या उन्हाळ्यात (जून, जुलैत) एक ब्रिटिश बॅले चमू रशियात जायचा होता. त्यातील सर्वांनी एकमताने रशियन दौऱ्यावर जायचे नाही, असे ठरविले. ब्रिटिश सरकारने दूध आणि पाणी प्यायला हरकत नाही, असे पत्रक काढले, तर दारूच्या निर्मात्यांनी जाहिरात देऊन 'आमच्या दारूत किरणोत्सारी मूलद्रव्ये नाहीत' अशी ग्वाही दिली. इंग्लंडमधल्या बहुतेक डिस्टीलरी सरोवरांचे पाणी वापरतात. त्यामुळे त्यांच्यावर असा खुलासा करण्याची पाळी आली.

जर्मनी हे एक शिस्तबद्ध राष्ट्र समजले जाते. या जर्मनीत (पश्चिम जर्मनीत) प्रचंड गोंधळ माजला. हा गोंधळ सरकारी पत्रकांमुळे निर्माण झाला. मुलांनी कुठे नि काय खेळ खेळावेत याबद्दल निघालेली सरकारी पत्रके परस्परविरोधी होती. यामुळे मग दूरचित्रवाणीवर खास कार्यक्रम करून कुठलाही धोका नाही हे जाहीर करावे लागले. पूर्व जर्मनीतून येणारी सर्व वाहने स्वच्छ धुऊन किरणोत्साराची तपासणी करून मगच पश्चिम जर्मनीत येऊ देण्यात आली.

दुधातून उपद्रव

जपानमध्ये या किरणोत्साराचा उपद्रव पोहोचणार नाही, असे जाहीर आश्वासन देण्यात आले होते. पण तरीही जपानमध्ये बऱ्याच किरणोत्साराची पातळी वाढलेली दिसून आली. टोकियोच्या पावसात तेथील ताज्या दुधात हे प्रमाण वाढलेले दिसले. अर्थात ही पातळी वाढली तरी धोक्याच्या पातळीपेक्षा ती कमीच होती तरीही जपानी नागरिकांनी ताजी भाजी, दूध वगैरे पदार्थांचे सेवन बंद केले. बऱ्याच दुकानांमधील डबाबंद दूध हा हा म्हणता संपले. दुधात अशा किरणोत्सारातील सेशियमसारखे पदार्थ जातात. ते मग दुधावाटे पोटात जातात. तिथून ते आतडी व हाडात जातात. त्यामुळे शरीरास अपाय होतो. किरणोत्सारी बेरियम तर कॅल्शियमची जागा घेते. यामुळे शरीरास मोठा अपाय होतो, म्हणून दुधापासून धोका संभवतो. कॅनडात पडलेल्या पावसात नेहमीपेक्षा सहापट अधिक आयोडिन १३१सापडले. हा आपल्या नेहमीच्या आयोडिनचा किरणोत्सारी भाऊ. अर्थात यामुळे कॅनडियनांना धोका नसला तरी कॅनडात चिंतेचे वातावरण पसरले. युरोपातून आलेल्या भाज्या, फळफळावळ आणि वनस्पती यांची पूर्ण तपासणी केल्याशिवाय हा माल कॅनडात पाठवू नये, असे ठरविण्यात आले. त्याचप्रमाणे स्कँडिनेवियन

देशातून आणि पूर्व युरोपातून जर प्रवास करावयाचा असेल तर काळजी घ्यावी. ताजे दूध, पालेभाज्या तसेच फळे खाणे टाळावे अशाही जाहीर सूचना देण्यात आल्या.

अण्वस्त्र युद्ध झाले तर?

अमेरिकेतही आयोडिन १३१चे दुष्परिणाम टाळण्यासाठी साध्या आयोडिनच्या गोळ्या विकत घेण्याची साथ आली. रशियन किरणोत्सारी पदार्थ जगभर पसरले आहेत. 'आयोडीन १३१' हे थायरॉइड ग्रंथीवर परिणाम करते. यावर उपाय म्हणजे साधे आयोडिन खाणे. भारतात हे किरणोत्सार हिमालयाच्या परिसरात पसरले असण्याची शक्यता आहे. त्याबद्दल कोणी अजून काही पाहणी केली नाही. पण हिमालयाच्या समांतर भारतीय प्रदेशात आयोडिन कमतरतेमुळे गंडमाळा (गॉयटर) या रोगाचा प्रादूर्भाव असल्याचे जागतिक आरोग्य संघटनेने जाहीर केले. त्याला बरीच वर्ष झाली. या भागात खरोखरीच जर आयोडिन १३१ आले असेल तर काय होईल. याचा विचार व्हावयास हवा. चेर्नोबिलची एक अणुभट्टी फुटली तर एवढा हाहाकार माजतो. जर अणुयुद्ध झालेच तर काय होऊ शकेल याची ही चुणूक आहे. यावरून बोध घेऊन अण्वस्त्र नि:शस्त्रीकरण चर्चेत बाकीचे देश दोन्ही महासत्तांवर दडपण आणतील, असा राजकीय निरीक्षकांचा अंदाज आहे.

◆

पर्यावरण म्हणजे काय?

आजकाल पर्यावरण हा परवलीचा शब्द बनलेला आहे. अमक्या भागात अमुक एक कारखाना गेला त्यामुळे तिथल्या पर्यावरणाला धोका निर्माण झाला किंवा पर्यावरणाचा समतोल ढासळला तर ते धोकादायक ठरेल अशा तऱ्हेची साचेबंद वाक्ये आपल्या कानावर सातत्याने आदळत असतात. ती वृत्तपत्रांतून डोळ्यासमोर येतात, नभोवाणीतून कानावर आदळतात किंवा दूरचित्रवाणीच्या पडद्यावरून नजरेसमोर तरळतात. पर्यावरण म्हणजे नेमकं काय? हे मात्र फार क्वचित ऐकायला मिळत असतं.

तेव्हा पर्यावरण म्हणजे नक्की काय, याची माहिती करून घेऊनच मग आपण पुढे जाऊ या.

पर्यावरण म्हणजे एखाद्या किंवा विचाराधीन सजीवाच्या सुयोग्य जीवनावश्यक परिस्थिती ही सजीवानुरूप आणि भौगोलिक परिस्थितीनुरूप बदलत असते. एवढेच नव्हे तर एखाद्या सजीवाच्या दृष्टीनं आदर्श जीवनावश्यक परिस्थिती ही दुसऱ्या सजीवाच्या दृष्टीनं घातकही ठरू शकते.

याची आपण काही उदाहरणे पाहू या म्हणजे हे अधिक स्पष्ट व्हायला मदत होईल. ससे आपण एखाद्या उद्यानात पाहतो. इथं ते नैसर्गिक सुयोग परिस्थितीत नसतात. त्यांना रोज भरपूर खायला-प्यायला मिळतं. त्यामुळे त्यांची बेसुमार वाढ होत राहते; आणि त्यांचं काय करावं, हा उद्यानाधिकाऱ्याला प्रश्न पडतो. जेव्हा ससे निसर्गात वावरत असतात तेव्हा काय घडतं? ससे गवतावर जगतात. ते गवत खातात, वाढतात. इथे त्यांना अनेक नैसर्गिक शत्रू असतात. सशांचा प्रमुख शत्रू म्हणजे कोल्हे. याशिवाय साप, घारी, गरूड, बहिरी ससाणे इत्यादी शत्रूही सशांना अधून मधून गट्ट करीत असतात. यामुळे सशांच्या संख्येवर नियंत्रण राहात असतं. या परिस्थितीत बदल पडला की काय होते ते आता आपण पाहू या.

एक वर्ष असं उगवतं की भरपूर पाऊस होतो. तो वेळच्यावेळी होतो. गवत भरपूर वाढतं. त्यावर जगणाऱ्या सशांची संख्या वाढते. ससे वाढतात,

त्यामुळे कोल्ह्यांची चंगळ होते. त्यांचीही संख्या वाढते. पुढच्या वर्षी टोळधाड येते. कदाचित पाऊसही कमी पडतो. या ना त्या कारणानं गवत कमी होतं. त्यामुळे सशांची उपासमार होते. त्यांची संख्या कमी होत जाते. ससे कमी झाले की आपोआपच त्यांच्यावर उपजीविका करणारे कोल्हे कमी होतात.

आता या गवत, ससे, कोल्हे यांची एक परिस्थिती प्रणाली आहे असं आपण म्हणतो. यातल्या एका जरी घटकावर परिणाम झाला तरी त्या परिणामाचे पडसाद इतर घटकांवर झालेले दिसतात. समजा या परिस्थितीत आपण इथं आलो. आपण म्हणजे माणूस. गम्मत म्हणून शिकार करणारा एकमेव प्राणी. आपण कोल्ह्यांची त्यांच्या कातडीसाठी बेसुमार हत्या केली. तर आपोआप ससे वाढतात. ते भरपूर प्रमाणात गवत खातात. मग त्यांची उपासमार होते म्हणून ते शेतीची नासधूस करू लागतात.

इथं गुरं चराई सुरू झाली तर ससे कमी होतात. कोल्हे गावात शिरतात. मानवानं पाळलेल्या कोंबड्या खाऊ लागतात. उसाला कोल्ही लागतात याचाच अर्थ जेव्हा जेव्हा पर्यावरणात एखादा घटक येतो तेव्हा त्याचा जसा पर्यावरणावर परिणाम घडतो. त्याचप्रमाणे त्या घटकावरही या परिस्थितीचा परिणाम घडून आल्याशिवाय राहात नाही. हा परिणाम त्या घटकासापेक्ष सुपरिणाम किंवा दुष्परिणाम म्हणून गणला जातो. याला काहीही म्हटलं तरी निसर्गानं परिस्थितीचा समतोल साधण्यासाठी केलेला एक प्रयत्न असंच याचं स्वरूप असतं हे लक्षात ठेवायला हवं.

पर्यावरणाचे घटक

पर्यावरण म्हटलं की ते कोणकोणत्या घटकांनी बनलेलं असावं किंवा असतं याबद्दल आपण विचार करू लागतो. असा विचार आपल्या मनात येणं अगदी स्वाभाविकच असतं. याचं कारण वेगवेगळ्या ठिकाणच्या पर्यावरणविषयक चळवळी वेगवेगळ्या मागण्या पुढे आणीत असतात. त्यामुळे आपल्यासारख्या सामान्य माणसांच्या मनात याबाबत गोंधळ उडणं साहजिकच असतं.

खरं तर पर्यावरणाच्या घटकांचा विचार करायचा असेल तर त्याची सुरुवात आपण स्वतःपासून करायला हवी. याचं कारण माणूस हाही पर्यावरणाचाच एक घटक आहे, हे विसरून चालणार नाही. हा विसर आपल्याला जेव्हा जेव्हा पडतो त्या त्या वेळी आपल्यावर आपत्तींचा डोंगर कोसळण्याची शक्यता निर्माण होते.

पर्यावरणाच्या घटकांची यादीच करायची झाली तर आपण भूमी म्हणजे आपल्या पायाखालच्या जमिनीपासून सुरुवात करायला हवी. किंबहुना आपल्याला

त्याही खाली जायला हवं. पर्यावरणाची खऱ्या अर्थानं सुरुवात भूजलापासून होते असं म्हटलं तर वावगं ठरू नये. जिथं भूपृष्ठावर भरपूर पाणी असतं त्या भागात भूजलाचा प्रश्न एवढा महत्त्वाचा नसतो पण जिथं सजीव केवळ पावसाच्या पाण्यावरच अवलंबून असतात तिथं मात्र भूजलास अनन्यसाधारण महत्त्व प्राप्त होतं. उदाहरणच घ्यायचं तर वाळवंटाचं घेता येईल. तिथं तर या भूजलावरच बरीच सजीव सृष्टी आपले जीवनविषयक व्यवहार पार पाडते. यामुळेच 'ओॲसिस' हा शब्द आता भाषिक अलंकारही बनला आहे.

भूजल, खडक आणि माती हे तीन घटक त्याच्या वरच्या सजीव सृष्टीची पत ठरवतात. कारण जर सजीवांची व्यवस्थित वाढ व्हायची असेल तर त्यासाठी त्यांना सुयोग्य अन्न-पाण्याची गरज असते. पाण्यावर बरेच काही अवलंबून असते, हे तर आपल्याला ठाऊक आहेच. वाहते पाणी, भूजल यांचाही परस्परसंबंध असतो. वनस्पतींच्या वाढीसाठी मातीची आवश्यकता असते. मातीचा कस हा पुन्हा ही माती कुठल्या खडकांपासून तयार झाली, ती शुष्क आहे की तीमधे ओलावा आहे; मातीत मृतावशेष किती आहेत अशा अनेक गोष्टींवर अवलंबून असतो. माती कशी यावर अवलंबून मग त्या विशिष्ट पर्यावरणात उगवणाऱ्या वनस्पतींचा दर्जा ठरतो. विशिष्ट मातीत विशिष्ट वनस्पतीच उगवतात. महाराष्ट्रात कडे-पठारांवर आता निलगिरी भलेही लावलेली असो; महाराष्ट्र हा अंजन, कांचन आणि करवंदीचाच खरा देश आहे.

हिमालयातील वनस्पती महाराष्ट्रामध्ये नीट उगवू शकत नाहीत. देवदाराचं एखादं झाड गम्मत म्हणून लावू-पण देवदारांचं वन महाराष्ट्रामध्ये निर्माण करणं अवघडच. याचं कारण सागरसपाटीपासूनची उंची; सरासरी तापमान, हवेतील आर्द्रता, सूर्यकिरण, खडक, माती असे अनेक घटक हिमालयामध्ये देवदार वृक्ष वाढवण्यास मदत करतात. आणि त्यातली कमतरता किंवा आधिक्य महाराष्ट्रात देवदारांचे वाढीस विरोध करते, पण बाभूळ वाढवते.

कोकणातला रत्नागिरी किंवा देवगडचा हापूस दुसरीकडे येत नाही, घाटावर तर नाहीच नाही, यालाही हेच कारण असते. याला कारण ती जमीन, ते पाणी,

ती हवा, ती वनस्पती, त्या भागातले सजीव या सगळ्यांचा परस्परसंबंध हे होय.

एखाद्या भागामध्ये ज्या वनस्पती उगवतात त्यावर अवलंबून तिथे प्राणीसृष्टी वाढत असते. ही प्राणीसृष्टीही त्या पर्यावरणाचा एक भाग बनते. आणि निसर्गाची योजनाही अशी की, ती मानवाच्या दृष्टीनेही फायदेशीर ठरू शकते.

याचं एक चांगलं भारतीय उदाहरण म्हणजे लाख. बिहारमधल्या जंगलातून वाढणाऱ्या एका विशिष्ट वनस्पतीवर लाखेचे किडे वाढतात, आपली घरे बांधतात, ही घरे बांधण्यासाठी ते आपल्या शरीरातून स्राव बाहेर सोडतात. त्यांचे शरीरातून पाझरणारा हा द्रव घट्ट होऊन त्याची पुढे लाख बनते. ती लाख पूर्वी आदिवासी गोळा करून विकत असत. पुढे या उद्योगाचं व्यापारीकारण झालं. पर्यावरण प्रणालीचं संरक्षण केल्यास किंवा अधिकाची हाव न धरता, त्या प्रणालीकडून हवं ते मिळाल्यास मानवाचा फायदा होऊ शकतो. याचं हे उत्तम उदाहरण आहे.

पर्यावरणातील घटकांचे परस्परसंबंध

पर्यावरणाचे सर्वच घटक परस्परावलंबी असतात. वर्षानुवर्षे त्यांच्यातील परस्पर प्रक्रियांनी एखाद्या विशिष्ट भौगोलिक स्थानाचे पर्यावरण निश्चित होत असते. यालाच त्या त्या ठिकाणच्या पर्यावरणाचा समतोल असे म्हटले जाते. यात महत्त्वाची गोष्ट अशी की, काही कारणाने या घटकापैकी एखाद्या जरी घटकाचे प्रमाणात कमी-जास्त फरक पडला तरी हा पर्यावरणाचा समतोल ढासळतो आणि सर्वच घटकांवर या घटनेचा परिणाम दिसून येतो.

पर्यावरणाच्या भौगोलिक घटकांवरून त्या त्या पर्यावरण प्रणालीस आपण नाव देतो. आपण सागर किनाऱ्यावर फिरावयास जातो, तिथं आपल्याला वेगवेगळ्या पर्यावरण प्रणाली आढळून येतात. उदाहरण घ्यायचं तर उथळ सागरातील पर्यावरण प्रणाली. किनाऱ्यावर जास्तीत जास्त भरती नि जास्तीत जास्त ओहोटी यांच्या दरम्यानचा पट्टा. वाळूचा दांडा, सागरानं वाळूची भर घालून नंतर स्थिर झालेली जमीन, सागर तटावरील दलदलीचा प्रदेश, एखाद्या नदीच्या मुखाचा प्रवेश.

यातल्या उथळ सागरात आपल्याला शेवाळे, खेकडे, छोटे मासे, कासवं आढळतील, तर ओहोटी-भरतीच्या पुळणींवर खेकड्यांचे प्रमाण जास्त असेल. तिथली रेती खूप बारीक असेल. वाळूच्या दांड्यावर नि स्थिरावलेल्या वालुकापट्ट्यावर मर्यादावेल असेल, त्याच्या आश्रयानं टिटवीचं घर असेल, दलदलीच्या प्रदेशातली परिस्थिती आणखी वेगळी असेल. तिथं कांदळ किंवा खारफुटीचं जंगल असेल, त्या आश्रयानं अनेक कीटक, बेडूक, पक्षी वावरतात, राहतात, प्रजनन करतात;

त्यातल्या नैसर्गिक घटकांची हानी झाली तर काय घडते ते बघू या!

नदीवर धरण बांधले जाते किंवा किनाऱ्यावर हॉटेलचे बांधकाम सुरू होते; त्यासाठी दलदलीचा निचरा केला जातो. यामुळे कांदळ नष्ट होते. दलदल नष्ट झाल्यामुळे बेडूक, कासव, सुसरी नष्ट होतात, नदीवर धरण बांधलं की, तिच्या मुखाजवळ नैसर्गिक भर घालण्याची क्रिया थांबते. नदीच्या मुखाजवळ मासे कमी होतात. वाळूच्या आश्रयाला राहणारे प्राणी कमी होतात.

सागराजवळ कारखाना उभा राहतो. त्यातून गरम पाणी सागरामध्ये सोडले जाते. त्यामुळे तिथल्या पाण्याच्या नैसर्गिक तापमानामध्ये बदल घडतो. यामुळे शैवाल कमी होतं, पूर्वीचे मासे, झिंगे, खेकडे स्थलांतर करतात. अशा अनेक गोष्टी केवळ एका बदलामुळे घडून येतात. यामुळेच पर्यावरणातील घटकांचे परस्परसंबंध फार महत्त्वाचे असतात. आपण आपल्या फायद्यासाठी बरेचदा पर्यावरणातील एखाद्या घटकाची हानी करतो; त्यावेळी त्या पर्यावरणातील इतर घटकांची हानी होईल याचा विचार करीत नाही; यामुळे पुढं आपलंच नुकसान होईल हेही आपण विसरता कामा नये.

◆

पर्यावरणाच्या घटकांची चक्रे

नेमेचि येतो मग पावसाळा
हे सृष्टिचे कौतुक जाण बाळा।।

या काव्यपंक्ती आपण ऐकल्या आहेतच. याशिवाय उत्पत्ती, स्थिती आणि लय असे सृष्टीचे चक्र असल्याचे आपली पुराणे आपल्याला सांगत असतात. आपण जेव्हा पर्यावरणाचा विचार करतो तेव्हा पर्यावरणसुद्धा अशा चक्रांमधून फिरत असल्याचे दिसून येते. ही वेगवेगळी चक्रं आपण पाहू या.

यातलं आपल्या सर्वांच्या परिचयाचं आणि प्राथमिक शाळेपासून आपल्याला ठाऊक असलेलं चक्र म्हणजे अर्थातच जलचक्र पाऊस पडतो त्याचं काही पाणी जमिनीत मुरतं, काही जमिनीवरून वाहात जातं, काही प्राणी, पशु, पक्षी, वापरतात, वाहत्या पाण्याचा आणि जमिनीत मुरलेल्या पाण्याचा मानव शेतीसाठी उपयोग करून घेतो. वाहतं पाणी अखेरीस सागरात मिसळतं. वनस्पतींनी शोषून घेतलेलं, प्राण्यांच्या शरीरात गेलेलं पाणीही या ना त्या रूपानं पुन्हा वातावरणात मिसळत असतं. सागरात परतलेलं पाणी हे आपल्या मूळ जागी आलेलं असतं. सागरातल्या पाण्याची वाफ होऊन जे ढग झाले ते परत पाऊस पाडण्यासाठी निघतात. या जल चक्राशिवायही इतर अनेक चक्रं अस्तित्वात आहत्त, पण त्या चक्रांचा कालावधी विशाल आहे. एक एक चक्र पूर्ण होण्यास अनेक मानवी पिढ्या जाव्या लागतात. त्यामुळे ही चक्रं झटकन लक्षात येत नाहीत. यातली काही चक्रं तर त्याहूनही दीर्घ मुदतीची आहेत.

आपल्या पृथ्वीवर जे पर्वत आहेत त्यातल्या हिमालयाचं आपण उदाहरण घेऊ या. भारताच्या उत्तरेस जवळजवळ पूर्व-पश्चिम पसरलेल्या हिमालय पर्वतामुळे भारताच्या पर्यावरणावर

बराच परिणाम झाला आहे; हे आपण जाणतोच. हिमालय पर्वतराजीमुळे झालेला एक महत्त्वाचा परिणाम सांगतो, तो म्हणजे ईशान्य मौसमी वारे. या हिमालय पर्वतासारखे इतरही अनेक पर्वत आहेत. या सर्वांची वाहत्या पाण्यानं झीज होत राहते. ही झीज नद्या-नाले यांच्या पाण्यातून वाहात जाऊन सागरात पडत असते. ही क्रिया लक्षावधी वर्षे चालू राहते. पर्वतांची उंची कमी होते. सागर उथळ होतात. दरम्यान यामुळे भू कवचात अस्थैर्य निर्माण होते. आणि भू-भौतिक घडामोडी घडू लागतात. सागरतळ उचलले जातात आणि पर्वतांच्या जागा घेतात. काही वेळा भूखंडे आपली जागा सोडून सरकतात, तर काही भूखंडे एकमेकांना आलिंगन देतात. हे चक्रही पृथ्वीच्या जन्मापासून चालत आलेले आहे. यातूनच हिमालय, आल्प्स यासारख्या पर्वतराजी जन्मास आलेल्या आहेत. ही भूखंडेही सरकत सरकत पृथ्वीच्या पोटात जाऊन नवी भूखंडे वर येत असतात; पण ही चक्रं कोट्यवधी वर्षांची असल्यानं सामान्य जनांच्या लक्षात येत नाहीत, मात्र शास्त्रज्ञांनी अशी चक्रं शोधून काढली आहेत.

आता आपण सजीवांची चक्रं बघू या. सजीव जन्माला येतात, पुनरुत्पादन करतात. त्यांचं आयुष्य संपतं तेव्हा इतर सजीव त्यांच्यावर जगतात. झाड मरतं, कुजतं, त्याच्यावर बुरशी वाढते. त्यामुळं त्याच्या लाकडाचं विघटन होतं. झाडानं जमिनीकडून घेतलेले क्षार परत जमिनीस मिळतात. कर्बग्रहणातून घेतलेला कार्बन-डाय-ऑक्साईड परत हवेत जातो, चक्र पूर्ण होतं. याचवेळी त्या झाडाच्या बिया दुसरीकडे रुजलेल्या असतात. जमिनीतून क्षार घेत असतात, हवेतून कार्बन-डाय-ऑक्साईड घेऊन प्रकाश संश्लेषणाच्या साहाय्यानं आपलं अन्न बनवत राहतात.

अशी अनेक चक्रं आहेत. उदाहरणेही बरीच दाखवता येतील; पण आपण यापासून काही बोध घ्यायला हवा. तो म्हणजे आतली काही चक्रं इतकी भव्य आहेत की, त्याच्यावर मानवी कारवायांचा परिणाम होत नाही. मात्र यामुळे मानवी भवितव्याचीच हानी होते. काही कोटी वर्षांपूर्वीची अरण्यं जमिनीत गाडली गेली. त्यांचा कोळसा झाला, तो कोळसा म्हणजे झाडांनी हवेतून घेतलेला कार्बन. आज आपण कोळसा जाळतो तेव्हा निसर्गानं काही लाख वर्ष परिश्रम करून हवेतून काढून घेतलेला कार्बन-डाय-ऑक्साईड काही तासात हवेत परत सोडतो. याचा त्रास अखेरीस आपल्यालाच होतो. या कोळशाच्या कमी अवधीत मोठ्या प्रमाणात सोडलेल्या धुरास आपण प्रदूषण म्हणतो.

सजीवांची अन्न-साखळी

पर्यावरणातील घटकात सजीवांचं वेगळं महत्त्व सांगायची गरज नाही. कुठल्याही

पर्यावरण प्रणालीत सजीवांचे परस्परसंबंध महत्त्वाचे ठरतातच. एवढंच नव्हे तर सजीव व निर्जीव यांचे परस्परसंबंधही महत्त्वाचे असतात. आपण जर ठरवलं तर या परस्परसंबंधांचा आपण फायदाही करून घेऊ शकतो. प्राण्यांची अन्नशृंखला या विषयावर बरंच लिहिलं गेलंय, पण या माहितीचा फारसा उपयोग करून घेतलेला नाही, हे आपल्यापुढे पर्यावरणविषयक जे अनेक प्रश्न उभे आहेत त्यावरून स्पष्ट होतं.

भारतातलंच उदाहरण घ्यायचं तर वाघाचं घेता येईल. सुंदरबनातले बेंगॉल टायगर ऊर्फ पट्टेदार भारतीय वाघ जगप्रसिद्ध आहेत. बंगालमधील वाढत्या लोकसंख्येनं सुंदरबनावर आक्रमण केलं. त्या वाघांचा फेरा जेवढ्या भागात असायचा तिथं माणसं वावरू लागली. याचा परिणाम सुंदरबनातील अन्न-शृंखलेवर झाला. त्यांनी सुंदरबनातलं अरण्य कमी झाली. त्याचबरोबर परिसर आणि वाघ यांचं प्रमाणही बदललं. प्रत्येक वाघाचा परिसर ठरलेला असतो; किंवा असं म्हणू या की एखाद्या परिसरामध्ये किती वाघ राहणार हे ठरलेलं असतं. त्यापेक्षा जास्त वाघ त्या परिसरात वावरू शकत नाहीत कारण त्यांना अन्न कमी पडतं. मग हे वाघ नर मांसभक्षक बनतात, तेच सुंदरबनात घडतंय.

दुसरी अन्न-शृंखला अंटार्क्टिकजवळ पाहायला मिळते. अंटार्क्टिक सागरात झिंगे मोठ्या प्रमाणावर सापडतात. या झिंग्यांवर मोठे मासे जगतात. यात बलिन देवमाशासारखे महाकाय सस्तन प्राणीही असतात. झिंग्यांची संख्या कमी झाली की, या देवमाशांची संख्या कमी होते, पण माणसाच्या हस्तक्षेपामुळे देवमाशांची मोठ्या प्रमाणावर शिकार झाली. यामुळे झिंगे वाढले आणि तिथे परिस्थितीचा असमतोल निर्माण झाला.

आपल्या जवळची अन्नसाखळी बघायची तर ती कुठल्याही शेतावर किंवा माळरानावर बघायला मिळते. इथं गवत असतं. आपली बरीच पिकं हीसुद्धा वेगवेगळ्या प्रकारची गवतंच आहेत. या गवतांवर कीटक जगतात किंवा उंदीर, ससे आदी कृदंत म्हणजे कुरतडणारे प्राणी जगतात. कीटकांवर चिमण्या नि इतर पाखरं जगतात. शेतीत किंवा माळरानावर साप असतात, ते कृदंतांना खातात. शिक्रे किंवा ससाणे छोट्या पक्ष्यांना खातात. घुबडं साप आणि उंदीर खातात. कोल्हे पक्ष्यांची अंडी, छोटे पक्षी, ससे आणि उंदीर-घुशी खातात. असा हा सगळा परस्परावलंबी कारभार असतो. याची आपल्याला कल्पना असतेच असं नाही. या सर्व साखळीवर नजर टाकली तर आणखी एक गोष्ट आपल्या लक्षात येते ती म्हणजे केवळ भक्ष्य म्हणून वावरणारे सजीव संख्येनं भरपूर असतात; म्हणजे कीटकांपेक्षा गवत भरपूर प्रमाणात असतं. कीटकांच्या मानानं कीटकभक्षी चिमण्या कमी प्रमाणात असतात. चिमण्यांना खाणाऱ्या शत्रूंची संख्या

चिमण्यांपेक्षा कमी असते. म्हणजेच आपण जर हे चित्ररूपात मांडले तर भक्षक कमी आणि भक्ष्य जास्त हे स्पष्ट होत जाते. तळाला कीटक आणि शिखरावर ससाणा, घुबड किंवा हिंस्र प्राणी असं चित्र उभं राहतं. हे पिरॅमिडप्रमाणे किंवा शंकूप्रमाणे दिसतं; म्हणून याला अन्न साखळीचा पिरॅमिड असं म्हणतात.

या पिरॅमिडच्या कुठल्याही पायरीवर आघात झाला तरी त्याचा विपरीत परिणाम कळसावर आणि पायावरही होत असतो. शेतकरी जेव्हा साप मारतो तेव्हा तो उंदराच्या संख्येवरील नियंत्रण करणारा घटक य शृंखलेतून कमी करतो. नंतर उंदीर मारायला वेगवेगळी औषधं वापरतो. त्याचा आणखीच विपरीत परिणाम होतो. शेतकरी चिमण्या मारतो त्यानं कीटक वाढतात, मग कीटकनाशकं वापरली जातात. या कीटकनाशकांमुळे केवळ कीटकच मरतात असं नाही तर त्याच्यावर उपजीविका करणारे प्राणीही मरतात; आणि पर्यावरणाचा ऱ्हास व्हायला मदत होते.

पृथ्वीचे आद्य पर्यावरण

सुमारे साडेचार ते पाच अब्ज वर्षांपूर्वी पृथ्वी अस्तित्वात आली. त्यावेळी ती तप्तवायूचा गोळा असावी, असा शास्त्रज्ञांचा अंदाज आहे. त्यावेळी पृथ्वीचे तापमान आजच्यापेक्षा कितीतरी पटीने अधिक होते; आणि अगदी सुरुवातीच्या काळात पृथ्वीवर पाणी नव्हते. त्या काळात पाणी असलेच तर ते अतितप्त वाफेच्या स्वरूपात असावे असे तज्ज्ञ म्हणतात.

तेव्हाचे म्हणजे पृथ्वी जन्मल्याबरोबर किंवा त्यानंतर काही कोटी वर्षे पृथ्वीचे वातावरण कसे असेल याबाबत बराच विचार झालेला आहे. याचं कारण पृथ्वीवर पहिला जीव कसा निर्माण झाला आणि त्याच्या निर्मितीच्या वेळचे पर्यावरण कसे होते, या कोड्याचे उत्तर शोधण्याचा वैज्ञानिक प्रयत्न करीत आहेत.

या प्रयत्नातून या शास्त्रज्ञांना जी माहिती मिळाली त्यावरून त्यांनी पृथ्वीच्या आद्य पर्यावरणासंबंधी काही आडाखे बांधले. तसेच हे पर्यावरण कसे बदलले असावे, याचाही विचार केला. ते पर्यावरण आजच्या स्वरूपात येण्यापूर्वी कोणकोणते बदल झाले असावेत याबाबतही काही सिद्धांत मांडले गेले. त्याबद्दलची माहिती इथं आपण करून घेऊ या.

पृथ्वीवर सुरुवातीस जमीन नव्हती. खडक नव्हते. हळूहळू या तप्त गोळ्यावर जी साय धरली गेली तेच आद्य खडक. त्यांचे अवशेषही आज शिल्लक नाहीत. यामुळे पहिल्या ५० कोटी वर्षात काय घडले असावे, हे ठामपणे सांगता येणं अशक्यच आहे. पण त्या काळातलं वातावरण आजच्यासारखं नव्हतं. पृथ्वीचं सरासरी तापमान इतकं जास्त होतं की पाणी हे बाष्प स्वरूपात अत्यल्प

प्रमाणात असावं, उरलेलं बाष्प वातावरणातील इतर घटकांशी संयोग पावून त्यापासून बनलेल्या रासायनिक संयुगात असावं. यामुळं पडणारा पाऊस हा आजच्या सजीवांच्या दृष्टीनं विषारी ठरणारा होता.

आजच्या सजीवांना आवश्यक असलेला वातावरणाचा प्रमुख घटक म्हणजे ऑक्सिजन त्या काळात वातावरणात नसावा. त्या वातावरणाचे प्रमुख घटक होते, मिथेन, सल्फर-डाय-ऑक्साईड, कार्बन-डाय-ऑक्साईड आणि नायट्रोजनची ऑक्साईन. त्या तापमानातच यांचे ढग बनायचे आणि याच संयुगांच्या आम्ल पर्जन्याचा त्या आद्य खडकांवर वर्षाव व्हायचा.

अशा या पर्यावरणात पृथ्वीवर केव्हातरी आद्य सजीव अवतरला. सुमारे ३ अब्ज ८० कोटी वर्षांपूर्वी ही घटना घडली. मग पृथ्वीवर हळूहळू एकपेशीय सजीव वावरू लागले. याच सुमारास पृथ्वीवर एक भूखंड आणि त्या भोवती सागर अशी परिस्थिती निर्माण झाली. पडणाऱ्या पावसामुळं भूखंडाची झीज होऊ लागली. बराच कार्बन-डाय-ऑक्साईड चुनखडकात अडकला.

दरम्यान हे जे एकपेशीय सजीव होते ते उत्क्रांत झाले. त्यांचे बहुपेशीय सजीव बनले. त्यांना नैसर्गिक शत्रू नव्हतेच. त्यामुळे त्यांच्या वसाहती सागरभर पसरल्या. हे सजीव त्या काळातल्या त्या वातावरणात राहात होते. त्या वातावरणातले वायू वापरून जगत होते आणि ऑक्सिजन वातावरणात सोडत होते. ऑक्सिजन हा त्यांच्या जीवनचक्रातील त्याज्य घटक होता. त्यांच्या दृष्टीनं ते प्रदूषण होतं. हे प्रदूषण या सजीवांच्या दृष्टीनं घातक ठरलं.

हवेतील ऑक्सिजनचं प्रमाण जसजसं वाढू लागलं, तसतशी या सजीवाची संख्या कमी कमी होत गेली असावी आणि त्यांची जागा ऑक्सिजनमध्ये जगणाऱ्या सजीवांनी घेतली असावी. हे प्राणीही अर्थातच सूक्ष्मच होते.

पृथ्वीच्या वातावरणात ऑक्सिजनचं प्रमाण वाढू लागलं तेव्हां ऑक्सिजनवर जगणारे दोन प्रकारचे सजीव निर्माण झाले. जीवनाच्या या दोन्ही शाखांमध्ये मूलभूत फरक होता. काही सजीव सूर्यप्रकाशाची ऊर्जा घेऊन पाणी आणि कार्बन-डाय-ऑक्साईड पासून स्वतःचं अन्न स्वतःचं बनवू लगले. तर इतर काही सजीव स्वतःचं अन्न स्वतः बनवण्याऐवजी या आयत्या अन्नपुरवठ्यावर जगू लागले. हे सर्व तत्कालीन सागरातून घडत होतं तेव्हां पृथ्वीवर एकच भूखंड होतं. त्यावर सजीव नव्हतेच. या भूखंडावर प्रचंड मोठे भूकंप घडत होते. हे खंड फुटत होतं, एकत्र येत होते त्यामुळे वेगवेगळ्या पर्वतराजी निर्माण होत होत्या. ज्वालामुखींचे उद्रेक होत होते.

असं घडत असतानाच हळूहळू अधिकाधिक जटिल शरीररचना असलेले प्राणी अस्तित्वात आले, आणि सुमारे ६५ कोटी वर्षापूर्वी यातले काही प्राणी

जमिनीवर येऊ लागले. याच्या थोडं आधी सागरातल्या प्राण्यांच्या शरीरावर कठीण कवचं वाढू लागली. त्यामुळे त्यांचे जीवाश्म सापडू लागले.

याचाच अर्थ सुमारे ४॥ अब्ज वर्षांपूर्वी पृथ्वी अस्तित्वात आली तेव्हापासून किमान ३॥ अब्ज वर्षांपर्यंत पृथ्वीचं पर्यावरण सतत बदलत होतं. हा वेग खूपच कमी होता आणि आजच्याप्रमाणे ऑक्सिजनयुक्त वातावरण आणि ऑक्सिजनवर अवलंबून असलेली सजीव सृष्टी अस्तित्वात यायला फार मोठा काळ लोटावा लागला, हे आपल्या लक्षात येतं.

◆

पर्यावरण आणि मानव

मालदीव बेटांपैकी एक बेट पाण्याखाली गेलं अशी एक बातमी मध्यंतरी खूप गाजली. त्यानंतर बऱ्याच वृत्तपत्रांमधून 'ग्लोबल वॉर्मिंग' किंवा पृथ्वीचे वाढते तापमान या विषयावर लेखही येऊन गेले आणि हा एक चिंतेचा विषय आहे, असेही यात सूचित करण्यात आले होते. आपल्या म्हणजे आजच्या मानवाच्या दृष्टीने ते योग्यही आहे. पण भूशास्त्रीय पुरावे बघितले तर आपल्याला असं दिसून येतं की हिमयुग आणि वाढते तापमान हे एक सृष्टीचे चक्र असून ते नेमेचि येणारं सृष्टीचं कौतुक आहे. फक्त आपल्या इतिहासात, म्हणजे ज्ञात आठवणींमध्ये हे घडलेले नाही कारण आपल्या आयुष्याच्या मानाने हे चक्र तसं सावकाश फिरत असतं आणि सध्याच्या विचारसरणीनुसार आजचा मानव म्हणजे होमो सेपियन्स-अस्तित्वात यायला या चक्राची मदतच झाली आहे.

गेली कोट्यवधी वर्षे पृथ्वीवर हिमयुगं आली, गेली. खूप शुष्क आणि खूप पावसाळी चक्रेही येऊन गेली, आणि यातूनच सुमारे ६॥ कोटी वर्षांपूर्वी आदी प्रायमेट जन्माला आले. हे प्राणी आकाराने आणि दिसायला चिचुंद्रीसारखे होते. यांच्यापासूनच पुढे इतर मानवसस्तन प्राणी निर्माण झाले आणि त्यातून पुढे मानव जन्माला आला आणि हे सगळं वातावरणातील या तापमान चक्रामुळं शक्य झालं, असं आता बहुतेक शास्त्रज्ञांचं मत बनलेलं आहे.

गेली दहा हजार वर्षे मानवाच्या दृष्टीने जे सुखावह वातावरण पृथ्वीवर निर्माण झालं आहे त्या काळात शेतीचा शोध, लेखन कला, मानवी वस्ती इत्यादी मानवी संस्कृतीस आवश्यक प्रगती होत गेली. पृथ्वीचा इतिहास बघितला तर हा कालावधी अत्यल्प ठरतो आणि आजमितीचा पृथ्वीचा इतिहास बघितला तर मानव अस्तित्वात असला काय किंवा नसला काय हे सृष्टीचा चक्रनेमिक्रम असाच चालत राहणार. पृथ्वीचे तापमान वाढत जाणार. एका मर्यादेपर्यंत ते वाढले की ते कमी होत होत हिमयुग परत अवतरेपर्यंत कमी होणार, हे सतत चालत आले आहे.

आपण जर पृथ्वीचा इतिहास बघितला तर असं दिसून येतं की पृथ्वीवर

भूखंडांची हालचाल, हवेच्या प्रवाहातील बदल अशा घटनांमुळे फार मोठे हवामान शास्त्रीय बदल घडून आले म्हणजेच काही स्थानिक घटनांचा या भूशास्त्रीय दृष्ट्या स्थानिक घटना होत्या. वातावरणामधील जागतिक फेरबदलांशी संबंध होता. कदाचित असाच बदल मानवी ढवळाढवळीमुळे सुद्धा होऊ शकेल हेही नाकारता येणार नाही. पृथ्वीवर या पूर्वी झालेल्या बदलांचे जसे इतर प्राण्यांवर परिणाम झाले तसेच ते मानवजातीवरही झाले, किंबहुना मानवी उत्क्रांतीवर या फेरबदलांचा खूप मोठा प्रभाव पडला आहे, असं शास्त्रज्ञांना वाटतं आणि यापुढेही वातावरणातल्या बदलांचा पृथ्वीवरील सजीव सृष्टीवर आणि मानवजातीवरही परिणाम होणार हेही निश्चितच.

सुमारे ६॥ कोटी वर्षांपूर्वी पृथ्वीवरल्या वातावरणात जे नाट्यमय बदल घडून आले, ते जर घडून आले नसते तर कदाचित पृथ्वीवर मानव अस्तित्वात आला नसता; किंबहुन आज जी सजीव सृष्टी पृथ्वीवर आहे तशा स्वरूपाची सजीव सृष्टीही अस्तित्वात आली नसती असा शास्त्रज्ञांचा दावा आहे. त्या काळात पृथ्वीवर एक फार मोठी उल्का आदळली. यामुळे फार मोठ्या प्रमाणात धुरळा उडाला आणि तो वातावरणामध्ये मिसळला. यामुळे पृथ्वीच्या वातावरणाचं स्वरूप बदलून गेलं. गेल्या दोन दशकात या उल्कापाती धक्क्यासंबंधी अनेक पुरावे शास्त्रज्ञांना मिळाले आहेत. यात अतिसूक्ष्म हिरे व धक्कानिर्मित काचेचे सूक्ष्मकण यांचाही समावेश आहे.

सुमारे १० कोटी वर्षांपूर्वी पृथ्वीवर जेव्हा डायनोसॉरवर्गी प्राण्यांचे राज्य होते त्या काळात पृथ्वीचे सरासरी तापमान आजच्यापेक्षा १० ते १४ अंश से. ने जास्त होते. त्यावेळी ग्रीनलंडसारख्या आजच्या अतिशीत तापमानाच्या प्रदेशात उष्ण प्रदेशात आढळणाऱ्या वनस्पती माजल्या होत्या. तर दक्षिण धृवीय भूखंडावर डायनोसॉर वावरत होते. दलदले, झरे व अरण्य अशा तऱ्हेचे दृश्य अंटार्क्टिकभर पाह्यला मिळत होते. पृथ्वीवर त्या महाकाय उल्केच्या रूपाने जी अस्मानी आपत्ती कोसळली त्या आपत्तीत डायनोसॉरचा वंशच नष्ट झाला. यामुळेच पृथ्वीवर सस्तन प्राणी मोकळेपणाने वावरू लागले. यातच एक चिचुंद्रीसारखा सस्तन प्राणी होता. उत्क्रांती होत होत या प्राण्यापासूनच अनेक प्रकारचे वानर आणि अखेरीस मानव निर्माण झाला.

पृथ्वीच्या वातावरणात अनेक बदल वेळोवेळी घडून आलेले आहेत. सर्वच बदल या उल्कापाताइतक्या नाट्यपूर्ण प्रसंगांमुळे घडून आलेले नाहीत, तरीही या हळुहळू घडणाऱ्या बदलांचाही एकूण उत्क्रांतीवर आणि विशेष करून मानवी उत्क्रांतीवर निश्चितच परिणाम घडून येत होता. हवेतला कार्बन-डाय-ऑक्साईड वायू मातीत व सागरात शोषला जाऊन कमी कमी होत गेल्यामुळे पृथ्वीचे तापमान काही कोटी वर्षे कमी कमी होत गेले.

येल विद्यापीठात रॉबर्ट बर्नर नावाचे एक शास्त्रज्ञ आहेत. त्यांनी पृथ्वीच्या वातावरणात गेल्या साठ कोटी वर्षात कसकसे बदल घडत गेले असावेत, याबाबत संशोधन करून याबाबतची संगणकी प्रतिरूपे निर्माण केलेली आहेत. त्यावरून हवेतील कार्बन-डाय-ऑक्साईड प्रमाण वाढले की काचघर परिणामामुळे तापमान वाढते तर कार्बन-डाय-ऑक्साईडचे प्रमाण जसजसे कमी कमी होत जाते, तसतसे तापमान कमी कमी होत जाते हे सर्वमान्य सूत्र वापरून त्यांनी पृथ्वीवर मोठ्या संख्येने सजीव वावरू लागल्यापासून पृथ्वीवरचे हवामान कसे कसे बदलते असावे यासंबंधीचे आडाखे बांधले. यावरून काही अपवाद वगळता पृथ्वीचे तापमान हळूहळू थंड झाले हेही त्यांनी सिद्ध केले.

हळूहळू थंड होणे आणि हळूहळू तापमान वाढणे, असे चक्री बदल पृथ्वीच्या वातावरणात बरेचदा होऊन गेले. अशाच एका हळूहळू थंड होण्याच्या कालखंडात माणसाचा आदिपूर्वज दोन पायांवर चालू लागला. बऱ्याच मानव शास्त्रज्ञांच्या म्हणण्यानुसार पुढचे पाय हत्यारे वापरणे किंवा अशाच कुठल्या तरी मानवी गुण वैशिष्ट्यासाठी मोकळे राहावेत म्हणून माणूस दोन पायांवर उभा राहू लागला असावा. याउलट कॅलिफोर्निया विद्यापीठातल्या पीटर रॉडमन आणि हेन्री मॅकहेन्री यांच्या मते माणूस बदलत्या पर्यावरणाशी सामावून घेताना द्विपाद बनला. हे कसं घडलं? पृथ्वीचे वातावरण थंड होऊ लागल्यावर आफ्रिकेतल्या काही भागातल्या घनदाट जंगलांचं हळूहळू गवताळ प्रदेशात रूपांतर व्हायला सुरुवात झाली. यामुळे झाडी सलग राहिली गेली. दाट झाडी, मग गवताळ प्रदेश मग पुन्हा दाट झाडी, असं निसर्गाचं रूप बनलं. मग हळुहळू ही पण झाडी नाहीशी झाली आणि आजचा सॅवॉनाचा गवताळ प्रदेश तयार झाला. आपल्याला या दाट झाडी आणि गवताळ माणूस द्विपाद कसा बनला हे पाह्यचं आहे.

युता विद्यापीठाच्या थुरे सर्लिंग नावाच्या शास्त्रज्ञानं केलेल्या संशोधनाचा या कामी मागोवा घ्यायचा आहे. वृक्ष मरताना त्यांच्या विघटनानं जो कार्बन मागं राहतो, तो ओळखण्याचं एक तंत्र सर्लिंगनी शोधून काढलं आहे. वृक्ष मेल्यानंतर आता बराच कालावधी लोटला. लक्षावधी वर्षे निघून गेली. त्यामुळे हे कार्बनचे सूक्ष्म प्रमाण शोधणे तसे अवघड असते. अशा परिस्थितीत कार्बन शोधायचाच

कशाला? तर झाडांच्या विघटनातून जो कार्बन मोकळा होतो तो गवताच्या विघटनातून मोकळ्या होणाऱ्या कार्बनपेक्षा वेगळा ओळखता येतो. म्हणजे एखाद्या सर्लिंग तंत्राच्या जाणकाराला एखाद्या मातीत असलेल्या सूक्ष्म कार्बन कणांच्या साहाय्याने इथे पूर्वी गवत उगवत होतं की वृक्षराजी होती आणि ती किती काळापूर्वी होती, हे सांगता येतं. या तंत्राच्या साहाय्यानं सर्लिंग यांनी आफ्रिकेतली माती तपासली. त्यावरून सुमारे ७० लक्ष वर्षांपूर्वी आफ्रिकेत गवताळ प्रदेश निर्माण होण्यास सुरुवात झाली असं दिसून आलं.

पर्यावरणाच्या या बदलत्या स्वरूपामुळे हळूहळू मानवाचा आदिपूर्वज दोन पायांवर वावरू लागला. एवढंच नव्हे तर दोन पावलांवर चालण्यात अनेक फायदे आहेत हे लक्षात घेऊन त्या आदिपूर्वजांची शरीररचनाही हळूहळू दोन पायांवर चालण्याच्या दृष्टीनं सोयीस्कर अशी बनत गेली. रॉडमन आणि मॅकहेन्री यांनी याबाबत संशोधन करून एक सिद्धांत मांडला आहे आणि हे बदल कसे घडत गेले असावेत याबद्दल आपले तर्क त्यांनी या सिद्धांतामार्फत जगापुढं आणले आहेत. चालताना प्राणी किती ऊर्जा खर्च करतात याचा रॉडमन आणि मॅकहेन्री यांनी अभ्यास केला. दूर अंतर काटण्यासाठी चार पायांवर चालण्यापेक्षा दोन पायांवर चालणे हे कमी ऊर्जा खर्चाचे काम आहे, हे त्यांच्या लक्षात आले. मुख्य म्हणजे चिंपांझी आणि गोरीला यांच्याप्रमाणे चालणे तर दूर अंतर चालण्याच्या दृष्टीने फारच ऊर्जा खर्चिक व त्रासदायक ठरते. यामुळेच आपले आदिपूर्वज दोन पायांवर चालू लागले. आणि मग मोकळ्या राहणाऱ्या पुढच्या पायांचा हात म्हणून उपयोग करू लागले. माणूस आधी दोन पायांवर चालू लागला आणि पुरातन शास्त्रीय पुराव्यांनुसार तो त्यानंतर दहा लाख वर्षांनी हत्यारे बनवू लागला. हा रॉडमन मॅकहेन्री सिद्धांत सध्या शास्त्रीय जगतात गाजतोय. त्याच्या बाजूने आणि त्याच्या विरुद्ध बोलणारे शास्त्रज्ञ आपापले पुरावे शास्त्रीय सभातून मांडत असतात कारण पुरातत्त्व शास्त्रातील पारंपरिक विचारसरणीनुसार माणूस आधी हत्यारे अवजारे बनवू लागला आणि ती अवजारे-हत्यारे वापरण्यासाठी म्हणून दोन पायावर चालू लागला. या सिद्धांताच्या बरोबर विरुद्ध असा रॉडमन मॅकहेन्री सिद्धांत झटकन स्वीकारला जाईल हे अवघडच आहे.

पृथ्वीच्या इतिहासातील सर्वांत नाट्यमय असा वातावरणातील बदल घडला. त्याच वेळी मानवी उत्क्रांतीतला आणखी एक महत्त्वाचा बदल घडून यावा, हा एक सुदैवी योगायोगच म्हणायला हवा. हा मानवी उत्क्रांतीमधील महत्त्वाचा टप्पा म्हणजे मेंदूच्या आकारामधील वाढ. या पूर्वीच्या कुठल्याही प्रायमेटवर्गी प्राण्यापेक्षा मेंदूचा आकार मोठा असलेले प्रायमेटवर्गी प्राणी ज्यावेळी अस्तित्वात आले त्याच सुमारास पृथ्वीचे सरासरी तापमान एकदम कमी झाले. ही घटना

सुमारे २५ लक्ष वर्षांपूर्वी घडून आली. पृथ्वीचे तापमान कमी झाल्याचे या काळातील भरपूर पुरावे शास्त्रज्ञांना उपलब्ध झालेले आहेत. यातला एक महत्त्वाचा पुरावा म्हणजे खोल सागरात राहणाऱ्या कालवांचे शिंपले आणि इतर प्राण्यांची कवचं. हे तापमान पृथ्वीवर सर्वत्र कमी तर झाले होतेच पण ते अतिशय झपाट्याने कमी झाले होते हे विशेष याच काळात सर्व प्रथम पृथ्वीच्या उत्तर ध्रुवावर पाण्याचं बर्फ झालं. आत्ताच्या उत्तर ध्रुवीय हिमटोपाची ही सुरुवात मानण्यात येते आणि याच काळात भूखंड बरीच शुष्क आणि वाळवंटी बनू लागली होती.

हे वातावरणातले सार्वत्रिक बदल व्हायचं एक कारण म्हणजे हिमालयाचे उत्थान. सुमारे ६ कोटी वर्षांपूर्वी भारतीय द्वीपकल्पाचा भाग दक्षिण आफ्रिके-जवळील आपले स्थान सोडून निघाला आणि ४ कोटी वर्षांपूर्वी आशिया खंडाला येऊन धडकला. याचा पृथ्वीच्या हवामानावर कोणता परिणाम झाला असावा, याबद्दल जॉन कुझबाख व विल्यम रूडीमान यांनी संगणक सादृशीकरणाच्या साहाय्यानं अभ्यास केला. रूडीमान कोलंबिया विद्यापीठाच्या लामोंट डोहार्टी जिऑलॉजिकल ऑब्झर्वेटरीतले शास्त्रज्ञ असून कुझबारख हे विस्कॉन्सिर विद्यापीठातले संशोधक आहेत. यांच्या या अभ्यासामधून असं दिसून येतं की २५ लक्ष वर्षांपूर्वी हिमालयाची उंची उत्तर गोलार्धातील वाऱ्यांची दिशा बदलण्याइतकी वाढलेली होती. यामुळे पृथ्वीच्या एकंदर वातावरणावरच या पर्वतराजीच्या उंचीचा जबरदस्त प्रभाव पडला होता. यामुळे जे बदल घडले त्यात आफ्रिका खंडाचा फार मोठा भाग शुष्क बनला. यामुळे अनेक जुन्या प्राणीजाती नष्ट झाल्या आणि नव्या प्राणीजाती निर्माण झाल्या. या भागतील पुराजीवावशेषांचा येल विद्यापीठातील एलिझाबेथ व्हर्बा यांनी अभ्यास केला. ज्यावेळी वतावरणात बदल झाला त्याच सुमारास प्राणीजातीतही बदल घडले, असं त्यांना या अभ्यासात दिसून आलं. उदाहरणार्थ, झाडाझुडपात राहणाऱ्या हरणांची जागा गवताळ भागात राहणाऱ्या हरणांनी घेतली. तसेच ओल्या मातीत राहणाऱ्या कृदंतांची (कुरतडणारे प्राणी) जागा गवताळ आणि शुष्क प्रदेशात राहणाऱ्या कृदंतांनी घेतली. २५ लक्ष वर्षांपूर्वी हे जे वातावरणातील बदल घडून आले त्यामुळे इतर प्राणीजातीप्रमाणेच आदिमानवी जातींवरही या बदलांचा जाणवण्याइतका प्रभाव पडला. कारण अखेरीस तेही त्या काळात वन्य सस्तन प्राणीच होते. यामुळे सुमारे दहा लाख वर्षे वावरणारी एक आदिमानवी शाखा या काळात नष्ट झाली आणि दोन पायांवर चालणाऱ्या ३ ते ४ वेगवेगळ्या आदिमानवी जमाती अस्तित्वात आल्या. यातल्या एका जातीनं एक दगड दुसऱ्यांवर आपटून छिलके उडवले आणि अश्मी हत्यारे बनवली असं इथल्या पुराजीवशेषांवरून एलिझाबेथ व्हर्बा यांचं मत झालं आहे.

२५ लक्ष वर्षांपूर्वी पृथ्वीचं वातावरण एकदम थंड झालं. त्यानंतर पृथ्वीच्या वातावरणात चक्राकार बदल सुरू झाले. या प्रत्येक बदलाचे वेळी मानवी मेंदूचा आकार टप्प्याटप्प्यानं वाढलेला दिसून येतो. २५ लक्ष वर्षांपूर्वीच्या काळात पृथ्वीच्या वातावरणात जे बदल झाले होते ते प्रदीर्घ काळ चालणाऱ्या भूशास्त्रीय बदलांवर आधारित बदल होते. हिमालयाच्या अुत्थानोत्तर काळात मात्र पृथ्वीचं वातावरण अतीसंवेदनशील बनलं आणि पृथ्वीच्या गतीतील, कक्षेतील सूक्ष्म बदल आणि अक्षाच्या कलातील किरकोळ बदल यांचेही वातावरणावर परिणाम जाणवू लागल्याचं दिसून येतं.

गेल्या २५ लक्ष वर्षात ही जी बदल चक्रे सुरू झाली, त्यामध्ये ५० ते ८० हजार वर्षे हिमयुग आणि १० हजार वर्षांचा उबदार काळ अशा स्वरूपाचे बदल आढळून येतात. यामुळे उबदार कालखंडात आंतर हिमयुगीन काल असं म्हणतात. हिमयुगात पृथ्वीवर फार मोठ्या प्रमाणात बर्फ पडतं. संपूर्ण युरोपभर हिमनद्या वाहतात. आशिया आणि अमेरिकेतही हिमरेखा दक्षिणेकडे सरकते. एवढं पाणी बर्फाच्या रूपात जमिनीवर अडकलं की साहजिकच सागरी पाण्याची पातळी खाली खाली जाऊ लागते.

विषुववृत्तीय भूप्रदेशातही थंडी जाणवू लागते आणि शुष्कपणा वाढतो. सध्याप्रमाणे आंतरहिमयुगीन कालखंडात हिमनद्या मागं मागं सरकत जातात. पृथ्वीचं वातावरण उबदार बनतं, वनस्पती आणि प्राणी फोफावतात. गेल्या १६ लक्ष वर्षात हे चक्र अशा तऱ्हेनं पंधरा वेळा फिरलं आहे आणि आत्तापर्यंत या चक्राची वारंवारता पाहता आणखी दोन हजार वर्षांनी पुन्हा हिमयुगाची सुरुवात होईल असं शास्त्रज्ञांना वाटतं.

वातावरणातील या झपाट्यानं घडून येणाऱ्या बदलांमुळं मानवी मेंदूचा आकार वाढावयास मदत झाली असं काही शास्त्रज्ञांना वाटतं. या वाक्यातील 'झपाट्यानं घडून येणारे बदल' या शब्दप्रयोगाबद्दल आपल्याला आश्चर्य वाटेल पण साडेचार अब्ज म्हणजे ४५० कोटी वर्षांच्या पृथ्वीच्या इतिहासात पाच-पन्नास हजार वर्षे फार किरकोळ ठरतात. या बदलांचा आणि मानवाच्या मेंदूच्या वाढीचा संबंध कसा लावायचा? जर जेव्हा जेव्हा आंतर हिमयुगीन उबदार कालखंड पृथ्वीवर अवतरला, त्या त्या वेळी त्या काळात अस्तित्वात असलेल्या मानवी वंशाच्या प्राण्यांची संख्या झपाट्यानं वाढत गेली. ही संख्या वाढत असतानाच नव्या हिमयुगाची सुरुवात होत असे. या हिमयुगात ही लोकसंख्या फार मोठ्या प्रमाणात कमी होत असे आणि बहुधा या हत्याकांडातून ज्यांचा मेंदू मोठा आहे असे आदिमानवी प्राणी वाचत असतं. हे हिमयुग संपलं की त्यानंतर या मेंदू आकारानं मोठा असलेल्या प्राण्यांचा वंश वाढत असे, भरभराटीस येत असे. पुन्हा जेव्हा

हिमयुग यायचं त्यावेळी या जनसंख्येतील आकारानं मेंदू मोठा प्रजा शिल्लक राह्यची. असं करत करत आजच्या आपल्या मेंदूचा आकार आपल्या पूर्वजांना प्राप्त झाला असा दावा वॉशिंग्टन विद्यापीठाचे विल्यम काल्विन करतात. आपण सध्या अशाच एका आंतरहिमयुग काळात वावरतोय. या आधीचा आंतरहिमयुगीन काळ १ लाख २५ हजार वर्षांपूर्वी सुरू झाला आणि सुमारे दहा हजार वर्षे टिकला होता. नंतर पुन्हा हिमयुगास सुरुवात झाली. होमो सेपियन्स म्हणजे आपल्यासारख्या मानवांच्या अस्तित्वाचे पहिले पुरावे या काळापासून मिळू लागतात.

हिमयुग चालू असताना पृथ्वीच्या सर्व भागात बर्फ पसरलेलं नसतं. सागरकिनारी बरीच भूमी उपलब्ध असते. शिवाय विषुववृत्तीय प्रदेशात सुखद वातावरण असतं. तसंच हिमनद्या आणि हिमव्याप्त प्रदेश यांचा विस्तारही वातावरणातील बदलावर अवलंबून कमी जास्त होत असतो. गेल्या तीस हजार वर्षात या परिस्थिती बदलाचाही मानवी प्रगतीवर बराच प्रभाव पडलेला दिसतो. जसजसे या मानवी वसाहतींवर नैसर्गिक संकटांचे सावट पडू लागत असे तसतसे त्यांचे आपापसातील व्यवहार अधिक गुंतागुंतीचे बनू लागत. गुहांमध्ये चितारलेली आदिमानवी कला ही कोसळणारी आपत्ती दूर करण्यासाठी केलेला जादूटोणा किंवा आध्यात्मिक उपाय असावा, असं आता बऱ्याच मानववंश शास्त्रज्ञांना वाटतं. युरोपातली ती गुहांच्या भिंतीवरील कला आणि युरोपातील हिमनद्यांचा सर्वाधिक विस्तार हे एकाच कालखंडात म्हणजे १८ हजार वर्षांपूर्वी घडून आल्यामुळे या दोहोंचा परस्परसंबंध जोडला जातो.

मानवी इतिहासात प्रथमच पृथ्वीचं तापमान झपाट्यानं वाढू लागलं ते पंधरा हजार वर्षांपूर्वी. त्यावेळी काही ठिकाणी सागरी पाण्याची पातळी सुमारे ४०० फुटाहून अधिक वाढली. यामुळे अलास्का आणि सैबेरिया एकमेकांपासून वेगळे झाले. ऑस्ट्रेलिया आणि न्यूगिनीमध्ये समुद्र निर्माण झाला. युरोप, आशिया आणि अमेरिकेतील शुष्क गवताळ प्रदेशाची जागा अरण्यांनी आणि वृक्षराजीने घेतली. या भागातले वातावरण आजच्यासारखे बनले आणि याच काळात मानव शेती करू लागला असं हार्वर्ड विद्यापिठाचे शास्त्रज्ञ ओफेर बार-योसेफ यांचं म्हणणं आहे.

सुमारे तेरा हजार ते दहा हजार वर्षांपूर्वी वातावरणात जे अनेक बदल झपाट्यानं झाले ते आंदोलनांच्या स्वरूपात होते. यामुळे त्याकाळातील माणसांच्या राहणीमानावर परिणाम झाला. त्यापूर्वी शिकार करणे व फळे आणि कीटक वेचणे हे उपजीविकेचे साधन असलेल्या माणसांनी याला वेचणारे व शिकारी (हंटर गॅदरर्स) असं म्हणतात. अशा माणसांनी आपला हा भटकंतीचा उद्योग सोडून एका जागी राहून शेती करणे पसंत केले. शेती हा मानवी इतिहासातील

एक क्रांतिकारक शोध समजला जातो पण तो शोध नसून आपत्काळावरील समस्या-आपद्धर्म असावा, असं बार-योसेफना वाटतं. शेती कशी सुरू झाली, या विषयाचे विवेचनही बार-योसेफ यांनी केले आहे.

पहिली शेती ही मध्यपूर्वेत जिथे आफ्रिका आणि आशिया एकमेकांना मिळतात त्या भागात केली गेली, असं मानण्यात येतं. तसे पुरावेही उपलब्ध आहेत. या भागाला लेव्हांत असं म्हणतात. आज इथं इस्रायल, सिरिया, लेबनॉन आणि जॉर्डन हे देश आहेत. सुमारे १३ हजार वर्षांपूर्वी इथे भरपूर प्राणी नांदत होते. यामुळे हाण, वेच (हंटिंग, गॅदरिंग) पद्धतीचं जीवन सोपं बनलं होतं पण जसजसं पृथ्वीच्या वातावरणाचं, सरासरी तापमान वाढू लागलं तसतशी या भागातही हरिण भूमी कमी झाली. दुष्काळांचं प्रमाण वाढलं आणि हळूहळू या भागाचं मरुभूमीत रूपांतर होऊ लागलं. त्या काळात या भागात जे अनेक मानवी समूह रहात होते त्यात नातुफियन नावाची एक जमात होती. उत्तरेस पर्वत, पश्चिमेस सागर आणि पूर्वेकडून व दक्षिणेकडून वाळवंटाचं आक्रमण, यामुळे या नातुफियनांनी हाणावेच जीवन पद्धत सोडून, नदीच्या काठी वसाहत करायचं ठरवलं असावं आणि हाणावेच पद्धतीचा हळूहळू त्याग करता करता शेतीचा पर्याय स्वीकारला असावा असं बार- योसेफना वाटतं. बार-योसेफच्या या सिद्धांतास पूरक असं एक नवं संशोधन झालं आहे. हार्वर्ड विद्यापीठाच्या डॅनियेल लीबरमन यांनी हे संशोधन केलं. लेव्हांत भागातल्या अनेक ठिकाणी नातुफियनांच्या आधीच्या काळातल्या मानवाचेही पुरावे मिळतात. हे नातुफियनपूर्व मानव एकदम बरीच हरणं मारत होते, असे पुरावे आता उपलब्ध झाले आहेत. या उलट नातुफियन वर्षभर हरणं मारायचे, असं या मारलेल्या हरणांच्या अवशेषावरून सिद्ध होतं. तसंच नातुफियनांच्या वसाहती होत्याच पण तिथे घरात राहणारे उंदीर होते, याचेही पुरावे मिळाले आहेत. यावरून नातुफियन कायमस्वरूपी वसाहती करू लागले होते असं लीबरमनाना वाटतं.

अशा तऱ्हेनं नातुफियन स्थिरावत असतानाच एकाएकी पृथ्वीचं वातावरण थंड होऊ लागलं आणि सुमारे अकरा हजार वर्षांपूर्वी एक मिनी हिमयुग पृथ्वीवर अवतरलं. हे फक्त हजार वर्षेच टिकलं. हे कशामुळे निर्माण झालं, याचा मात्र शास्त्रज्ञांना उलगडा झालेला नाही, पण यामुळे नातुफियनांच्या पुढे एक मोठाच प्रश्न उभा राहिला, तो म्हणजे आपलं बस्तान हलवून पुन्हा हाणवेच जीवन पद्धतीचा अवलंब करणे किंवा हाणवेच पद्धती सोडून अन्न मिळवायची एखादी नवी पद्धत अंगीकारणे. एवीतेवी ते अर्धभटके जीवन जगत होते आणि त्यात शेतीचाही समावेश होताच. तेव्हा मग बदलत्या वातावरणाला तोंड देण्यासाठी त्यांनी आपली जीवनपद्धती पूर्णपणे शेती अवलंबी करण्याचा निर्णय घेतला

असावा. असा निर्णय घेतलेले नातुफियन या अस्मानी संकटातून वाचले तर पूर्णपणे भटके बनलेल्या टोळ्या नाहीशा झाल्या यावरून त्यांचाच निर्णय योग्य होता हे काळाने सिद्ध केले.

नातुफियनांना आपली हाणवेच जीवन पद्धती सोडून शेतकरी बनण्यासाठी फार तांत्रिक प्रगती करावी लागली किंवा अन्नामध्ये बदल करावा लागला असंही नाही. सुमारे २० हजार वर्षे पूर्वीपासून मानवाला डाळी, आणि तृणधान्यांची माहिती होती. आपल्या हाणवेच जीवन पद्धतीतही ते या अन्नधान्याचा पूरक अन्न किंवा रुचिपालट म्हणून उपयोग करत होते याचे पुरावे आता मिळू लागले आहेत.

अशा तऱ्हेनं एकाएकी जीवनपद्धती बदलावी लागल्यावर कुठल्याही समाजाचे हाल होतात. हाणवेच जीवन पद्धतीत मांसाहार भरपूर असल्यामुळं प्रथिनांची कमतरता मानवास कधीच पडत नव्हती. शेती वसाहत करणाऱ्या मानवी समूहाला कुपोषण, जीवनसत्त्वांचा अभाव आणि साठलेल्या घाणीमुळे होणारा कीटकांचा प्रादूर्भाव आणि तज्जन्य रोग यांना तोंड द्यावे लागले. सातत्यानं एकत्रित राहणाऱ्या आणि एकमेकांवर अवलंबून असणाऱ्या व्यक्तीमध्ये भांडणतंटे उद्भवणं अपरिहार्य असतं. स्थिर जीवनपद्धतीत त्यांचं प्रमाण वाढतं. भटक्या जीवन पद्धतीत दोन तट पडले तर त्यापासून दोन टोळ्या वेगळ्या होऊन वेगवेगळ्या दिशेनं निघून जातात तसं वसाहतीत होऊ शकत नाही. शिवाय शेती आणि वसाहत आली की अन्नधान्याची साठवण आली आणि साठवणी पाठोपाठ संरक्षण व्यवस्थाही आलीच.

नातुफियनांची शेतीप्रधान व्यवस्था स्थिरावली आणि पसरली एवढंच नव्हे तर त्यामुळे लोकसंख्येतही वाढ झाली याचे बरेच पुरावे मध्यपूर्वेत उपलब्ध आहेत. याचं कारण हाणवेच पद्धतीनं जेवढं अन्न मिळतं त्यापेक्षा शेतीतून कितीतरी पटीनं अन्न मिळतंच पण ते आपत्कालीही उपलब्ध होऊ शकतं. सुमारे दहा हजार वर्षांपूर्वी पृथ्वीचं तापमान वाढून वातवरण पुन्हा उबदार झालं तेव्हा नातुफियन वसाहती पंचवीस पटीनं वाढल्या आणि हाच प्रकार याच सुमारास पृथ्वीवर इतरत्रही घडलेला दिसून येतो.

आज बरेच पर्यावरण संरक्षण चळवळीचे कार्यकर्ते वातावरणातील बदलाबद्दल मानवी व्यवहारांना दोषी ठरवत आहेत. पण मानवजातीच्या सुरुवातीपासून आजामितीस मानव व निसर्ग हे एकमेकांच्या सोयीनं गुण्यागोविंदानं जगल्याचे पुरावे नाहीत. प्रत्येक वेळी नैसर्गिक संकटांवर मात करून मानवजातीची प्रगती झाल्याचं आढळून येतं आणि प्रत्येक वेळी पर्यावरणातील नाट्यमय बदलांबरोबर मानवी जीवनपद्धतीत नाट्यमय बदल झाल्याचे आढळून येते. यामुळे सध्या जे पर्यावरणासंबधी वाद चालू आहेत त्यांना एक नवी दिशा मिळायला हरकत नाही.

◆

मानवी उत्क्रांती आणि पर्यावरण

मानवी उत्क्रांती आणि पर्यावरण यांचा परस्परसंबंध असल्याचे अनेक पुरावे वेळोवेळी शास्त्रज्ञांच्या हाती आले आहेत. मानवी पूर्वज झाडांवरून उतरून गवताळ प्रदेशात आले ही मानवी उत्क्रांती बाबतीत जशी महत्त्वाची घटना मानली जाते, तशी ती पर्यावरणाच्या बाबतीतही एक महत्त्वाची घटना ठरते असं मानववंश शास्त्रज्ञ आणि पर्यावरण शास्त्रज्ञ या दोघांचंही मत आहे.

माणसाचे वृक्षवासी पूर्वज झाडावरून जमिनीवर का आले याचं एक महत्त्वाचं कारण म्हणजे हिमयुगानंतर बर्फाच्छादन वितळलेल्या भूप्रदेशात गवताचं प्रमाण खूप वाढलं. त्यामानाने वृक्षाच्छादित प्रदेश कमी झाले. वृक्षांची दाटी असलेल्या एका प्रदेशातून दुसऱ्या प्रदेशात जायचे तर या पूर्वजांना गवताळ प्रदेश ओलांडावा लागत होता. गवताळ प्रदेशात धोके फार मोठ्या प्रमाणावर होते. ज्याप्रमाणे माणूस गवताळ प्रदेशात उतरल्यावर किडेमकोडे पकडून खाऊ लागला, त्याचबरोबर त्यानं फळांच्या ऐवजी गवताचं बी वेचून खाणंही सुरू केलं होतं. यामुळे झाडावर आश्रय आणि खायच्या वेळी गवताळ प्रदेश असा मानवाचा कार्यक्रम असे.

या काळात सस्तन प्राण्यांची संख्या वाढली. यातले बरेच गवतावर जगणारे होते. शाकाहारी प्राणी जसे वाढले, तसे त्यांच्यावर शिकार करून जगणारे प्राणीही वाढीस लागले. शिकार करून जगणारे प्राणी हे आपली शिकार अगदी शेवटपर्यंत कधीच खात नाहीत. त्यांनी शिकार केलेली असते. त्यासाठी त्यांना बरीच दमछाक करावी लागलेली असते. त्यामुळे वाघ-सिंह हे प्राणी शिकारीचा मऊ आणि खायला सोपा भाग आधी खातात. ते हाडं फोडत बसत नाहीत. शिकारीच्या डोक्याच्या वाटेला ते जात नाहीत. त्यांनी न खाल्लेला हा भाग संपवून जे उरते, ते खाण्यासाठी तरस, गिधाडं, कोल्हे यांसारखे निसर्गाचे सफाईरक्षक उपलब्ध असतात. ज्याला आपण जंगलचा राजा समजतो तो सिंह चोर असतो. बरेचदा चित्त्यानं किंवा बिबळ्यानं केलेली शिकार हा तथाकथित जंगलचा राजा आपल्या शक्तीच्या जोरावर किंवा संख्याबळावर पळवतो. हे थोडं

विषयांतर झालं, पण आपल्या निसर्गाबद्दल ज्या अनेक भाबड्या समजुती असतात, त्या कशा खोट्या असतात, हे दर्शविणारा हा पुरावा चित्रफितींवर उपलब्ध आहे. आपली अशीच एक भाबडी समजूत म्हणजे माणूस आणि माणसाचे उत्क्रांतीतले भाईबंद हे शाकाहारी होते, ही आहे. माणसाचे पूर्वज हे शाकाहारी नव्हते, माणूस शाकाहारी नव्हता आणि एप्सही शाकाहारी नाहीत. माणूस हा सर्वभक्षी होता. सर्व प्रकारचे कपि (एप्स) प्रथिनं मिळविण्यासाठी जंगलात सर्वात प्रथिनयुक्त आहार म्हणजे कीटक खातात.

मानवाचे पूर्वज हे गवताळ प्रदेशात वावरू लागले, तेव्हा इतर प्राण्यांनी केलेली शिकार आपल्याला पळवता येऊ शकते, हे त्यांच्या लक्षात आले. यासाठी ते ज्या युक्त्या-प्रयुक्त्यांचा वापर करीत होते, त्यांचा आजही अनेक आदिम जमाती वापर करताना आढळतात. सिंहानं शिकार केली की मशाली आणि दगडधोंड्यांचा वापर करून सिंहाला पळवून लावणे, दलदलीच्या किंवा पाणथळ प्रदेशात पक्ष्यांची शिकार करणाऱ्या शिकाऱ्यानं शिकार केली की खूप आरडाओरडा आणि गोफणीने दगड फेकून शिकाऱ्याला शिकार खाली टाकायला लावणे वगैरे प्रकार आफ्रिकेत, न्यूगिनीत पाहावयास मिळतात.

मानवाच्या पूर्वजाला मृत प्राण्याचं मांस खावंसं वाटलं की तो गिधाडं, तरसं यांचा स्पर्धक बनून असं मांस मिळवत असे. त्याचबरोबर गवताळ प्रदेशातील पक्ष्यांची गवतातली घरटी शोधून काढून त्यांची अंडी पळवणं हा त्याचा आवडता उद्योग असायचा. मागे गवताळ प्रदेशात वावरणाऱ्या माणसाला धोका होता, हे आपण बघितलं. तो कशा प्रकारचा होता, हे आता आपण बघणार आहोत. गवताळ प्रदेशात सापाची भीती फार. ही भीती अजूनही आपल्या मनातून गेलेली नाही. किंबहुना प्राण्याची भीती गेली तरी सर्वच सरपटणाऱ्या प्राण्यांबद्दल मानवाच्या मनात जी भीती आढळते ती या आपल्या पूर्वजांकडून वंशपरंपरा आपल्याकडे चालत आलेली भीती आहे. दुसरी भीती म्हणजे गवताळ प्रदेशात वावरणाऱ्या आणि झटकन लक्षात न येणाऱ्या हिंस्र प्राण्यांची. चित्ते, बिबळे, वाघ आणि सिंह यांचा रंग ठिपके, पट्टे आणि आयाळ यांच्यामुळे ते आपल्या झटकन लक्षात येत नाहीत. यामुळे गवतात वावरणाऱ्या प्राण्यांचा पत्ता लावायचा तर गवताच्या हालचालीवर लक्ष ठेवावं लागतं. म्हणजे गवताच्या वर मान काढावी लागते. अशा तऱ्हेनं गवतातल्या शत्रूवर लक्ष ठेवत ठेवत माणूस दोन पायांवर उभं राहून चालायला शिकला. असा मानवी उत्क्रांतीच्या अभ्यासकांचा दावा आहे. माणूस दोन पायावर उभा राहिला म्हणून लांबवर दगड मारणे, खूप जोरजोरात ओरडत प्राण्यांचा कळप एखाद्या कड्याच्या दिशेनं हाकलणे, मग ते प्राणी कड्यावरून पडून जखमी झाले अथवा मेले की त्यांना दगडं मारून ठार

मारणं किंवा ते मेल्याची खात्री करून घेणं, यात माणूस हळूहळू पर्यावरणावर प्रभाव पाडू लागला. पहिल्यांदा तो जाणवण्याइतका नव्हता. पण हळूहळू तो जाणवू लागला. मॅमथ नावाचे महाकाय हत्ती मानवी शिकारीमुळे नाहीसे झाले, असं म्हणतात.

आपल्याला आश्चर्य वाटेल पण महाराष्ट्रात आदिमानव काळानंतरही म्हणजे तेरा हजार वर्षांपूर्वीपर्यंत म्हणजे आपले खरे पूर्वज शेती करू लागले त्या काळात शहामृग अस्तित्वात होते, गेंडे होते असं आढळून आलं आहे. रेड इंडियन संस्कृतीत रानरेडे—म्हणजे ज्याला अमेरिकन लोक बायझन्स म्हणतात ते फार महत्त्वाचे होते. बायझन्सचे कळप वाढावे म्हणून रेड इंडियनांनी झाडं तोडून गवताळ प्रदेश वाढवला. पुढे गोऱ्यांनी अमेरिकेतले लांडगे आणि बायझन्स नामशेष करत आणले. कारण त्यांना गव्हाची शेती करायची होती.

माणूस सुमारे १८ हजार वर्षांपूर्वी शेती करू लागला. पर्यावरण हवंतसं करण्याच्या दृष्टीने मानवाने उचललेलं ते पहिलं पाऊल होतं. शेतीसाठी सपाट जमीन लागते. शेतीत येणारं पीक सोडलं तर इतर वनस्पती 'तण' ठरतात. शेती करायची तर शेताजवळच काही काळ तरी वस्ती करावी लागते. अशात जर थंडी पडली किंवा पाऊस आला तर निवारा असावा लागतो. निवारा पाण्याजवळ असला तर अधिक चांगलं. यामुळे मानवाने वस्ती करायचे ठोकताळे तयार झाले.

शेतीच्या कितीतरी आधी माणसाला अग्नीचा शोध लागला होता. यामुळे तो मांस भाजून गुहेत साठवू लागला. याचा परिणाम असा झाला की तो पूर्वी जर गरजेपुरते प्राणी मारत असेल तर थंडीवाऱ्यात, पावसात गुहेबाहेर पडायला लागू नये या हिशेबानं तो जरुरीपेक्षा जास्त प्राणी मारू लागला होताच. आता या प्राण्यांबरोबर तो शेतीचं अन्न साठवू लागला. यामुळे मग त्याला स्वस्थता लाभली. ही स्वस्थता लाभल्यावर आपली मर्दानगी दाखवायला तो शिकार करू लागला. आपलं अन्न सुरक्षित राहावं, जमलं तर दुसऱ्याचं पळवावं यासाठी तो लढायाही करू लागला. लढाईपूर्वी युद्धोन्माद चढावा म्हणून आणि जिंकल्यावर आनंदाप्रीत्यर्थ तो उत्सव साजरे करू लागला. यातून देव आणि संस्कृती हळूहळू अस्तित्वात आल्या. याचं कारण धान्य, पाळीव पशु-पक्षी यांच्या संरक्षणात मानवाला ही अतिमानवी मदत आवश्यक वाटू लागली.

मानव हा मूलतः प्राणी आहे. अजूनही बरेचदा तो प्राण्यांसारखाच वागतो. आदिमानवी काळात तर तो अधिकच प्राण्यासारखा वागत असणार, हे उघडच आहे. कुठल्याही प्राण्यात ज्या उपजत प्रवृत्ती असतात, त्यात स्वसंरक्षण आणि वंशवृद्धी या दोन प्रमुख प्रवृत्ती असतात. जो प्राणी स्वसंरक्षणासाठी लढतो

आणि त्यात जिंकतो तो वंशवृद्धी करू शकतो. मानवसादृश इतर प्राण्यांत जो नर जास्त शक्तिमान असतो, जो इतर नरांचा पराभव करतो. त्याला टोळीतील सर्व माद्या मिळतात. आदिमानव काळात यामुळेच पराक्रमी नराला टोळीतल्या स्त्रिया वश झाल्या असतील. पुढे दोन नरांचं किंवा पुरुषांचं थेट युद्ध न होता राजकन्या पण लावू लागल्या. त्यातही त्या वीराच्या पराक्रमाची परीक्षाच असे.

मानवी इतिहासात राजे-राजवाडे फार पुढे अस्तित्वात आले. त्याआधी आदिमानव स्त्री कशी मिळवत असेल? बहुसंख्य प्राणीजातींमध्ये दोन नरांतील थेट संघर्ष टाळला जातो. शक्तिपरीक्षा ही वेगवेगळे आवाज काढून अंग फुगवून केली जाते. आफ्रिकन आदिम जमातींमध्ये नराला त्या जमातीनं ठरवलेला पशु किंवा पक्षी एकट्यानं एखाद्या ठराविक हत्यारानं मारावा लागतो.

नुसत्या भाल्यानं सिंह, सुसर, गेंडा, कुडू असा एखादा प्राणी मारणारा तरुण मग वधू मिळविण्यायोग्य झाला असं मानण्यात येतं. इतर काही जमातीत पुरुषाच्या डोक्यावरली टोपात खोवलेली पिसं, कवड्या अशा त्या भागात दुर्मिळ असलेल्या वस्तूंच्या देखाव्यावरून वधू मिळवता येते. यातूनच हौशी शिकाऱ्यांचा जन्म झाला. मी एवढे प्राणी मारले म्हणजे मी किती पराक्रमी आहे अशी ही सुरुवात होती. पुढे मी माझ्या वाड्यात एवढी मुंडकी टांगली, तेव्हा मी पराक्रमी आहे. माझ्याकडे शिकारीस लागणारा लवाजमा आहे, तेव्हा माझ्याकडे पैसा आहे, असंही या ट्रॉफ्यांमधून सिद्ध होऊ लागलं. शिकारीत जो वेळ जातो तेवढा गरिबांकडे फुकट घालवायला नसतो. तो मोठ्या प्राण्यांच्या शिकारीत पैशाच्या आशेनंच सहभागी होत असतो. श्रीमंतीचं तसं नसतं. त्यांना आपलं शौर्य आणि श्रीमंतीचं प्रदर्शन करण्याचा एक मार्ग म्हणून शिकार करायची असते.

माणसानं पर्यावरणावर परिणाम केल्याचं आणखी एक उदाहरण राजेराजवाड्यांच्या काळात आपल्याला पाहावयास मिळतं. राजे बगिचे करायचे. राजांच्या आवडीच्या

फळा-फुलांच्या बागा लावल्या जायच्या. बागायत हे याचं फळ. एकाच प्रकारची हजारो झाडं लावायची म्हणजे बाग. मग ते काश्मीरमधले गुलाबाचे बाग असोत, रेशमासाठी तुतीची लागवड असो; बादशहाला आवडतात म्हणून डाळिंबाचे बाग असोत. त्या बागांतून एकाच प्रकारची असंख्य झाडं लावली जात होती.

प्रत्येक वनस्पतीशी संबंधित सजीव वेगळे असतात. मग ती कीड असो, परागवहन करणारे कीटक असोत, झाडांवर वास्तव्यास येणारे पक्षी असोत. ते त्या त्या वनस्पतीशी निगडित असतात. शेती आणि बागायतीमुळे अशा तऱ्हेचे सजीव वाढीस लागतात. मोनोकल्चरचे सर्व तोटे फार पूर्वीपासून मानव भोगत आलाय. ते पहिल्या शेतीपासूनच त्याच्या पदरी पडले असं आपण म्हणू शकतो.

मानवाच्या शेतीव्यवसायामुळे पर्यावरणावर परिणाम करणारा आणखी एक घटक म्हणजे पशुपालन. शेती आणि पशुपालन हे दोन्ही हातात हात घालून वावरले. आदिमानवाच्या अवशेषांबरोबर जी हाडं मिळतात ती पशूंची खाद्य आहेत. पण अठरा हजार ते पंधरा हजार वर्षांपूर्वीपासून मानवी अवशेषांबरोबर कुत्री, गायी, म्हशी यांचीही हाडं सापडू लागली. सुरुवातीस त्यांची शिकार झाली असेलही, पण नंतर ज्या मोठ्या प्रमाणात ही हाडं सापडतात, त्यावरून हे पशू मानवी वस्तीतच राहात होते हे स्पष्ट होतं. माणसानं सुमारे ६० हजार ते ५० हजार वर्षांपूर्वी हे पशुपालन सुरू केलं असावं. गुरे चारणे आणि गुरांना मानवाकडून मिळणारं संरक्षण यामुळे या पाळीव प्राण्यांची संख्या झपाट्याने वाढली. याचा परिणाम ज्या वन्य पशूंची जीवनपद्धती आणि खाद्यपदार्थ या पाळीव प्राण्यांना समांतर होते त्यांची निसर्गातली संख्या हळूहळू कमी कमी होत गेली. युरोपात अठराव्या शतकात अखेरचा रानबैल नाहीसा झाला. त्या प्राण्यांवर जगणारे इतर हिंस्र पशूही मग कमी कमी होत गेले. या पशूंना चारा मिळावा म्हणून गवताची कुरणे वाढीस लागली. ती वाढावीत म्हणून वृक्षतोड केली गेली.

शेतीला लागणारा सर्वात महत्त्वाचा घटक म्हणजे पाणी. फार पूर्वीपासून माणसाने शेतीला पाणी मिळावं म्हणून अनेक मार्ग अनुसरले आहेत. दक्षिण अमेरिकेतील पेरू देशात रेड इंडियनांच्या पूर्वजांनी कालवे काढून नद्यांचं पाणी मैलोगणती दूर नेलेलं होतं. पुढे भूकंप आणि ज्वालामुखींनी हे कालवे उद्ध्वस्त झाल्यावर ती संस्कृती नष्ट झाली. अशा तऱ्हेनं नद्यांचे प्रवाह वळवणे, त्यांना बांध घालणे या प्रकारामुळे पुढे नदीच्या पात्रावर परिणाम व्हायचा. तिथलं पाणी कमी झाल्यामुळे मग तिथल्या पर्यावरणावर परिणाम होत असे.

माणसाने नद्यांवर जी धरणं बांधली त्याचे परिणाम किती मोठे असतात, याची आपल्याला कल्पना नसते. गेल्या दोनशे वर्षांत माणसाने अनेक मोठमोठ्या

नद्यांवर मोठी धरणं किंवा काही ठिकाणी धरणांची मालिका बांधली. याचा परिणाम सागरामध्ये ओतल्या जाणाऱ्या पाण्यावर झाला. परिणामतः नद्यांच्या मार्फत सागरात जाणारे क्षारही कमी झाले आणि सागरकिनारी असलेल्या कारखान्यांचं प्रदूषित आणि तापमान जास्त असलेलं पाणी सागरात मिसळल्यामुळे सागरी जिवांवरही त्याचा परिणाम होऊ लागला.

यशिवाय मानवी कार्याचा पर्यावरणावर होणारा परिणाम म्हणजे मानवी निवाऱ्यासाठी जे बांधकाम करावं लागतं, त्यात लागणाऱ्या वस्तूंसाठी केलं जाणारं खाणकाम. लोखंड आणि चुनखडक सर्व जगभर फार मोठ्या प्रमाणावर खणून काढले जातात. या खाणी बहुधा उघड्या असतात. चुनखडकाच्या खाणी तर भूमिगत नसतातच. यामुळे होणारे प्रदूषण, भूमीची हानी यांचा आपण फार क्वचित विचार करतो. ऑस्ट्रेलियात सर्व उघड्या (ओपन कास्ट) खाणी तिथले बांधकाम थांबल्यावर व्यवस्थित बुजवून त्यावर झाडी लावून द्यावी लागते. इतरत्र असे कायदे क्वचित आढळतात. असलेच तर ते पाळले जातील याची खात्री नसते. यामुळे फार मोठा भूप्रदेश उजाड होतो.

याउलट कोळशाच्या खाणी खूप खोलवर जातात. खाण मालकांनी त्या वाळूनं भराव्या. त्या कोसळू नयेत म्हणून खाणीत मधून मधून कोळशाचेच खांब ठेवावे असे नियमही असतात. ते कधीच पाळले जात नाहीत. या खाणी कोसळतात. काही वेळ भूमिगत कोळसाखाणीत आग लागते. यातल्या काही आगी वीस-पंचवीस वर्षे तर काही वेळा शेकडो वर्षे धुमसत राहतात. त्या काळात वरची जमीन तापते. जमिनीतल्या भेगांमधून कार्बन मोनॉक्साईड वायू जमिनीवर येत राहतो. मधनंच अनेक हेक्टर जमीन एकाएकी कोसळते. अशा तऱ्हेने तो भूप्रदेश उजाड बनत जातो. मानवी कार्यामुळे अशा अनेक प्रकारे आदिमानव काळापासून पर्यावरणाची हानी होत आली आहे आणि ती अजूनही चालू आहेच. सामान्यापणे आपल्या लक्षात मोटारीचा धूर, कारखान्याचा धूर किंवा सीएफसी यांसारखे शहरी पर्यावरणवाद्यांनी गाजवत ठेवलेले विषय चटकन येतात; कारण रोजच्या रोज वृत्तपत्रातून त्याविषयी चर्चा चालू असते. पण शहरापासून दूर गेलं की पर्यावरणाची हानी होत नाही असं नाही; उलट तिचं प्रमाण वाढतं; पण त्याबद्दल शहरातल्या पर्यावरणाच्या किंवा प्रदूषणाच्या हानीएवढी बोंब होत नाही. एखाद्या मोठ्या शहराजवळच्या एखाद्या छोट्या टेकडीवरील झाडी तोडली गेली तर जेवढी हाकाटी होते त्याच्या एकशतांश हाकाटी एखाद्या दूरच्या जंगलातलं काही हेक्टर अरण्य तोडल्यानंतर होत नाही.

मुळात शहरं वसतात ती पर्यावरणाची हानी करीतच वसतात. शहरात मोठ्या संख्येनं माणसं असतात. त्यामुळे ती एकत्र येऊन चळवळ करतात

आणि त्यांच्या स्वार्थासाठीही पर्यावरणाचा बळी दिला जातो. खेड्यापाड्यात पर्यावरणाचं नाव घेऊन गरिबांना नाडलं गेल्यामुळे तिथे पर्यावरणाबद्दल अप्रीती निर्माण होते. पर्यावरण रक्षण कशासाठी हे या माणसांना कोणीच समजावून देत नाही. दूरचित्रवाणीवरून उच्चभ्रूंच्या कार्यक्रमात दोन दंतमंजनाच्या जाहिरातींमध्ये इंग्रजी भाषेत 'सेव्ह अर्थ' असं म्हटलं की आपली जबाबदारी संपली असं समजणारी माणसं कपड्याच्या इस्त्रीची घडी मोडणार नाही अशा बेतानं पर्यावरणविषयक पुरस्कार मिळवताना दिसली की पर्यावरणासंबंधीची काळजी अधिकच वाढीस लागते.

आधुनिक काळात पर्यावरणाची वाट लावणारं रासायनिक प्रदूषण आपणा सर्वांच्या माहितीचं आहेच; पण आपल्या ऊर्जानिर्मितीच्या विविध प्रयत्नांनीही पर्यावरणाची हानी होते. यातल्या धरणांची दखल आपण घेतली आहेच. अणुऊर्जा प्रकल्प आणि औष्णिक ऊर्जानिर्मिती केंद्रांनीही पर्यावरणाची आणि या केंद्रांचीही हानी होते.

अणुऊर्जा केंद्रांना अपघात झाले की ते आपल्या नजरेसमोर येतात. या ऊर्जाकेंद्रांना थंड करायला भरपूर पाणी लागतं. हे पाणी बऱ्यापैकी गरम होतं. जरी हे पाणी किरणोत्सर्गी नसलं तरीही ते जेव्हा परत नदीत किंवा सागरात सोडलं जातं तेव्हा तिथल्या पाण्याचं तापमान वाढतंच. यामुळे मूळच्या पर्यावरण प्रणालीमध्ये बदल होतो. सागरातले बरेच प्राणी आणि वनस्पती विशिष्ट तापमानाच्या पाण्याशी इमान राखून असतात. या तापमानात बदल झाला की त्यांचं अस्तित्व संपुष्टात येतं. उलट पाण्याचं तापमान वाढलं की त्या तापमानाशी निगडीत प्राणी त्या भागात येतात आणि वेगळ्याच वनस्पतींचीही मूळ वनस्पतीऐवजी इथे वाढ होते. अशा तऱ्हेनं मानव अनेक प्रकारे पर्यावरण बदलास कारणीभूत होत असतो, हे लक्षात घेतले तर माणसाने आपल्या प्रगतीचं प्रत्येक नवं पाऊल उचलताना विचार करायला हवा. हा विचार आता रुजवायची गरज निर्माण झाली आहे.

◆

पर्यावरणशास्त्राची 'गर्भावस्था'

इकॉलॉजी म्हणजे परिसरशास्त्र आणि इथॉलाजी म्हणजे प्राणी वर्तणूकशास्त्र. या दोन्हींचा जन्म युरोपात झाला असं आपण मानतो. एकप्रकारे ते खरंही आहे. आधुनिक विज्ञानशाखांमध्ये बहुतेक सर्व विज्ञानशाखांचा जन्म हा पाश्चात्त्य देशांत झाला आहे. खगोलविज्ञान आणि गणित यांचा जन्म जरी पौर्वात्य देशात असला तरी त्यांना, आजचं स्थान प्राप्त झालंय ते पाश्चिमात्य देशातील संशोधनामुळेच; हेही विसरून चालणार नाही.

खरं तर प्राण्यांच्या परिसराचा आणि वर्तणुकीचा अभ्यास आदिमानवानेसुद्धा केला असावा, असं पुराव्यानं आपण म्हणू शकतो. आशिया, आफ्रिका आणि युरोपमधल्या गुहांतील चित्रांमध्ये सर्वत्र त्या त्या भागातील प्राण्यांची प्रमाणबद्ध चित्रं आढळून येतात. या चित्रांना आजचे शास्त्रज्ञ वेगवेगळे अर्थ लावतात. काहींच्या मते ती तत्कालीन धार्मिक स्थळं असावीत, तर काहींच्या मते ती हिवाळी किंवा पावसाळी आश्रयस्थानं असावीत. पुढील हंगामात जास्तीत जास्त शिकार मिळावी म्हणून आदिमानव चित्रकारांनी ही चित्रं काढली आणि जादूटोणा किंवा तंत्रमंत्राची सुरुवात इथून झाली असावी असं मानणारेही काही मानवशास्त्रज्ञ आहेत. मध्यंतरी एकदा एका वेगळ्याच संदर्भात 'थातुरमातुर' या शब्दाचा अर्थ बघायची वेळ आली होती, तेव्हा 'थातुरमातुर' हा शब्द 'तंत्रमंत्र' या शब्दाचं अपभ्रष्ट रूप आहे, हे लक्षात आलं; हे आपलं सहज आठवलं म्हणून.

गुहांतून कोणकोणते प्राणी आहेत हे पाहिलं की त्या काळात, त्या परिसरात कोणते प्राणी राहात असत हे लक्षात येतं. भारतात मोठ्या प्रमाणावर शहामृग, गेंडे आदी पशुपक्षी वावरत होते हे आता सिद्ध झालंय. त्याला अशा चित्रांचा हातभार लागतोय. इजिप्तमध्ये अनेक प्रकारची बदकं, करकोचे वावरत असत पण तेथे, शहामृगं, कोंबडीसारखी पाळली जातात हे पिरॅमिडमधल्या कलेवरून लक्षात आलं. ॲरिस्टॉटलसारखे ग्रीक तत्त्वज्ञ आणि रोमन साम्राज्यातल्या बऱ्याच विद्वानांच्या नोंदींमध्ये प्राण्यांच्या स्थलांतराच्या नोंदी आढळतात. बऱ्याच ठिकाणी चर्चमधले धर्मगुरू मुंग्या, चर्चच्या परिसरातले कीटक आणि पशुपक्षी यांचा

अभ्यास करीत. ग्रेगॉर मेंडेलनं चर्चच्या शेतीत वाटाण्यांची लागवड करून आनुवंशशास्त्राचा पाया घातला हे तर सर्वश्रुतच आहे.

तेराव्या शतकात असिसीच्या सेंट फ्रान्सिसनं (११८१-१२२६) पशुपक्ष्यांच्या नोंदींमध्ये तंत्रशुद्धपणा आणला. तेराव्या शतकात सेंट आल्बर्टस् मॅग्नस आणि चर्चचा उजवा हात दुसरा फ्रेडरिक यांनी निसर्गविषयक नोंदीमध्ये पद्धतशीरपणा आणला. यानंतरच बघितलेल्या निसर्गाची, पशुपक्ष्यांची वर्णनं करतांनाच त्यांची रेखाटनं करण्याची पद्धत सुरू झाली. केवळ पशुपक्षीच नव्हेत तर वेगवेगळे कीटक आणि इतर संधिपाद प्राण्यांची रेखाटनंही चौदाव्या-पंधराव्या शतकात आढळू लागली. सतराव्या शतकापर्यंत या वर्णनात आणि रेखाटनांमध्ये लेखकाची, चित्रकाराची कल्पनाशक्तीही मोठ्या प्रमाणात सहभागी होत असे. काही वेळा इतके दिवस केवळ पुराणांमधून आढळलेले प्राणीच जिवंत झाल्यासारखे या टिपणांमधून अवतरत, हेही नमूद करायला हवं.

सतराव्या शतकात इंग्लंडमध्ये जॉन रे आणि जर्मनीमध्ये बॅरन फॉन परनॉ यांनी हे चित्र बदललं. कमीत कमी कल्पनाशक्ती आणि जास्तीत जास्त वास्तव अशा टिपणातून आणि रेखाटनातून यायला हवं याबद्दल हे दोघंही आग्रही होते. त्या काळात अशा प्रकारच्या अभ्यासाला चर्चची मान्यता नसेल किंवा या अभ्यासातून बायबलविरोधी काही माहिती असेल तर अशा अभ्यासकाला वाळीत टाकण्यापासून जाळण्यापर्यंत अनेक शिक्षा ठोठावल्या जात असत. लिओनार्दो द विंचीनं केलेल्या बऱ्याच टिपणांना त्यामुळं भूमिगत व्हावं लागलं हा इतिहास इथं विसरून चालणार नाही. अशाही परिस्थितीत वास्तवाची कास धरणारे निसर्गशास्त्रज्ञ आपलं काम करीत होते आणि त्यामुळंच 'नॅचरल हिस्टरी' या शास्त्राचा जन्म झाला, हे एक आश्चर्यच मानायला हवं.

◆

डॉल्फिन : एक प्रगत सागरी प्राणी

त्यावेळी आम्ही कोकण किनारपट्टीच्या भूशास्त्रीय संरचनेचा अभ्यास करीत होतो. ओहोटीच्या वेळी किनाऱ्यावरचे खडक उघडे पडतात. तेव्हा त्यांचे नमुने गोळा करणे सोपे जाते म्हणून ओहोटीच्या वेळेस आमचे काम चालत असे. पाण्याची छोटी छोटी डबकी चुकवत खेकडे पाहात आणि कालवांचे शिंपले फोडत हिंडताना एक भयाण दृश्य दिसले. एक डॉल्फिन दोन खडकांच्या मध्ये पडला होता. एखाद्या दहा बारा वर्षांच्या मुलीएवढा असेल तो. त्याचं डोकं फुटलेलं होतं. आमच्या बरोबर एक स्थानिक तरुण आम्ही काय करतोय ते पाहायला येत असे. त्यानं आम्हाला सांगितलं की, त्या भागात याला 'गाधा' म्हणतात. याचे दात फार तीक्ष्ण असतात. तो खायला उपयोगाचा नसतो आणि जाळ्यांत सापडला की जाळी तोडतो म्हणून त्याच्या डोक्यात वल्ही मारून कोळी त्याचा जीव घेतात.

मी अमेरिकन मासिकांमधून डॉल्फिन माणसांना कशी मदत करतात, ते कसे खेळकर असतात वगैरे गोष्टी वाचलेल्या होत्या. डॉल्फिनना तिकडे शिकवतात, त्यांच्यावर संशोधन करतात हे मला ऐकून माहीत होतं. आर्थर सी. कलार्क

यांनी लिहिलेल्या लेखांमधून आणि कथांमधून डॉल्फिनचे जे उल्लेख होते त्यामुळे डॉल्फिनबद्दल मला खूप आत्मीयता वाटू लागली होती. मात्र मी माझ्या आयुष्यात प्रत्यक्ष जो डॉल्फिन बघत होतो तो असा माणसानं मारून टाकलेला होता. यानंतर केळशी वेळासच्या खाडीच्या तोंडाशी मी दोन डॉल्फिन बघितले. एखादं पिंप गडगडत जावं तसे जोडीनं ते पाण्यातून कोलांट्या उड्या मारत मारत निघालेले होते. बराच वेळ धक्क्यावर बसून मी ते दृश्य पाहात होतो.

डॉल्फिन बद्दल फार प्राचीन काळापासून माणसाला कुतूहल आहे, हे नंतर हळूहळू माझ्या वाचनात आलं. इंग्रजीत डॉल्फिनांवर कविता रचण्यात आल्या आहेत. सागरतटी आणि बेटांवर राहणाऱ्या आदिवासींच्या कथांमधून डॉल्फिनांचे गौरवपर उल्लेख आढळतात. पूर्वी डॉल्फिन हे माणसंच होते; पण त्यांनी सागराशी मैत्री केली. त्यांना देवानं परत जमिनीवर बोलावलं पण लाटांशी खेळण्यात दंग झालेल्या डॉल्फिनांना देवाच्या हाका ऐकू आल्या नाहीत. मग देवानं त्यांना कायमचे सागरवासी व्हा, असा शाप दिला, अशी एक दंतकथा पॉलिलेशियन आदिवासींमध्ये प्रचलित आहे.

या दंतकथा सोडल्या तरी पूर्वी विमान प्रवास सर्रास होत नव्हता तेव्हा जहाजावरच्या प्रवाशांची डॉल्फिन करमणूक करत असत. फुटलेल्या जहाजावरच्या प्रवाशांना ते साथ देत आणि शार्कपासून या उतारूंचा बचाव करीत अशा हकीकती बरेचदा ऐकायला मिळत असत. मात्र या प्राण्यांचा म्हणावा तसा अभ्यास १९७० पर्यंत झालेला नव्हता. गेल्या १५ ते २० वर्षांत मात्र डॉल्फिनांवर बऱ्याच शास्त्रज्ञांनी वेगवेगळ्या प्रकारे संशोधन केलं आहे. विशेषत: डॉल्फिन एकमेकांशी संपर्क कसा साधतात, त्यांची भाषा कोणती, ती कशी जाणून घेता येईल, यावर शास्त्रज्ञांनी बरंच संशोधन केलेलं. ते पूर्ण नसलं तरी त्यातून बरीच नवनवी माहिती सतत उजेडात येत असते. याशिवाय त्यांचे 'शब्दाविण संवाद' चालतात. ते वटवाघुळाप्रमाणेच प्रतिध्वनींच्या साहाय्याने भक्ष्य शोधतात आणि अडथळेही जाणून घेतात. त्यांच्यात सामाजिक आणि कौटुंबिक जाणीव आढळते. डॉल्फिनांचा मेंदूही खूपच प्रगत असतो. डॉल्फिनांच्या मेंदूत मानवी मेंदूपेक्षा जास्त सृजनशीलता आढळते. त्यामुळं या मेंदूचाही इतर बाबींबरोबरच कसून अभ्यास करण्यात येतो. याशिवाय मानवी विकारांवर उपाय शोधण्यासाठीही डॉल्फिनांचा उपयोग केला जाता. तसंच अमेरिकेनं या डॉल्फिनांचा युद्धातही उपयोग करून घेतल्याचं बोललं जात. त्याच बरोबर सध्या या डाल्फिनांचा मतिमंद मुलांना शिक्षण देण्यासाठीही उपयोग करून घेण्यात येतो.

फ्लोरिडा इथल्या 'ग्लास की' या ठिकाणी एक डॉल्फिन रिसर्च सेंटर म्हणजे डॉल्फिनसंबंधी संशोधन केंद्र आहे. तिथे सहा बॉटल् नोज्ड म्हणजे

बाटलीच्या आकाराची नाकं असलेले डॉल्फिन आहेत. या डॉल्फिनांची मदत घेऊन डेव्हिड नाथन्सन नावाचे एक शास्त्रज्ञ मतिमंद मुलांना वेगवेगळ्या व्यावहारिक आणि शैक्षणिक गोष्टी शिकवायाचा प्रयत्न करतात. त्या मुलांना हे डॉल्फिन माणसांपेक्षा अधिक जवळचे वाटतात असा नाथन्सन यांचा अनुभव आहे. या मुलांना ज्या गोष्टी शाळेत आणि घरात शिकायला अवघड जाते त्याच गोष्टी ही मुलं या डॉल्फिनांच्या सहवासात दहापट जलद गतीनं शिकतात, असा नाथन्सन यांचा अनुभव आहे. या मुलांनी एखादी गोष्ट बरोबर केली, एखादा शब्द व्यवस्थित उच्चारला की त्यांना डॉल्फिनांबरोबर पोहायला मिळतं; या बक्षिसाच्या लालुचीमुळे ही मुलं अनेक गोष्टी पटपट तर शिकतातच पण एकदा शिकलेली गोष्ट कायम लक्षात ठेवायचा प्रयत्न करतात. एकदा एक पूर्णपणे अपंग मूल या डॉल्फिनांच्या तलावाजवळ आणण्यात आलं. त्या मुलीला हातपायही हलवता येत नसत. सहा वर्षांच्या त्या मुलीला काठावर बसवलं गेलं. तिचे पाय पाण्यात सोडताच; एक 'लिटल बिट' नावाची डॉल्फिन मादी चटकन पुढे झाली आणि त्या मुलीच्या पायांना नाकानं ढोसून गेली. हा डॉल्फिनांचा प्रेम व्यक्त करायचा एक मार्ग या अपंग मुलांना जास्त प्रेमाची गरज आहे, हे त्या डॉल्फिनांना लगेच कळतं.

मानव डॉल्फिन परस्परसंबंधांचा अभ्यास करण्यासाठी अमेरिकेत आणखी 'डॉल्फिनेरियम' किंवा 'डॉल्फिनालय' आहेत. त्यातल्या एकाचं नाव डॉल्फिन प्लस. 'डॉल्फिन प्लस'सुद्धा फ्लोरिडाच्या समुद्रकिनारी असलेल्या एका लगूनला लागूनच आहे. या भागास 'की लार्गो' असं म्हणतात. मायामी इथल्या फ्लोरिडा विद्यापीठातले बरेचसे शास्त्रज्ञ इथल्या संशोधनात भाग घेत असतात. सामाजिक शास्त्राच्या प्राध्यापिका डॉ. बेट्सी स्मिथ यांनी १९७१ सालापासून डॉल्फिनाची आपल्या कार्यात मदत घ्यायला सुरुवात केली. मतिमंद आणि अपंग व्यक्तींना प्राण्यांची मदत होऊ शकते. या विचाराच्या डॉ. बेट्सी स्मिथ या आद्य प्रवर्तकांपैकी एक आहेत. डाल्फिनांची मदत घ्यायचा अग्रमान त्यांच्याकडे जातो. काही मुलं अतिशय आत्मकेंद्रित असत. हा एक मनोविकारच मानला जातो. अशा आत्मकेंद्री मुलांवर उपचार करण्यासाठी स्मिथबाईंनी प्रथम 'डॉल्फिनांची मदत होऊ शकेल का?' हा प्रयोग करून बघितला, ही आत्मकेंद्री मुलं बाहेरच्या जगाला विसरून जातात. स्वत:च्याच विचारात मग्न असतात. अशी मुलं जेव्हा या डॉल्फिनांच्या सहवासात आली तेव्हा त्यांचं वागणं एकदम बदललं. ही कुढी मुलं हसू-खेळू लागली. आपल्या वयाच्या इतर मुलांमध्ये मिसळू लागली, मोकळेपणाने बोलू लागली. ज्या मुलांच्या चेतासंस्थांना व्याधींमुळे किंवा अपघातामुळे इजा झालेली होती अशा मुलांवर डॉल्फिनच्या संगतीचा काही परिणाम होतो का याचा अभ्यास डॉ. स्मिथ यांनी १९८० च्या सुमारास सुरू केला. यावेळीही 'नाट्यमय परिवर्तन'

या शब्दांत त्यांनी या मुलांच्या वागणुकीचे वर्णन केले. याचे कारण डॉल्फिनांची निरपेक्ष वृत्ती आणि प्रेम असं त्या म्हणतात. या तऱ्हेनं ज्या मुलांना 'डॉल्फिनांच्या सहवासात ठेवण्यात आलं त्या मुलांना 'डॉल्फिन किड्स' म्हणतात. या डॉल्फिन बालकांमध्ये जी सुधारणा घडून आली ती दीर्घकाल टिकणारी ठरली. हे महत्त्वाचं, नाहीतर बरेचदा मानसोपचार थांबताच अशी मुलं पुन्हा 'पहिले पाढे पंचावन्न' अशी बनतात.

कोलोराडो राज्यातल्या पार्कर या गावी 'लिव्हिंग फ्रॉम द हार्ट' या नावाची एक संस्था आहे. इथे कर्करोगग्रस्त रुग्णांवर उपचार केले जातात. इतरही अनेक व्याधीग्रस्त, विशेषत: ज्यांनी जीवनाची आशा ठेवावी, असं काही उरलेलं नाही, असे रुग्ण या संस्थेत उपचारार्थ येतात. या संस्थेतले एक कार्यकर्ते स्टीफन जोसेफ यांनी १५ कर्करोगग्रस्त रुग्णांना फ्लोरिडात डॉल्फिनच्या संगतीत ठेवण्याचं ठरवलं. जोसेफ यांना असं वाटतं (हे त्यांचं मत आहे हे प्रयोगानं सिद्ध झालेलं नाही) की डॉल्फिन हे कायम एका विशिष्ट मानसिक क्षेत्रात वावरतात. याला अल्फा स्टेट असं म्हटलं जातं. मानवी मेंदूत ज्या अनेक प्रकारच्या लहरी निर्माण होतात, त्यात 'अल्फा लहरींचा' समावेश होतो. मेंदू शास्त्रज्ञ या लहरींचा संबंध सृजनशीलता, आत्मस्फूर्ती अंतर्ज्ञान, आणि स्वत:स बरे करण्याची मानसिक शक्ती यांच्याशी जोडतात. जोसेफ यांच्या मते डॉल्फिनच्या या लहरी फार प्रबळ असतात. डॉल्फिनांबरोबर पोहणारी माणसंही या प्रकारच्या लहरी निर्माण करू लागतात. आणि त्यामुळे त्यांची स्वत:स निरोगी बनविण्याची शक्ती जागृत होते. या प्रयोगाची फलितं आजून बाहेर आलेली नाहीत. पण १९८९ ला हा प्रयोग सुरू झाल्यापासून 'आपण पूर्वी कधीही नव्हतो तेवढे उत्साही असतो.' असं या प्रयोगात भाग घेणाऱ्या बऱ्याच रुग्णांनी सांगितलं. या रुग्णांचा रक्ताचा आणि मेंदू लहरींचा अभ्यास चालू आहे.

डॉल्फिनांच्या बाबतीत अनेक भोळ्या समजुती पाश्चात्त्य देशात प्रचलित आहेत. त्यामुळे या संशोधनास खूपच महत्त्व प्राप्त झालेलं आहे. डॉल्फिन इंग्रजी भाषा बोलतात, आपल्या श्रवणातीत ध्वनींच्या (म्हणजे मानवी कानांच्या ऐकण्याच्या शक्तीपलीकडच्या ध्वनिलहरी) लहरींच्या साहाय्याने ते अनेक व्याधी बऱ्या करतात आणि बुडणाऱ्या व्यक्तींना, तसेच शार्कच्या तावडीत सापडलेल्या व्यक्तींना वाचवतात, अशा बऱ्याच आख्यायिका डॉल्फिनांच्या बाबतीत सांगण्यात येत असत.

यातच डॉ. जॉन सी. लिली या शास्त्रज्ञानं गोंधळ घातला. अमेरिकेत भोंदू लोक कमी नाहीत. डॉ. लिली हा सुरुवातीस एक प्राणिशास्त्रज्ञ होता. चेतासंस्थेचा अभ्यास करणाऱ्या लिलींच्या डोक्यात डॉल्फिनांचा अभ्यास करायची इच्छा निर्माण

झाली तो दिवस त्यांच्या आणि डॉल्फिन संशोधनाच्या दृष्टीने एक दुर्दैवी दिवस म्हणायला हरकत नाही. देवमाशांच्या कुळातल्या सर्वच जातींचा मेंदू प्रचंड मोठा असतो. या मेंदूची शक्तीही तशीच अफाट असते. यामुळे या कुळातील प्राण्यांनी (या कुळाला सिटेशियन्स व देवमाशांच्या सर्वच जातींना मिळून सिटेशियन्स असं म्हटल जातं. डॉल्फिन हे त्यांपैकीच एक) आपापाली स्वत:ची एक भाषा, संस्कृती, मौखिक इतिहास (वेद जसे एका पिढीकडून दुसऱ्या पिढीकडे गेले. त्याप्रमाणे हा इतिहासही देवमाशांमध्ये पसरला) तत्त्वज्ञान आणि परंपरा निर्माण केल्या असं डॉ. लिली यांनी ठामपणे गृहीत धरलं. सुरुवातीला डॉ. लिलींनी शवविच्छेदन करून डॉल्फिनांच्या मेंदूचा कसून अभ्यास केला आणि तो गाजलाही, पण पुढे या चेता मानसशास्त्रज्ञाच्या स्वत:च्याच मेंदूत काही बिघाड झाला असावा, अशा वाटेनं त्याचं संशोधन गेले. दुर्दैवानं त्याला वृत्तपत्रांनीही सनसनाटी प्रसिद्धी दिली आणि त्यात बिचारे डॉल्फिन फुकटचेच बदनाम झाले. डॉ. लिलींनी डॉल्फिनांना इंग्रजी शिकवायला सुरुवात केली. त्यासाठी खास दूरध्वनियंत्रणा समुद्रातही बसवली. सागरातल्या आपल्या नातेवाईकांशी या डॉल्फिनांना बोलायला लावावं असा या मागं डॉ. लिलींचा उद्देश होता. पुढं 'अल्फा स्थिती' मधे जाण्यासाठी डॉ. लिली 'ड्रग्ज' घेऊ लागले आणि त्यांच्यावर मानसिक परिणाम झाला. ते व्यसनाधीन बनले; त्यांचा व्यावहारिक जगाशी मानसिक संबंध तुटला; आणि आयुष्याच्या सुरुवातीला शास्त्रज्ञ म्हणून ख्याती मिळवू लागलेल्या लिलींच्या पदरी अखेरीस बदनामी आली.

या सर्व प्रकारात सिटेशियन्सांचं संशोधनही बरंच बदनाम झालं. त्या संशोधनास जगन्मान्यता मिळवून देण्याचे बाबत हवाई विद्यापीठाच्या केवालो बेसिन मरीन मॅमल लॅबोरेटरीचे (म्हणजे सागरी सस्तन प्राण्यावर संशोधन करणारी संस्था) च प्रमुख लुई हर्मन आघाडीवर आहेत. हर्मन स्वत: मानसशास्त्रज्ञ आहेत; अणि ते या क्षेत्रातले अग्रणी शास्त्रज्ञ मानले जातात. डॉल्फिनच्या जाणिवांबाबत जे संशोधन झालंय त्याचा पाया हर्मन यांनी घातला आणि या भक्कम पायावर ते संशोधन उभं असल्यामुळे ते वादग्रस्त किंवा संशयास्पद ठरलेलं नाही. हर्मन यांच्या अपार परिश्रमांमुळे आज डॉल्फिनाच्या जाणिवा, मेंदू आणि मन याबद्दलची बरीच माहिती आपल्या हाती आलेली आहे. १९८० पासून हर्मन आणि त्यांच्या सहकाऱ्यांनी फिनिक्स आणि आकेआकामाआी या नावाच्या दोन अटलांटिक बाटलीनाक्या डॉल्फिनांवर प्रयोग करायला सुरुवात केली. या दोघांसाठी त्यांनी दोन वेगवेगळ्या कृत्रिम भाषा तयार केल्या. या भाषांमधून त्यांना दिलेल्या आज्ञा हे डॉल्फिन पाळतात की नाही, कशा पद्धतीने आज्ञा दिल्या तर त्यांना समजतात याचा हर्मन यांनी अभ्यास केला.

फिनिक्ससाठी त्यांनी जी भाषा तयार केली आहे ती संगणकाच्या साहाय्यानं निर्माण करण्यात आलेल्या इलेक्ट्रॉनिक शिट्ट्यांचा उपयोग करते. तर आके (आकेआकामाआीचं लघुरूप) साठी हाताच्या हालचालींच्या साहाय्यानं तयार होणारी खुणांची भाषा वापरली जाते. या दोन्ही भाषांचं व्याकरणही हर्मन यांनी तयार केलं आहे. कुठल्या खुणांनी काय दर्शविले जाते याचा एक शब्दकोशही हर्मन यांनी बनवला आहे. या भाषांचा उपयोग करून हजारो वाक्ये हर्मन आणि त्यांचे सहकारी तयार करू शकतात. या भाषा त्या त्या डॉल्फिनांना समजतातच पण त्यांचा वापर करताना शब्दांच्या जागा बदलल्या किंवा क्रम बदलला की वाक्याचा अर्थ बदलतो, हे डॉल्फिनांच्या लक्षात येते, हेही हर्मन यांनी सिद्ध केले आहे. बहुतेक सर्व शास्त्रज्ञ याला बुद्धिमत्तेचं चिन्ह मानतात. संगणकामार्फत सूचना देण्यासाठी पाण्याखाली मायक्रोफोन बसविण्यात आले आहेत. तर खुणांची भाषा वापरण्यासाठी एक खास मंच उभारण्यात आलेला आहे. हातवारे करणाऱ्या व्यक्तीला डॉल्फिनांशी बोलताना गॉगल लावावा लागता. यामुळे डोळ्यांनी काही खुणा करणे त्या व्यक्तीला शक्य होत नाही. डॉल्फिन हे काहीतरी खायला मिळेल या आशेनं करतात, असं म्हणणाऱ्या लोकांना हर्मन त्या डॉल्फिनांमार्फतच उत्तर देतात. उदाहरणार्थ 'अंडर' असा शब्द त्या डॉल्फिनांना सांगितला तर ते त्यावेळी तलावात जी वस्तू असेल त्या वस्तूखालून जातात. एखाद्या गोष्टीखालून जाणे, ही तशी अमूर्त कल्पना आहे. पण ती डॉल्फिनांना कळते. त्याचप्रमाणे त्यांच्या तलावात नसलेल्या वस्तूंबाबत उत्तर देतांना आधी सर्व तलावभर फिरतात. तलावातील सर्व वस्तू तपासतात. आणि मगच 'नो' हे उत्तर देणारं पायटं दाबतात. आता तर संगणकाच्या साहाय्यानं कोणता डॉल्फिन कोणत्या वेळी कोणकोणते आवाज करतो आणि ते आवाज ऐकून इतर डॉल्फिनांवर काय परिणाम होतात याचा अभ्यास हर्मन यांनी सुरू केला आहे. यामुळे डॉल्फिन एकमेकांशी कसा आणि कशासाठी संपर्क साधतात हे कळू शकेल, असा हर्मन यांना विश्वास वाटतो.

प्रत्येक डॉल्फिन वेगवेगळ्या प्रकारे शीळ घालतो याची १९६५ पासून शास्त्रज्ञांना कल्पना आहे. ही शीळ म्हणजे त्या त्या डॉल्फिनची एकप्रकारची स्वाक्षरीच असते. काहीवेळा डॉल्फिन एकमेकांच्या शिळेची नक्कल करताना आढळतात. पीटर टाया नावाचे वुड्सहोल ओशनोग्राफिक इन्स्टिट्यूटचे शास्त्रज्ञ या डॉल्फिन शिळांचा अभ्यास करीत आहेत. रँडॉलवेल्स यांनी जवळजवळ २० वर्षे या शिट्ट्यांचं ध्वनिमुद्रण केलं असून आता संगणकाच्या साहाय्यानं या शिट्ट्यांचा अर्थ लावणं सुरू आहे.

रॉडॉवेल्स हे 'अर्थवॉच' या संस्थेच्या कार्यकर्त्यांच्या साहाय्यानं वर्षातले ५

महिने डॉल्फिनांच्या मागे हिंडत असतात. टापा आणि सारासोटा भागातल्या ६०० डॉल्फिनांच्या शिट्टया ते ओळखू शकतात. डॉल्फिनांना पकडून त्यांच्या शरीरावर ओळखपत्र चिकटवणे या वेल्स यांच्या काही अभ्यासपद्धती. ही ओळखपत्रे म्हणजे प्लॅस्टिकच्या चकत्या असतात. टायाही या संशोधनात वेल्सना सहकार्य देत असतात. डॉल्फिनांची सामाजिक व्यवस्था आणि त्यांची सामूहिक वागणूक यावर या संशोधनामुळे बराच प्रकाश पडला आहे, असं आता म्हणता येतं. डॉल्फिनांची पिल्लं माद्यांच्या कळपात असतात. नरांचे कळप वेगवेगळे असतात. डॉल्फिन माद्या एकमेकांची बाळं आत्मीयतेनं सांभाळतात. नरांची सुद्धा टोळकी असतात. ही टोळकी वयात आलेल्या माद्यांना पळवतात. या टोळीनं वावरणाऱ्या डॉल्फिनांच्या वाटेस शत्रू विशेषतः शार्क जात नाहीत. त्यामुळे डॉल्फिनांचं संरक्षणही होतं.

डॉल्फिनांचा सर्वात मोठा शत्रू म्हणजे माणूस. पॅसिफिक आणि अटलांटिकमध्ये पाश्चात्त्य मासेमार अत्याधुनिक बहुवारीक धाग्यांची जाळी वापरतात. यातून डॉल्फिनांना सुटका करून घेता येत नाही. पाण्यात या जाळ्यांची डॉल्फिनांना जाणीवही होत नाही. डॉल्फिन डोळ्यांनी फार कमी पाहतात. त्याऐवजी वटवाघुळाप्रमाणे ते ध्वनिलहरींचे सांद पाण्यातून सोडतात. समोरच्या अडथळ्यावर आदळून या लहरी परत येतात आणि डॉल्फिनांच्या जबड्यात साठलेल्या चरबीच्या साठ्यावर आदळतात. तिथून त्या कानात पोचवल्या जातात. तिथून त्या मेंदूत जातात. डॉल्फिन खूप वेगवेगळ्या वारंवारतेच्या (फ्रीक्वेन्सी) ध्वनिलहरी निर्माण करीत असतात, आणि त्यांना त्या ध्वनिलहरींच्या साहाय्याने जवळजवळ ८०० मीटर दूरवरच्या गोष्टींचं ज्ञान होतं. काही शास्त्रज्ञांच्या मते या ध्वनिलहरींच्या साहाय्याने डॉल्फिन काही माशांना मारतात किंवा बधीर करतात आणि मग खातात. हा जरी अंदाज असला तरी केन नॉरिस या शास्त्रज्ञानं डॉल्फिनच्या आवाजाचं ध्वनिमुद्रण वापरून अँकोव्ही जातीचे मासे प्रयोगशाळेत मारून दाखवले आहेत. तर मोठ्या तलावात डॉल्फिन आपल्या ध्वनिलहरींच्या साहाय्यानं छोटी औषधी गोळी शोधू शकतात, गर्भवती स्त्रियांना डॉल्फिनच्या बरोबर पोहताना आपल्या गर्भाची हालचाल मोठ्या प्रमाणात होते, असं जाणवतं. असं असलं तरी डॉल्फिन कोळ्यांची जाळी चुकवू शकत नाहीत. किंबहूना 'संगतीचा दुष्परिणाम' म्हणूनच ते कोळ्यांच्या जाळ्यात अडकतात असं म्हणावं लागेल.

'येलोफिन ट्यूना' नावाचे मासे हे कोळ्यांच्या दृष्टीनं एक महत्त्वाचं सागरी पीक आहे. हे मासे फार चवीनं खाल्ले जातात. त्यांना किंमतही चांगली येते. विषुववृत्तीय पॅसिफिकमध्ये या माशांचे प्रचंड मोठाले थवे हिंडत असतात, आणि हे थवे नेहमी डॉल्फिनांच्या तीन जातींबरोबर फिरतात. स्पिनर, स्पॉटेड आणि

कॉमन डॉल्फिन दिसले की जवळपास येलोफिन ट्यूना असणारच, हे आपण गृहीत धरू शकतो. हे डॉल्फिन दिसले की चहूबाजूंनी हे कोळी आपल्या बोटी फिरवून हाका घालावा तसे यांना एकत्र आणतात आणि जाळ्यात पकडतात. यात डॉल्फिन नाहक मरतात. दरवर्षी १ लक्ष १५ हजार डॉल्फिन अशा संगतीमुळे प्राणास मुकतात. 'संगती संग दोषेण' हे वचन इथे व्यवस्थित लागू पडते. नॉरिस आणि त्यांचे सहकारी या डॉल्फिनांचे जीव वाचवण्याच्या प्रयत्नात आहेत, आणि त्यासाठीच ते डॉल्फिनांच्या थव्यांचा अधिक अभ्यास करीत आहेत.

डॉल्फिनांचा मेंदू हा माणसाच्या मेंदूएवढाच असतो. शार्कच्या घ्राणेंद्रियांना फसवण्यासाठी आणि शार्कांचा पत्ता लावण्यसाठी डॉल्फिनांनी आपली श्रवणशक्ती अतीतीव्र केली तरीही ते या जाळ्यांमध्ये अडकावेत हे आश्चर्यच आहे, म्हणूनच डॉल्फिनांच्या मेंदूचा आता शास्त्रज्ञ मुद्दाम अभ्यास करू लागले आहेत. मानवी मेंदूत बाह्यकाचा ९६ टक्के भाग हा नवबाह्यकाचा असतो. मानवाची सृजनशीलता आणि विचार हे या नवबाह्यकात तयार होतात, असं मानण्यात येतं. डॉल्फिनमध्ये नवबाह्यक हे एकूण ९८टक्के असतं (बाह्यक म्हणजे कॉर्टेक्स आणि नवबाह्यक म्हणजे निओकॉर्टेक्स) म्हणजे माणूस आणि डॉल्फिन यांच्या नवबाह्यकात साम्य असलं तरी त्यांचे मेंदू इतर बाबतीत फारच वेगळे असतात.

डॉल्फिनांच्या मेंदूबाबत संशोधनात पीटर मॉर्गन आणि अिल्या ग्लेझर यांनी खूप नाव कमावलं आहे. १९६२-६३ पूर्वी डॉल्फिनांवर शस्त्रक्रिया करणं अशक्य मानलं जात होतं कारण त्यांना भूल देण्याचं तंत्र तोपर्यंत अवगत नव्हतं. १९६३ मध्ये पीटर मॉर्गन यांनी आपल्या सहकाऱ्यांच्या साहाय्याने डॉल्फिनांना कोणताही अपाय न होता भूल देण्याचं तंत्र निर्माण केलं, यानंतर मॉर्गन यांनी डॉल्फिनांच्या मेंदूचा अभ्यास सुरू केला होता. यासाठी भूल दिलेल्या डॉल्फिनांच्या मेंदूत विद्युतप्रस्थ खुपसण्यात येत असत आणि या विद्युतप्रस्थातून (इलेक्ट्रोड) वीजप्रवाह सोडून डॉल्फिनांच्या मेंदूचा जो अभ्यास झाला त्यामुळे हा मेंदू उत्क्रांतीच्या बाबतीत फार प्राथमिक अवस्थेत आहे, असं या शास्त्रज्ञांचे मत झालं. त्याचा आकार वाढला पण गुंतागुंत वाढली नाही. सुमारे ५ कोटी वर्षांपूर्वी हे सस्तन प्राणी भूमी सोडून सागरनिवासी बनले. तेव्हा त्यांचा मेंदू जसा होता तसाच आजही तो राहिला आहे, हे विशेष. गुणात्मक तुलनेत आधुनिक सस्तन प्राण्यांपेक्षा डॉल्फिनांचा मेंदू खूपच मागासलेला ठरतो.

इ. स. १९८६ मध्ये हॅरी जेरीसन या सूक्ष्म जीवशास्त्रज्ञाने डॉल्फिन मेंदूचा अभ्यास करून व झालेल्या अभ्यासाचे परीक्षण करून एक नवाच सिद्धांत मांडला. त्यांच्या मते डॉल्फिनच्या मेंदूची उत्क्रांती ध्वनिलहरी निर्माण करणे, प्रतिध्वनी शोधणे, त्यापासून अर्थ लावणे, परस्परांशी ओळख करून घेणे याबाबत

झाली. माणसाची जशी दृष्टी तसे डॉल्फिनांची श्रवणशक्ती. या श्रवणाच्या साहाय्याने डॉल्फिन सामूहिक जीवन, सामूहिक जाणिवांच्या मदतीनं जगतात. हे अर्थातच सर्वांनाच मान्य होत नाही. बरेच शास्त्रज्ञ या सामूहिक जाणिवेच्या बाबतीत साशंक आहेत. मात्र त्यांच्या ध्वनी वापरण्याच्या वेगवेगळ्या पद्धती आहेत, हे आता सर्वमान्य झालं आहे.

नॉरिस यांना डॉल्फिनांच्या भाषेचा सिद्धांतही मान्य नाही. शब्दापेक्षा तालाचा उपयोग डॉल्फिन करून घेत असावेत, असं नॉरिसना वाटतं.

डायना रीस या शास्त्रज्ञ-स्त्रीनं प्राण्यांच्या वर्तणुकीचा अभ्यास करून बरेच निष्कर्ष काढले आहेत. वेगवेगळ्या प्राण्यांचा संपर्क व्यवस्थांचा त्यांचा अभ्यास दांडगा आहे. अवकाशविषयक संशोधन करणाऱ्या अनेक संस्था त्यांच्या संशोधनात रस घेतात, याचं कारण उद्या जर मानवाचा परग्रहवासियांशी संबंध आला तर त्यांच्याशी संपर्क कसा साधायचा हा प्रश्न येणार आहेच. त्यावेळी डायना रीस सारख्या शास्त्रज्ञांची मदत घेणे आवश्यक ठरणार आहे. यामुळेच डॉल्फिन संशोधनालाही आता बरेच महत्त्व प्राप्त झाले आहे.

डायना रीस यांच्या संशोधनाशिवाय इतरही हेतूंनी डॉल्फिनांचं संशोधन करण्यात येतं. यात अमेरिकन नौदल आघाडीवर आहे. अमेरिकन नौदलानं ४ वर्षात (१९८५-८९) ३ कोटी डॉलर डॉल्फिन संशोधनावर खर्च केले. पुढच्या वर्षांचे आकडे जाहीरही झालेले नाहीत. कदाचित शीतयुद्ध संपल्यामुळे हा खर्च आता कमी करण्यात आला असण्याची शक्यता आहे. १९६० ते ९० या ३० वर्षांच्या काळात अमेरिकन नौदलाने २४० डॉल्फिनांना प्रशिक्षण दिलं. ही डॉल्फिन प्रशिक्षण केंद्रे 'टॉपसिक्रेट' होती. या अतिगुप्त तळावर जे संशोधन झालं त्यातला काहीच भाग २०० शोधनिबंधातून जगापुढे आला आहे. हे शोधनिबंध म्हणजे हिमनगाचं दृश्य टोक असावं, असं बऱ्याच शास्त्रज्ञांना खात्रीशीर वाटतं.

नौदलाच्या संशोधनात शत्रूनं पेरलेले पाणसुरूंग शोधणे, शत्रूने पाणबुड्यांच्या मार्गात पेरलेले अडथळे दूर करणे, पाणबुड्यांचा (म्हणजे मानवी पाणबुडे अथवा डायव्हर्स) मार्गदर्शक वाटाड्या म्हणून काम करणे, शत्रूच्या जहाजांना सुरूंग चिकटवणे अशी कामे येतात. अमेरिकन नौदलाने व्हिएतनाम युद्धात आणि इराणच्या आखातात डॉल्फिनांचा वापर केल्याचं मान्य केलं आहे.

डॉल्फिनांवर परदेशात असं प्रचंड प्रमाणावर संशोधन चालू आहे आणि आपल्याकडे त्यांना कुणी विचारत नाही अशी परिस्थिती आहे. भारताला एवढा मोठा-महाप्रचंड सागरकिनारा आहे. हिंदी महासागरात खूप मोठ्या संख्येनं डॉल्फिन्स आढळतात. त्यांच्यावर आपण कधी संशोधन सुरू करणार हा प्रश्न आहे.

◆

मीरकॅट्सचं जंगल

आफ्रिकेचं जंगल आणि त्यातले प्राणीजीवन हे जगप्रसिद्ध आहे. हत्ती, जिराफ, झेब्रे, गेंडे, पाणघोडे, सिंह, चित्ते, बिबळे, सुसरी आणि इतरही अनेक प्राण्यांबद्दल आपल्याला वेळोवेळी वाचायला मिळते. आफ्रिका खंड हे जसं जंगलासाठी प्रसिद्ध आहे तसंच हे वाळवंटासाठीही प्रसिद्ध आहे. आफ्रिकेच्या उत्तरेस जसं सहारा वाळवंट आहे तसंच दक्षिणेस नामिब आणि कलाहारी वाळवंटं आहेत. या वाळवंटातले सजीवही अगदी वेगळ्या प्रकारचं जीवन जगतात. या प्राण्यांच्या अभ्यासासाठी अनेक संशोधक या वाळवंटात जाऊन राहतात. डेव्हीड डब्ल्यू. मॅकडोनाल्ड हे अशाच संशोधकांपैकी एक. त्यांनी दक्षिण आफ्रिकन वाळवंटातल्या 'मीरकॅट्स' नावाच्या प्राण्यांचा अभ्यास केला. मीरकॅट्सचं शास्त्रीय नाव 'सुरिकाटा सुरिकाटा' असं असून त्यांना व त्यांच्यासारख्या इतर वाळवंटी मुंगुस कुटुंबियांना 'सुरिकेटस्' असं म्हटलं जातं. ही मुंगुसं वाळवंटात बिळे करून राहतात. डेव्हीड मॅकडोनाल्ड यांनी या मुंगुसांचा खूप अभ्यास केला. त्या अभ्यासात जी माहिती पुढे आली आहे, ती थोडक्यात इथे दिली आहे.

मीरकॅट साधारण १ फूट म्हणजे ३० से. मी. उंच असतं. ते मागच्या पायावर उभं राहातं तेव्हाची ही उंची आहे. नाकापासून शेपटाच्या टोकापर्यंतची लांबी ही साधारण सव्वा फूट म्हणजे ३७ ते ३८ से. मी. एवढी असते. हा प्राणी उभं राहण्यासाठी शेपटीचा आधार घेतो. त्याचा चेहरा त्रिकोणी आणि नाकाकडे निमुळता असतो. त्याचे दोन अणकुचीदार सुळे आणि अगदी छोटेखानी कान तसंच डोळ्याभोवतालची काळी वर्तुळं ही या मुंगुसाची वैशिष्ट्यंच आहेत. त्याचे केस दाट, करडे आणि पोटाकडे राखाडी रंगाचे असतात. हा प्राणी एकजूट, आक्रमकवृत्ती आणि खेळकरपणा यासाठी प्रसिद्ध आहे.

मीरकॅट कलाहारी वाळवंटात सर्वत्र आढळतात. ते टोळ्या करून राहतात. एका टोळीत साधारणपणे ६ ते ३० सदस्य असतात. वाळवंटी जीवन अतिशय खडतर असतं त्यामुळे हे सदस्य परस्पर सामंजस्य आणि सहकार्य यांच्या साहाय्याने परिस्थितीशी सामना करतात. ही मुंगुसं शिकारी, अन्न गोळा करणे, पोरं सांभाळणे, गर्भार माद्यांना आणि लहानं पिल्लं व त्यांच्या आयांना अन्न पुरविणे आदी गोष्टीत परस्पर सहकार्य करून 'एकी हेच बळ' या म्हणीचा प्रत्यय देतात. शत्रूवर हल्ला चढवताना तर त्यांच्या या ध्येयवाक्याचा सुरेख प्रत्यय येतो. मॅकडोनाल्ड यांच्या मते ही मुंगूसे अतिशय व्रात्य, खट्याळ आणि इतरांच्या खोड्या काढण्यात पटाईत असतात. यामुळे त्यांच्या कळपाला कळप न म्हणता 'ठगांची टोळी' असं म्हणणंच जास्त योग्य ठरतं. त्यांच्या आखीव प्रदेशात दुसऱ्या कुणीही प्रवेश केला तर ती तुटून पडतातच पण बरेचदा कारण नसताना दुसऱ्या मुंगुसांच्या प्रदेशात घुसखोरी करतात. आपल्यापेक्षा मोठ्या शत्रूशीही मीरकॅट धैर्याने सामना करताना आढळतात.

मॅकडोनाल्ड हे या मुंगुसांचा अभ्यास करीत असताना त्यांना अशा सामन्यांची अनेक उदाहरणं बघायला मिळाली. एकदा एक रुपेरी पाठीचं खोकड उंदरांच्या शिकारीसाठी निघालं होतं. ते एका झुडपाला वळसा घालून पुढे गेलं, आणि अचानक थबकलं. त्याच्या थबकण्याचे कारण त्याच्यासमोर बारा मीरकॅटची टोळी उभी होती. या टोळीला मॅकडोनाल्डनी दिलेलं नाव 'क्वांग रेडर्स' (हे एका कॉमिक स्ट्रीपमधल्या अवकाशी चाच्याचं नाव आहे.) हे 'क्वांग रेडर्स' त्यांच्या बिळापासून बरेच दूर होते; मुख्य म्हणजे ही वाळवंटी मुंगूसे, खोकड, कोल्हे यांना फारच घाबरतात; याचं कारण एकटं दुकटं मुंगूस या प्राण्यांची सहज शिकार बनू शकतं. एकाएकी हे खोकड समोर आल्याबरोबर शेपूट ताठ करून खांद्याला खांदा लावून अंग फुगवून ही बाराच्या बारा मुंगुस मंडळी 'आपण एकशे पाच' या थाटात उभी राहिली. मग ठरवल्याप्रमाणे एकदम त्या खोकडाच्या अंगावर धावून गेली. यामुळे ते खोकड इतकं दचकलं की ते मागं वळलं. त्यानंतर ही मुंगूसं किंवा त्यांचा जत्था आणि ते खोकड एकमेकांभोवती गोल गोल फिरू लागले. यावेळी खोकड दात विचकून फिस्कारत होतं तर सर्व मीरकॅट एकत्रित फिस्कारत होती. असं गोल गोल फिरत खोकडानं त्या मुंगुसांमध्ये फूट पाडायचा प्रयत्न केला पण हा प्रयत्न अयशस्वी झाला. उलट दरम्यानच्या काळात त्याच्या शेपटीचे एक दोन चावे घेतले गेले. याच वेळी ही मुंगुसं चतुराईने बिळाच्या दिशेने सरकत होती. शेवटी त्या खोकडाने हार पत्करली; आणि दात विचकत ते तेथून दूर झालं. त्याचबरोबर या जत्थाने त्याचा काही काळ पाठलाग केला. या पाठलागात 'स्कार फेस आणि स्कार शोल्डर' हे दोघे

पुढे होते. (ही नावं मॅकडोनाल्डनी त्या मुंगुसांच्या शरीर वैशिष्ट्यांवरून दिली होती. स्कार फेसच्या चेहऱ्यावर तर स्कार शोल्डरच्या खांद्यावर मारामारीच्या खुणा होत्या.) मग एकदम ही मंडळी वळली आणि आपल्या बिळाजवळ आली तो खोकड मागे वळून न बघता निघून गेलं होतं. ते परत येत नाही याची खात्री झाल्यावर त्या मुंगूसांनी एकच जल्लोष केला. उंच उड्या, कोलांट उड्या मारून तसंच एकमेकांना मिठ्या मारून ती मुंगूसं अक्षरशः नाचली. मग एकमेकांचे केस विंचरून विसावली.

मीरकॅट अशी टोळ्याटोळ्यांनी का राहतात? याच्यावर खूप विचार झाला आहे. मीरकॅट स्वतः शिकारी आहेत. ते कलाहारी वाळवंटातून किडे आणि सरडे शोधत हिंडतात. वाळूत दडलेले छोटे प्राणी शोधण्याचं त्यांचं कौशल्य वाखाणण्यासारखं असतं. हे प्राणी वाळूखाली दडलेले असतात. त्यांना उकरून झटापट करून बाहेर काढणाऱ्या मीरकॅटला पाठीकडून धोका असतो. खोकड, कोल्हे, वेगवेगळे शिकारी पक्षी (गरुड, ससाणे वगैरे) हे बेसावध मीरकॅटला सहज उचलतात. यामुळे एकटे मीरकॅट शिकार आणि संरक्षण या दोन्ही गोष्टी करू शकत नाहीत.

मीरकॅट ही विभागणी दोन प्रकारे करतात. एक म्हणजे जर त्यांची टोळी मोठी असेल तर ते आळीपाळीने पहारा करतात. एक मुंगुस ठराविक काळ टोळी जिथे खाद्य शोधत असेल तिथे एखाद्या उंचवट्यावर अथवा वारुळावर उभं राहतं आकाश आणि आजूबाजूचा परिसर न्याहाळणं हे त्याचं काम असतं. टोळी मोठी असताना हे सोपं जातं.

छोट्या टोळीत ही कामं वाटून दिलेली असतात. पहारा करण्याचं काम साधारणपणे दोन मुंगूसांवर सोपवलेलं असतं. एक मुंगुस एका वेळेस ६० ते ७० मिनिटं पहारा करतं. लहान पोरं आणि गर्भार माद्या सोडल्या तर इतर सर्वजण टोळीसाठी सतत काम करीत असतात. ही मुंगुसं, रानमांजर, बॅजर, कोल्हे, रानकुत्री, खोकड आदी प्राण्यांना शक्यतो टाळतातच. मात्र इतर आकाराने यांच्यापेक्षा छोट्या प्राण्यांशी उकरून भांडण काढतात आणि उगीचच त्रास देतात.

मॅकडोनाल्ड सुरुवातीला जेव्हा या प्राण्यांच्या प्रदेशात गेले तेव्हा मॅकडोनाल्ड दिसताच हे प्राणी गायब व्हायचे. पण हा बाबा रोजचाच झाल्यावर आपल्या भागातला एक निरुपद्रवी प्राणी म्हणून 'क्वांग रेडर्स'नी त्यांचा स्वीकार केला. हा स्वीकार झाला तो प्रकारही खूप नाट्यमय होता. त्या दिवशी मॅकडोनाल्ड वाळूतल्या एका छोट्या जिवाचं छायाचित्र घेण्यासाठी वाकले होते. स्पॉटनेकची त्यावेळी पहाऱ्याची वेळ हाती. त्याच्या दृष्टीने मॅकडोनाल्ड हा सर्वात जवळचा

उंचवटा ठरला. स्पॉटनेकने झटकन उडी मारून मॅकडोनाल्डच्या डोक्यावर ठाण मांडायचं ठरवलं. त्याची उडी थोडी अपुरी ठरली. या मुंगुसांची पुढच्या पायांची नखं चांगलीच धारदार असतात. त्यांच्या साह्याने स्पॉटनेकने मॅकडोनाल्डचं डोकं पकडलं. मागचे पाय नाकावर टेकवून धडधडत ते मॅकडोनाल्डच्या डोक्यावर गेलं. आपल्याला टक्कल नाही याचा त्या क्षणी मॅकडोनाल्डला नक्कीच आनंद झाला असणार. स्पॉटनेकचा आपल्यावरचा विश्वास सार्थ ठरावा म्हणून मग मॅकडोनाल्ड पुतळ्याप्रमाणे स्तब्ध बसून राहिले. सुमारे अर्ध्या तासातच त्यांचे पाय बधीर झाले. पाय झटकून मुंग्या घालवणंही त्यांना शक्य नव्हतं. याशिवाय नाक, कान, पाठ खाजू लागली आणि चेहेऱ्यावरून वाहणारा घाम स्पॉटनेकच्या नखांनी उठलेल्या ओरखड्यांमध्ये शिरून आग होत होती ते वेगळंच. साधारणपणे १ तास स्पॉटनेक डोक्यावर बसलेला होता. या काळात मॅकडोनाल्डना हलणं शक्यच होत नव्हतं. स्पॉटनेक उतरल्यावर हातापायाच्या मुंग्या घालवण्यासाठी त्यांनी अक्षरश: तांडव नृत्य केलं होतं. यानंतर ही मुंगुसं मॅकडोनाल्डना बिचकायची बंद झाली. एकदा 'स्लिम' नावाच्या मुंगूस मादीने एका ओंडक्याखाली पंजा सरकवला. एकाएकी उडी मारून ती मागे सरकली. मग चपळाईने त्या ओंडक्याखालून तिने एक विंचू बाहेर खेचून हवेत उडवला. तो विंचू जमिनीवर पडताच नांगी उभारून स्वसंरक्षणार्थ उभा राहिला. स्लिमने पंजा मारताच त्याने पुढच्या आकड्यात तो पंजा धरला आणि नांगीने हातावर डंख केला. या विषारी डंखाने एखाद्या माणसाला हॉस्पिटलमध्ये आठवडाभर तरी पडून राहावं लागलं असतं पण स्लीमवर त्याचा काहीच परिणाम झाला नव्हता. स्लीमने आता हवेत कोलांट उड्या मारायला सुरुवात केली. यामुळे अखेरीस विंचवाची पकड सुटली. त्याबरोबर स्लीमने विंचवाच्या शरीराचा चावा घेतला. दोन तीन चाव्यानंतर तो विंचू मेला. लढाई संपली आणि स्लीमच्या जेवणाची सुरुवात झाली.

एक दिवस ही टोळी नदीच्या कोरड्या पात्रात किडे आणि गांडुळं शोधत होती. एकाएकी एका मीरकॅटने चित्कारायला सुरुवात केली. हे चीत्कार मग टोळीभर पसरले. यानंतर सर्वच टोळी मागच्या पायांवर उभी राहिली. समोर आणखी एक मीरकॅटची टोळी होती. तीही आता खांद्याला खांदे लावून युद्धास सज्ज होती. मॅकडोनाल्डची टोळीही आता एकत्र आली हाती. दुसऱ्या टोळीत दहा सदस्य होते. हे दोघे आमनेसामने उभे राहिले. मग त्यांनी जागच्या जागीच उंचउंच उड्या मारायला सुरुवात केली. मग स्कारशील्डच्या नेतृत्वाखाली 'क्वांग रेडर्स' समोरच्या टोळीवर (हिचं नाव नुतुमॉब) चालून गेले. मात्र त्या टोळीपासून काही अंतरावर ही टोळी थांबली आणि जवळच्या उंचवट्यावर चढली. तिथे त्यांनी माती उकरायला सुरुवात केली. नुतुमॉबने उड्या मारणं थांबवलं आणि

ते क्वांग रेडर्स काय करताहेत ते बघत उभे होते. क्वांग रेडर्सनी थोड्या वेळाने ठरवून केल्याप्रमाणे पुन्हा आक्रमक चाल केली. त्याबरोबर नुतुमॉब पळत सुटला. या बरोबर क्वांग रेडर्स आनंदाने नाचू लोळू लागले. त्यांनी विजयोत्सव साजरा केला. मग सर्वत्र आपल्या गंधग्रंथी घासून त्या भागावर आपलं स्वामित्व असल्याची निशाणी उठवली. स्कार शोल्डर तर या विजयोत्सवात सर्वात पुढे होता. त्याने आजूबाजूच्या झुडपांवर हल्ले चढवले. त्यांची पानं नि फांद्या तोडल्या. या झाडांशी तो लुटूपुटूची कुस्ती खेळला. १५ मिनिटं हा जल्लोष चालू होता.

दुसऱ्या प्राण्यांबाबत आणि टोळीबाहेरच्या मुंगुसांबाबत आक्रमक असलेले मीरकॅट स्वत:च्या टोळीकरांवर जीवापाड प्रेम करतात. खेळ आणि चेष्टा हा त्यांचा जीवनाचा आवश्यक भाग ठरतो. शेपट्या खेचणे, कुस्त्या करणे आदी गोष्टींमध्ये हा मोठा तो छोटा असे मानापमान उद्भवतच नाहीत. (इतर प्राण्यांत ठरलेल्या क्रमाने आणि मानानंच सर्व गोष्टी घडाव्या लागतात.) एखादी मादी व्यायली तर पिलांच्या संरक्षणाची जबाबदारी सर्व टोळीची असते.

मॅकडोनाल्डनी याबाबत एक गमतीची घटना सांगितली आहे. रेडर्समधली एक मादी गर्भार होती. त्यावेळी तिने पहारा करणं बंद केलं. याचवेळी बाहेरची एक मादी या टोळीत येऊ पाहात होती. रेडर्समधली मादी व्यायल्यावर ती बाहेर पडली आणि पिल्लांच्या संरक्षणाची जबाबदारी या नव्या मादीवर येऊन पडली. सतत तीन दिवस ही नवी मादी उपाशी राहून त्या पिल्लांची राखण करत होती. मगच टोळीने तिला आपली म्हणून स्वीकारलं.

या मुंगुसांचं एक वैशिष्ट्य म्हणजे नरसुद्धा पिल्लांच्या राखणीत भाग घेतात. पिल्लं मोठी झाली की मगच ही राखण संपते. रोज सकाळ - संध्याकाळ एकमेकांशी खेळूनच यांचा दिनक्रम सुरू होतो आणि संपतो.

◆

शार्क धोक्यात, सागरप्रणालीही धोक्यात

शार्कसारख्या ज्याला सर्व सजीव घाबरतात आणि ज्याला सागरात एकही शत्रू नाही असा मासा धोक्यात आलाय, असं म्हणणं योग्य ठरेल का? खरं तर पृथ्वीवर माणूस प्रगत बनल्यापासून सर्वच सजीवसृष्टी धोक्यात आल्यात जमा आहे. वनं सुरक्षित नाहीत, वन्यप्राणी सुरक्षित नाहीत, सागरी जीव सुरक्षित नाहीत त्यात शार्कही आलेच. खरं तर दोन मीटरपेक्षा जास्त लांब असलेले शार्कच माणसाला मारू शकतात किंवा जखमी करू शकतात. त्यातही ग्रेट व्हाओट, बुल शार्क्स आणि टायगर शार्क्स हे क्वचित प्रसंगी माणसाच्या वाटेला जातात. संपूर्ण वर्षात १०० माणसं जखमी आणि त्यातल्या १५ माणसांचा मृत्यू शार्कमुळं घडतो, ही आकडेवारी काय सांगते? या हिशेबाने माणसंच माणसाच्या बाबतीत सर्वात धोकादायक ठरतात.

सगळ्यात म्हणजे खाण्यासाठी मारलेल्या प्रत्येक शार्कमागे एक शार्कमासा कारण नसताना मारला जात असतो. कोळंबी, शेवंडं आणि ट्यूना पकडताना जाळ्यांमध्ये अनेक शार्क सापडत असतात. बरेचदा ते अगदी छोटे आणि निरुपद्रवी जातीचे शार्क किंवा त्यांची पिल्लं असतात, ते न खाताच किंवा त्यांचा काही उपयोग न करता मारून फेकून दिले जातात. म्हणजेच दरवर्षी ३ ते १० कोटी शार्क निरर्थक जीव गमावत असतात. शार्क हे सागरी परिस्थितीमधला एक महत्त्वाचा घटक आहेत. त्यांच्या या अमाप हत्येमुळे सागरी पर्यावरणाची प्रचंड हानी होत असते. सागरी परिस्थितीकी प्रणाली ही काही एका दिवसात निर्माण झालेली नाही. ही परिस्थिती उत्क्रांत व्हायला काही कोटी वर्षे जावी लागली आहेत. ही परिस्थिती एखाद्या सुसूत्र यंत्रणेपर्यंत काम करीत असते. या यंत्रणेत शार्क महत्त्वाची भूमिका बजावत असतात. जंगलात वाघ, सिंह; पक्ष्यात शिकारी पक्षी जी भूमिका पार पाडतात तीच कामगिरी सागरात शार्कांवर येऊन पडते. ते पिरॅमिडच्या शिखरावरचे शिकारी असतात. बहुसंख्येनं असलेलं भक्ष्य मारणं हे त्यांचं महत्त्वाचं काम असतं. ते या माशांच्या संख्येवर नियंत्रण

ठेवतातच पण त्या माशांमधले कमी चपळ, जराजर्जर, जगण्यास अयोग्य असेच मासे त्यांच्या भक्ष्यस्थानी पडत असल्यामुळे ते जगणाऱ्या माशांचा दर्जा राखण्यासही मदत करतात. यामुळे जगण्यास नालायक माशांची प्रजा निर्माण होऊ शकत नाही. दर्जानियंत्रणाची ही सोय या ना त्या प्रकारे प्रत्येक परिस्थिती प्रणालीत निसर्गाने केलेली आढळते. या दृष्टीन शार्कांचे अस्तित्व सागरी परिस्थितीत महत्त्वाचे ठरत असते. जेव्हां परिस्थितीकी प्रणाली मधल्या पिरॅमिडचा शिखर प्राणी त्या प्रणालीतून जर काढला गेला तर अन्न साखळीचा समतोल ढळतो. वाघांची संख्या कमी होताच हरणं आणि नील गायींची संख्या बेसुमार वाढली आणि त्यांचे कळप मानवी शेतात येऊ लागले हे मध्यप्रदेशातलं उदाहरण आपल्या डोळ्यासमोर आहेच. शार्कच्या हत्याकांडामुळेही असंच एक संकट ऑस्ट्रेलियातील मासेमारी व्यवसायावर कोसळलं. ऑस्ट्रेलिया आणि टास्मानियाजवळ शार्कांची एवढ्या मोठ्या प्रमाणावर वाताहत झाली की एकेकाळी शार्कसाठी प्रसिद्ध असलेल्या 'शार्क बे'मध्येसुद्धा शार्क दिसेनासे झाले. यामुळे आग्नेय ऑस्ट्रेलियाच्या किनाऱ्याजवळपासच्या सागरात ऑक्टोपसांची संख्या भरमसाट वाढली. यामुळे तिथल्या शेवंडांची आणि खेकड्यांची संख्या घटली आणि त्यामुळे इथल्या मच्छीमारांचं उत्पन्नही घटलं. याचं कारण शेवंडं आणि खेकडे हे ऑक्टोपसांचं प्रमुख अन्न आहे. ऑक्टोपसांच्या संख्येवर शार्क नैसर्गिकरीत्या नियंत्रण ठेवीत. आता इथे शार्कांची संख्या वाढावी म्हणून प्रयत्न चालू आहेत.

फ्लोरिडातही किनाऱ्याजवळ असंच झालं. पर्यटनस्थळं निर्माण करण्याचे

फ्लोरिडाचे प्रयत्न शार्कची संख्या कमी झाल्यामुळे धोक्यात आले. फ्लोरिडाच्या किनाऱ्यावर तळ ठोकून मासेमारी करणाऱ्यांनी हॅमरहेड शार्कची बेसुमार हत्या केली.

शार्कचं आणखी एक वैशिष्ट्य म्हणजे ते खूप दूर पल्ल्याचं अंतर पट्टीनं रेघ मारावी तसं एका सरळ रेषेत पोहू शकतात. पीटर क्लिमली हे शार्क तज्ज्ञ कॅलिफोर्नियाच्या किनाऱ्यावर शार्कचा अभ्यास करतात ते वेड्या साहसासाठी प्रसिद्ध आहेत. अनेकदा त्यांनी हॅमरहेड शार्कच्या कळपात वीस मीटर खोल सूर मारला होता. हॅमरहेड शार्क कळप करून का हिंडतात हे कोडं त्यांनी सोडवलं. हॅमरहेड वर्षातून काही काळच खूप मोठ्या संख्येने एकत्र येतात. त्यांना नैसर्गिक शत्रू नसतात. हे कळप करण्यामागे जोडीदार निवडणं, हा त्यांचा हेतू असतो. या कळपात माद्या मध्यभागी येतात. जो नर आधी मध्यभागी पोचतो तो सर्वोत्कृष्ट जोडीदार निवडून निघून जातो. अशा तऱ्हेने शेवटच्या मादीस जोडीदार मिळेपर्यंत हा स्वयंवरविधी चालतो. ज्या नरांना जोडीदार मिळत नाही ते मग आपापल्या मार्गाने निघून जातात.

शार्कच्या संशोधनातून अशी बरीच नवनवी माहिती पुढे येत आहे त्यामुळे शार्कच्या वागणुकीचं कोडं सोडविण्यास मदत होणार आहे.

◆

विंचू

ऑलिव्हर गोल्डस्मिथनी आपल्या 'हिस्टरी ऑफ द अर्थ अँड ॲनिमेटेड नेचर' या ग्रंथात एक वर्णन केलंय, ते असं 'एक व्यायला आलेली मादी एका काचेच्या भांड्यात ठेवण्यात आली. जेव्हा पिलं बाहेर येऊ लागली. तेव्हा या मादीनं ती खाण्याचा सपाटा चालवला. ती जन्माला यायची नि ही मादी त्यांना खायची, असा कार्यक्रम सुरू झाला. यातून फक्त एक पिलू वाचलं कारण ते झटकन आईच्या पाठीवर चढून बसलं होतं. या पिलानं पुढं आपल्या आईला खाऊन आपल्या भावंडांच्या मृत्यूचा बदला घेतला. या भयानक कीटकाचा स्वभाव असा भयानक आणि क्रूर आहे.' हे वर्णन १७७४ मधलं आहे. तेव्हा विंचवाला अजून कीटकच समजायचे. पण इतर बाबतीत म्हणजे वागणुकीच्या बाबतीत मात्र विंचवात अजून बदल नाही. गोल्डस्मिथ जरी नाटककार म्हणून प्रसिद्ध असले तरी त्यांचं हे निसर्ग निरीक्षण आजही अबाधित आहे.

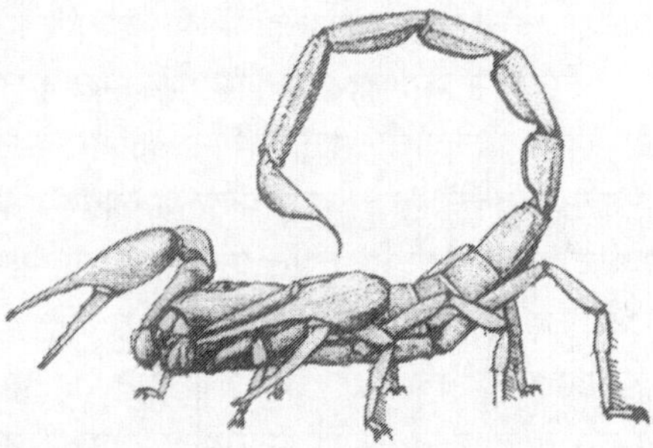

एखाद्या रात्री विंचवाला भेटणारा सर्वाधिक घातक शत्रू म्हणजे दुसरा विंचू. विंचू हे असे स्वजातीभक्षक का असतात? याचं कोडं उलगडायचा बरेच शास्त्रज्ञ प्रयत्न करीत असतात. एका अमेरिकन शास्त्रज्ञाच्या मते विंचू असे वागतात यामुळे अतिशय खडतर प्रदेशातही त्यांची संख्या प्रतिहेक्टरी दहा हजारपर्यंत वाढू शकते. टेनेसी राज्यातल्या नॅशव्हिल इथल्या व्हँडरबिल्ट विद्यापीठातल्या डॉ. गॅरी पोलीज् यांनी कॅलिफोर्नियामधल्या कोचेला खोऱ्यातल्या वाळवंटी विंचवांचा विशेष अभ्यास केला आहे. गेली पंधरा वर्षे पोलीज् या वाळवंटातल्या विंचवांचा अभ्यास करीत आहेत. विंचू असे विचित्र का वागतात या प्रश्नाचं उत्तर, पोलीज् यांच्या मते 'अन्नपुरवठा' या परवलीच्या शब्दात आहे. विंचू आपले भक्ष्य

मिळविण्यासाठी रात्री संचार करतात. ज्यावेळी भरपूर कीटक उपलब्ध असतील अशावेळी ते बाहेर पडतात. आपल्या निवासस्थानी ते रात्री फार वेळ नसतातच. मोठे विंचू बाहेर पडले तरी छोटे विंचू बाहेर पडतातच असं नाही. याउलट मोठे विंचू परतले की, छोटे विंचू शिकारीसाठी बाहेर पडतात. यावेळी बाहेर फारसे कीटक असतीलच याची खात्री देता येत नाही. डॉ. पोलीज् यांच्या मते छोटे विंचू मोठ्या विंचवांना टाळण्यासाठी हा उपाय करतात; नाहीतर मोठे विंचू या छोट्या विंचवांना गिळंकृत करण्याची शक्यता असते.

ऐन उन्हाळ्यात खाद्यपुरवठा कमी होतो. तेव्हा मोठे विंचू काही धोके पत्करतात. इतर वेळी ते ज्या किड्यांच्या वाटेसही जाणार नाहीत अशा कीटकांनाही ते पकडायचा प्रयत्न करतात. यात पाद्रा किडा (स्टिंक बीटल्) किंवा मुंगळे यांनाही ते पकडू पाहतात. यातला पाद्रा किडा नावाला जागतो नि अत्यंत दुर्गंधी निर्माण करतो. तर काही वाळवंटी मुंगळ्यांचे चावे बऱ्यापैकी विषारी असतात. अर्थात जगायचं असेल तर विंचवांना हे धोके पत्करावेच लागतात. याच काळात मोठ्या विंचवांच्या खाद्याचा निम्मा वाटा छोट्या विंचवांचा असतो.

विंचवांना जगण्यासाठी निसर्गानं अनेक क्लृप्त्या बहाल केलेल्या आहेत. गाभण असलेली विंचवाची मादी गर्भांना होणारा अन्नपुरवठा रोखून स्वत:साठी वापरू शकते. एवढेच नव्हे तर गर्भातल्या अन्नरसाचेही पुनर्शोषण करू शकते. यामुळे गर्भीची वाढ मंदावते. वसंत ऋतूच्या आगमनानंतर कीटकांची संख्या वाढताच या गर्भांची वाढही पुन्हा जोमाने होऊ लागते. अन्नाचा भरपूर पुरवठा उपलब्ध असेल तेव्हा कुत्र्यांप्रमाणेच विंचू अधाशाप्रमाणेच खात राहतात. मग या अन्नाचे कर्बोदकात रूपांतर करून ते यकृतात आणि स्नायूंमध्ये साठवून ठेवू शकतात. अशा तऱ्हेने आपल्या नेहमीच्या वजनापेक्षा ३४ टक्के जास्त वजन पेलण्याची त्यांच्यात क्षमता असते.

विंचू ज्या वेळी विश्रांती घेतात तेव्हा त्यांच्या शरीरिक क्रिया खूप मंदावतात. डॉ. पॉलीज् यांच्या मते विंचवांच्या शारीरिक प्रक्रिया कीटकांच्यापेक्षा ३० टक्के कमी वेगाने घडत असतात. त्यामुळे ते विश्रांती घेतात त्यावेळी ते फारशी ऊर्जा वापरत नसतात. यामुळे विंचू जवळजवळ वर्षभर उपाशी राहू शकतात. स्वजातीभक्षणही पुढची पिढी चांगली निपजावी, शिवाय वंशविच्छेद होऊ नये यासाठी आवश्यक असते. डॉ. पोलीज् यांनी ज्या भागातल्या विंचवांचा अभ्यास केला ते वाळवंटी विंचू ऑगस्टमध्ये पिल्लांना जन्म देतात. या काळात अन्नपुरवठा स्वल्प असतो. यामुळे बळकट पिले अशक्त पिलांना मटकावतात. आई पोरं खाते. यातून जी पिलं वाचतात ती जगण्याची नि हिवाळा पार पाडून जाण्याची बरीच शक्यता असते. यासाठी हे स्वजाती भक्षण आवश्यकच ठरते.

◆

गाईची ढेकर

गाय ढेकर देते. माणूसही ढेकर देतो; पण पर्यावरण शास्त्रज्ञांना ढेकरीच्या बाबतीत माणसापेक्षा गाईची ढेकर जास्त महत्त्वाची वाटते. गाईच्या ढेकरीचा अभ्यास करण्यासाठी युताह स्टेट विद्यापीठाला अमेरिकेच्या पर्यावरण संरक्षण संस्थेनं (एन्वायर्नमेंटल प्रोटेक्शन एजन्सी) ५ लक्ष डॉलर्स अनुदान दिलंय म्हणजे बघा.

प्राणी साम्राज्यात सस्तन प्राणी ढेकर देण्याबद्दल प्रसिद्ध आहेत. त्यातही गाई सर्वात जास्त ढेकर देतात. म्हशीच्या ढेकरींचा अभ्यास झालेला नाही कारण म्हैस हा प्राणी फक्त दक्षिण आशियापुरता मर्यादित आहे. काही म्हशी ऑस्ट्रेलियामध्ये नेल्या गेल्या पण त्या म्हशींचं दूध पचवणं ऑस्ट्रेलियातल्या लोकांना जमलं नाही. दुसरं म्हणजे म्हैस फारच हेकट असते. तिला गाईप्रमाणे शिस्त लावता येत नाही. त्यामुळं ऑस्ट्रेलियात गेलेल्या म्हशी रानावनात सोडून देण्यात आल्या. तिथं त्या रानटी बनल्या आणि आता ऑस्ट्रेलियात या रानम्हशींची शिकार हा एक पर्यटकांना आकर्षित करायचा उद्योग बनलाय. तेव्हा म्हशींकडे आपण दुर्लक्ष करून गाईच्या ढेकरीकडं वळू या.

प्रत्येक गाय दर ४० सेकंदास ढेकर देते. प्रत्येक ढेकरीतून फार मोठ्या प्रमाणात मिथेन वायू बाहेर पडतो. आश्चर्याची गोष्ट म्हणजे गाईच्या शेणाबरोबर किंवा शेण टाकण्याच्या प्रक्रियेआधी किंवा नंतर जे वायू बाहेर टाकले जातात त्यात मिथेन वायू अत्यल्प असतो. मिथेन हा वायू हरितगृह परिणामास जे वायू जबाबदार असतात त्यापैकी एक महत्त्वाचा वायू आहे. तो सूर्याकडून येणारी उष्णता पृथ्वीकडे येऊ देतो पण पृथ्वीवरून परावर्तित होणारी उष्णता अडवतो. गाईच्या ढेकरीतून बाहेर पडणारा मिथेन हा एकूण मिथेनच्या किती प्रमाणात असतो हे शोधणं त्यामुळं शास्त्रज्ञांना महत्त्वाचं वाटतं.

पॅट्रिक (झिमरमन) अमेरिकेतल्या नॅशनल सेंटर फॉर ॲट्मॉस्फेरिक रिचर्स या संशोधन संस्थेत काम करतात. त्यांनी गाईच्या ढेकरीतल्या मिथेनचं प्रमाण शोधून काढण्यासाठी एक यंत्र तयार केलंय. या यंत्रात दोन छोटे डबे वापरले जातात. एक डबा गाईच्या चार पोटांपैकी जिथे अर्धवट पचनातून मिथेन तयार

होतो त्या पोटात ठेवण्यात येतो. त्यातून एक मागकाढ्या वायू सतत हळूहळू बाहेर सोडला जातो. तो अर्थातच ढेकरीतल्या मिथेनबरोबर बाहेर पडत राहतो. गाईच्या गळ्यात बांधलेला डबा गाईच्या ढेकरीतून बाहेर पडणारा मिथेन आणि मागकाढ्या वायू यांचं मोजमाप करतो. या मागकाढ्या वायूचं प्रमाण किती कमी झालं हे पाहून गाईनं किती मिथेन बाहेर टाकला किंवा दर ढेकरी गाय किती मिथेन बाहेर टाकते हे सांगता येतं. सुरुवातीस जेव्हा गाय मिथेन आणि वातावरणाचे प्रदूषण हा विषय चर्चेस आला तेव्हा आणि नंतर हे ढेकर पृथक्करण यंत्र निर्माण करण्यात आलं तेव्हा या सिद्धांताबरोबर या यंत्राचीही वैज्ञनिक जगात चांगलीच टवाळी झाली. गाईंची संख्या माणसांच्या संख्येएवढीच. किंबहुना थोडी जास्तच. झिमरमनना त्यांच्या ढेकर पृथक्करण यंत्रात सुधारणा करण्यासाठी ५ लक्ष डॉलरचं अनुदान मिळालं.

आता हे अमेरिकन शास्त्रज्ञ भारतात आणि बांगला देशात येऊन आपले प्रयोग करणार आहेत. याचं कारण आपल्याकडील गाई आणि त्यांचं खाणं. पाश्चात्त्य देशांत गाईच्या खाण्यावर कडक नियंत्रण असतं. आपण गाईचं शेपूट तोंडावरून फिरवताना गाईचं तोंड कशात आहे तिकडं दुर्लक्ष करीत असतो. या खाण्याला अमेरिकेनं 'मिथेन प्रोड्युसिंग डाएट' असं नाव दिलंय. कदाचित या संशोधनानंतर अमेरिका भारतावर सीडीबीटी (कौ डायेट बॅन ट्रीटी) लादायचा प्रयत्न करण्याची शक्यता नाकारता येत नाही.

अमेरिकन गो शास्त्रज्ञांच्या मते मात्र त्यांचा उद्देश असा नाही तर मिथेन सत्कारणी लागला तर गाय अधिक दूध देईल आणि अधिक पुष्ट होईल. यामुळे ती अधिक मांस देईल. जर झिमरमनच्या यंत्रात सुधारणा केली तर गाईच्या चयापचय क्रियेचा अभ्यास करून मिथेनची निर्मिती (मिथेन म्हणजे अर्धवट पचन) का होते हे पाहून गाईच्या पचनक्रियेत सुधारणा करता येईल. त्या कमी ढेकर देतील आणि त्यामुळं त्यांना कमी वेळा 'एक्सक्यूज मी' म्हणावं लागेल.

◆

डेव्हिस आणि ॲडेली पेंग्विन

दरवर्षी ऑक्टोबरच्या अखेरीस आणि नोव्हेंबरच्या सुरुवातीस ६० हजार ॲडेली पेंग्विन्स सागरातून पोहत पोहत दक्षिण ध्रुवीय प्रदेशातील रॉस द्वीपावर येतात. ही यातल्या बहुतेक पेंग्विनांची जन्मभूमी असते पण इथं ते येतात ते आपली अंडी घालून ती उबवायला. पेंग्विन आपल्या आयुष्याचा फार मोठा काळ सागरात घालवतात. पाण्यातले आयुष्य जगण्यासाठी निसर्गाने त्यांना योग्य ते संरक्षणही दिलेले आहेच. अतिशय कठीण परिस्थितीत त्यांना आयुष्य घालवावे लागते, पण त्यासाठी ते पक्षी असूनही त्यांच्या शरीरात सुयोग्य बदल करण्यात आलेले आहेत. पोहताना त्यांचे शरीर दोन्ही टोकांना निमुळते होते, त्यामुळे त्यांना पाणी कापणे सोपे जोते. त्यांचे पंख हे उडणारे पंख राहिले नसून त्याची पाणी ढकलणारी वल्ही बनलेली आहेत. हेच पंख माशांच्या पाखाप्रमाणे त्यांना उपयोगी पडतात. पिसे एकात एक मिसळून शरीरातील उष्णतारोध करायचे काम करतात, त्यांचे अन्न तर सागरातच असते.

मात्र देवमाशांसारखे त्यांना पूर्णपणे जलचर बनता आलेले नाही. याचे कारण ते पक्षी असल्याने त्यांना अंडी घालण्या-साठी जमिनीचा आश्रय घ्यावा लागतोच आणि त्यांच्या सुधारित शरीररचनेमुळे ते जमिनीवर जगायला त्या मानाने नालायक ठरतात. यामुळे मग पेंग्विनांची जोडी आळीपाळीने उपास करते आणि अन्न शोधते.

ॲडेली पेंग्विनांचा समागमपूर्व प्रणयाचा काळ साधारणपणे बारा दिवसांचा असतो. या काळात हे दोन्ही पक्षी उपास करतात कारण या काळात ते जमिनीवर असतात. नर मग घरट्याकडे परततात. यांचं घरटं म्हणजे त्या थिजलेल्या

जमिनीत असलेल्या खोलसर भागात थोडी जमीन उकरण्याचा त्यांनीच केलेला प्रयत्न. या खळग्याभोवती ते दगड-गोट्यांची तटबंदी उभारतात. वर्षानुवर्षे एकच एक घरटे वापरले जात असते. मात्र आधी येणारे नर हे घरटे निवडण्यात अधिक यशस्वी होतात. परत येणारी मादी ज्या नराजवळ जास्त चांगले घरटे असते असा नर पसंत करते. मादी शक्यतो आपला पूर्वीचा नर मिळवायचा प्रयत्न करते, पण २५ टक्के ॲडेली पेंग्विन थंडीला बळी पडतात. त्यामुळे पूर्वीचा नर यात नाही हे लक्षात आल्यावर मादी नवा नर शोधते. द. धृवीय उन्हाळा हा फार थोडा असतो यामुळे प्रजनन काळही खूप कमी असतो. त्यामुळेही मादी नर शोधण्यात फारसा वेळ खर्च करीत बसत नाही. उशिरा घातलेल्या अंड्यातून फारच थोडी अंडी पूर्णकाळ उबली जातात आणि यातून बाहेर पडलेली पिल्लेही कमी प्रमाणात वाचतात. प्रणयाच्या दहा-बारा दिवसांत नर आणि मादी यांचं सातत्यानं मीलन होत राहते. यानंतर लगेच पहिलटकरणी एक आणि वयानं व अनुभवाने मोठ्या माद्या दोन अंडी घालतात. या प्रणय काळात जर मादी शक्य असेल तेव्हा समागम करतात, याचं कारण अंड्यांचं फलन होणं आवश्यक असतं. अफलित अंडे घालून काहीच उपयोग तर नसतोच, पण अंडी उबवताना उपास-तापास काढून श्रम करावे लागतात. यामुळे अंड्यांचं फलन होणं महत्त्वाचं ठरतं. यानंतर अंडं उबवायचं काम नरावर सोडून मादी भक्ष्य शोधण्यासाठी बाहेर पडते. हे उदरभरण दोन आठवडे चालते. प्रणय काळात आणि नंतरचे हे पंधरा दिवस म्हणजे जवळजवळ महिनाभर नर उपाशीच असतो. जेव्हा मादी परत येते आणि नराची जागा घेते तेव्हा नर तातडीने उदरभरणास रवाना होतो. तोही दोन आठवडे अन्न शोधतो. तो परत येईपर्यंत अंड्यातून पिल्लं बाहेर आलेली नसली तर मादी आणखी एकदा भक्ष्य मिळवण्यासाठी घर सोडते. यावेळी ती १ ते ७ दिवस घरट्यापासून दूर असते. ३४ दिवस अंडी उबली की पिल्ले अंड्यातून बाहेर पडतात. यानंतर आई-बापांची खरी तारांबळ सुरू होते. याचं कारण या थंड प्रदेशात पिल्लांना सतत अन्न मिळणे आवश्यक ठरतेच पण आई-बापही फार काळ उपाशी राहून चालत नाही. त्यांना शत्रूशीही झगडायचे असते. अंडी उबवताना इतका प्रदीर्घ काळ पेंग्विन उपास कसा सहन करतात याचंच आश्चर्य वाटतं. पिल्लांचं थंडीपासून आणि स्कुआ या शिकारी पक्ष्यापासून संरक्षण करणे यासाठी त्यांना आळीपाळीनं पिल्लांजवळ राहावंच लागतं. पण या काळात हे पेंग्विन आपल्या पिल्लांसाठी जास्तीत जास्त अन्न मिळवून आपल्या पिल्लांना गब्दुल बनवायचा प्रयत्न करतात. त्यासाठी एक ते दोन दिवस आई किंवा बाप पिल्लांजवळ बसतो आणि जोडीतील दुसरा पक्षी अन्न शोधायला जातो. ॲडेली पेंग्विन हे दक्षिण ध्रुवावर असल्यामुळे त्यांना

पिल्लांच्या वाढीसाठी लागणारा वेळ कमी प्रमाणात उपलब्ध असतो. उलट त्यांच्या उत्तरेस जसजसं जावं तसतसा इतर पेंग्विनांना हा वेळ जास्त प्रमाणात मिळतो. न्यूझीलंडच्या ओटॅगो द्वीपकल्पावर राहणाऱ्या पीतनेत्री पेंग्विनांवर असे बंधन नसते.

ॲडेली पेंग्विनच्या शरीरात मेद स्वरूपात ५१ हजार पाचशे किलो ज्यूल्स एवढा ऊर्जेचा साठा असतो. डेव्हिस आणि ब्रायन ग्रीन यांनी केलेल्या अभ्यासात असं आढळून आलंय की उपास करणारे ॲडेली पेंग्विन दर दिवशी १२७० किलो ज्यूल्स एवढी ऊर्जा वापरतात. प्रणयाचा काळ धरून ॲडेली नर पेंग्विनजवळ साधारणपणे ३० ते ४० दिवसांचा ऊर्जा साठा असतो. यामुळे २२ दिवस अंडी उबवून झाली की मादी येवो वा न येवो नर घरटे सोडतात. हे अर्थात त्यांना शरीरातील संप्रेरकांमधील बदलांमुळे म्हणजे जैवी घड्याळामुळे कळत असावे. साधारणपणे माद्या जास्तीत जास्त १७० मैल म्हणजे (२७२ कि. मी.) एवढ्या दूर जातात अंतरातच एवढ्या त्यांचं भक्ष्य शोधणे चालू असतं.

लॉईड स्पेन्सर डेव्हिस यांनी या अभ्यासासाठी धृवीय कक्षेत फिरणाऱ्या उपग्रहांची मदत घेतली. ते क्राईस्टचर्च, न्यूझीलंड इथल्या कँटरबरी विद्यापीठात पदव्युत्तर विद्यार्थी होते. मग ते द. धृवीय प्रदेशात राहणाऱ्या ॲडेली पेंग्विनांचा अभ्यास करू लागले. त्यांनी कॅनडातील अल्बर्टा विद्यापीठाची डॉक्टरेट मिळवली व ते न्यूझीलंडला पेंग्विनांच्या प्रजोत्पादनाचा अभ्यास करतात. ओटॅगो विद्यापीठात ते प्राणीशास्त्राचे प्राध्यापक असून ते आपल्या संशोधनाच्या निमित्ताने बरेचदा द. धृवीय प्रदेशात जातात. तिथं उपग्रहांच्या साहाय्यानं ते आता ॲडेली पेंग्विनांच्या सवयींचा अभ्यास करीत आहेत.

◆

कासवाची उन्हाळी वालुकानिद्रा नि हिवाळी शीतनिद्रा

कासवं विविध प्रकारची असतात. आपण मराठीत सर्वांनाच कासव म्हणतो. मग ती खाऱ्या पाण्यातील असोत किंवा गोड्या पाण्यातील असोत, चिखलात वावरणारी असोत की वाळवंटात वावरणारी असोत, आपल्या दृष्टीने ती कासवंच असतात. प्रत्यक्षात मात्र कासवांचे बरेच प्रकार आहेत. टर्टल, टेरॅपिन आणि टॉर्टाइज अशा तीन इंग्रजी संज्ञाही त्यांचं वर्गीकरण करण्यास उपयुक्त आहेत. आपण उष्णतेशी सामना करणाऱ्या कासवांचा विचार करताना सागरी कासवं आणि गोड्या पाण्यातील कासवांना बाजूला ठेवणार आहोत. त्यांच्यापुढे जमिनीवर वावरणाऱ्या कासवांप्रमाणे उष्णतेशी सामना कसा करावा हा प्रश्न उद्‌भवत नाही. त्यांचे प्रश्न वेगळेच असतात.

गेल्या पंचवीस वर्षांमध्ये बऱ्याच वेगवेगळ्या प्राण्यांवर संशोधन झालं आहे. विशेषतः चलत्‌चित्रण आणि इलक्ट्रॉनिक्समधलं सूक्ष्मीकरण आणि प्रगती यांचा

प्राण्यांवरील संशोधनास खूप फायदा झाला आहे. तसाच तो कासवांवरील संशोधनसाठी झाला आहे. कासवं शीतरक्ती असतात म्हणजेच त्यांना वातावरणातील उष्णतेची उबेसाठी आवश्यकता असते. इंग्रजीत शास्त्रीय परिभाषेत या प्रकारच्या प्राण्यांना ऑक्टो म्हणजे बाहेरून थर्म म्हणजे उष्णता मिळविणारे प्राणी म्हणून ऑक्टोथर्म्स असं म्हटलं जातं. सर्व प्रकारचे सरीसृप म्हणजे सरपटणारे प्राणी हे ऑक्टोथर्मिक असतात. कासवंही त्यात येतात.

जमिनीवरील म्हणजे खडकी कासवं आणि वाळवंटी कासवं ही सूर्य उगवला की उन्हामध्ये अंग शेकायला येऊन बसतात. एखादा खडक किंवा झाडाच्या पडलेल्या बुंध्यावर बसून शरीराचं तापमान विशिष्ट मर्यादेपर्यंत वाढायची वाट पाहात ती बसलेली आढळतात.

ही तापमानाची मर्यादा गाठली म्हणजे शरीराचं तापमान आवश्यक तेवढं वाढलं की ही कासवं बिळात, खडकांमधील भेगांत किंवा झाडांच्या पोकळ बुंध्यांमध्ये जाऊन बसतात. पुन्हा संध्याकाळी सूर्याचं ऊन सौम्य झालं की ती ऊन खायला म्हणून बाहेर पडतात. या कासवांचं आयुष्य तसं आरामाचं असतं. ती जगतातही भरपूर.

भर दुपारी जेव्हा कासव सावलीच्या आश्रयार्थ जातं तेव्हा कासवाच्या कवचावरील तापमान आणि त्याच्या शरीरातील तापमान यामध्ये १० ते १६ अंश सेल्सियस एवढा फरक असू शकतो. शरीराच्या तापमानात वाढ करायची की नाही म्हणजे किती वेळ उन्हात बसायचं हे शारीरिक गाभ्यातलं तापमान आणि परिसराचं तापमान यांच्यामधील फरकावरून कासव ठरवत असतं. सहारा वाळवंटाच्या कडेला असलेल्या रखरखाटात राहणारी कासवं अतिउन्हाळ्यात वाळूखाली स्वत:ला गाडून घेतात आणि हवेत गारवा आला की बाहेर पडतात, तर हिवाळ्यात त्यांची शीतनिद्रा सुरू होते.

उन्हात मुद्दाम ठेवलेल्या कासवाच्या तोंडास काही काळानंतर फेस येऊ लागतो. मात्र पाणी प्यायला मिळालं की ती सुस्थितीत येतात. एका आफ्रिकन कासवाला ५५ अंश सेल्सियस तापमानात ठेवण्यात आलं होतं. दर तीस मिनिटांनी त्याचं वजन आणि तापमान यांची नोंद ठेवली जात होती. या काळात पहिल्या तासात त्याच्या वजनात फारशी घट झाली नाही. पण शारीरिक तापमान मात्र २० अंश सेल्सियसवरून ४० अंश सेल्सियसपर्यंत वाढलं. शारीरिक तापमान ४० अंश सेल्सियस होताच या कासवाच्या तोंडातून बाहेर पडणाऱ्या लाळेचं मग फेसात रूपांतर झालं. त्याचं वजन झपाट्यानं कमी हाऊ लागलं. यावेळी त्याला पाणी देण्यात आलं तेव्हा अर्ध्या तासातच कासव पूर्वपदावर आलं. खरं तर या जातीची आफ्रिकन कासवं क्वचितच पाणी पितात. कारण

त्यांच्या खाण्यातूनच ती पाणी मिळवीत असतात. या कासवांप्रमाणे जर्बोआ, कागांरू रॅटसारखे पाणी शारीरिक तापमान वाढल्यावर तोंडातून फेस काढून गळा गार करताना आढळतात. ज्या छोट्या सस्तन प्राण्यांमध्ये घर्मग्रंथी नसतात ते प्राणीसुद्धा खूप उन्हापासून बचाव करण्याकरिता अशीच युक्ती अमलात आणतात.

न्यू मेक्सिकोच्या वाळवंटात एक प्रकारचं कासव सापडतं. ते घडविलेल्या आणि नक्षीकाम केलेल्या दागिन्याच्या पेटीसारखं दिसतं म्हणून त्यला 'ऑर्नेट बॉक्स टर्टल' म्हणतात. या कासवाच्या पेटीतलं तापमान वाढवलं की ही कासवं तोंडातून लाळ काढतातच पण मागच्या पायावर लघवी करतात आणि मग आपलं शरीर कवचात घेऊन स्वस्थ पडून राहतात. या व इतर अनेक कासवांचं मूत्राशय खूप मोठं असतं. त्यात साठलेल्या मूत्राचा अनेक प्रकारे उपयोग केला जातो. हे पाणी शीतनिद्रेच्या काळात तसंच प्रखर उन्हात पुनर्चक्रीकरणाने वापरलं जातंच पण शत्रूच्या दिशेनं याचा फवारा उडवून स्वसंरक्षण करण्यातही हे कासव पटाईत असतं. लाळ, फेस, मागील पायांवर मूत्रविसर्जन, डोळ्यात वाहणारे अश्रू आणि धाप टाकणे हे कासवांचे उष्णतेपासून संरक्षणाचे प्रमुख मार्ग आहेत. याशिवाय हृदयाच्या धडधडीचा वेग कमीजास्त करणे आणि त्वचेच्या बाह्यभागातील रक्तवाहिन्या विस्फारणे हेही मार्ग उष्णतेचं निवारण करण्यासाठी वापरले जातात. कासवांमध्ये २० ते २२ अंश सेल्सियस दरम्यान चयापचय क्रियेतून निर्माण होणारी उष्णता आणि शरीराबाहेर टाकली जाणारी उष्णता यांचा मेळ व्यवस्थित घातला जातो. त्यापेक्षा जास्त तापमानाला कासवाला उष्णतेचा त्रास होऊ लागतो.

◆

कॅरिबूंचे अस्तित्व धोक्यात

एकोणीसशे सत्तरमध्ये वन्यप्राणी तज्ज्ञांनी अलास्काच्या टुंड्रा प्रदेशात, जंगलात, दऱ्याखोऱ्यात आणि पर्वतराजीत सुमारे सहा लक्ष कॅरिबू आहेत, असा अंदाज बांधला होता. यानंतर केवळ ७ वर्षांनी १९७९ मधल्या कॅरिबू गणनेनुसार ही संख्या २ लाखांवर आल्याचं त्यांच्या लक्षात आलं. फक्त ७ वर्षांत ४ लक्ष कॅरिबू नष्ट व्हावेत ही धक्कादायक गोष्ट होती.

कॅरिबूंचं स्थलांतर हा एक निसर्ग चमत्कार मानला जातो. लक्षावधी कॅरिबू अतिशय शिस्तीनं उत्तरध्रुवीय प्रदेशातून कॅनडातून अलास्कात जमतात. यातले ४ लक्ष प्राणी केवळ सात वर्षात कसे काय नाहीसे झाले हे आश्चर्यच मानलं जातं. निसर्गप्रेमी याला कॅरिबूंचा वंशसंहार म्हणतात. एकेकाळी अमेरिकेच्या प्रेअरी प्रदेशात असेच लक्षावधी गवे खुल्या दिलानं हिंडायचे. गोऱ्या माणसाचे पांढरे पाय अमेरिकी भूखंडाला टेकले नि हजारो वर्षे अमेरिकेत मोकळेपणानं हिंडणाऱ्या या प्राण्यांची संख्या बोटावर मोजता यावी इतकी कमी झाली. मोठ्या प्रयासानं आता काही राष्ट्रीय उद्यानात हे गवे आपले अस्तित्व टिकवून आहेत. कॅरिबूंचे तसंच काही होणार नाही ना या व्यथेनं आज अमेरिकेतले निसर्गशास्त्रज्ञ व्याकुळ झाले आहेत.

अमेरिकनं अलास्कातल्या नैसर्गिक संपत्तीचा वापर करायचं ठरवलं. तेव्हाच विशेषत: तिथे पेट्रोलियमचे साठे असल्याचं जाहीर झाल्यापासून कॅरिबूंवर गदा आली. सेवर्ड द्वीपकल्पातील कॅरिबू नामशेष झाले ते या भागात अत्याधुनिक शस्त्रांचा शिरकाव झाल्यावर. कॅरिबूंच्या नेल्यिना कळपात १९६२ मध्ये ७००० कॅरिबू होते. नेल्यिना मैदानी प्रदेशात हा कळप यापेक्षा जास्त वाढला तर परिस्थितीचा समतोल बिघडेल असं अलास्काच्या जंगलखात्याला वाटलं. यामुळे अलास्कातल्या शिकार खात्यानं शिकारी बोलवून त्यांना कॅरिबूंची हत्या करायला उत्तेजन दिलं. १९७२ मध्ये नेल्यिना राष्ट्रीय कॅरिबू उद्यानात फक्त ८००० कॅरिबू शिल्लक होते. असेच प्रकार अलास्कात इतरत्रही घडले आहेत.

त्यातच अलास्कातल्या प्रमुख जमातीच्या यांत्रिक घसरगाड्या आल्या. पूर्वी कुत्र्यांच्या साहाय्यानं घसरगाडी ओढली जायची. कॅरिबूंचं मांस हेच या एस्किमोंचं

प्रमुख अन्न आहे. ते आता यांत्रिक घसरगाडीच्या साहाय्यानं (स्नो मोबाईल) कॅरिबूंची शिकार करू लागले. एवढेच नव्हे तर शिकारीसाठी खूप दूरपर्यंत जाऊ लागले.

स्नो मोबाईल वापरायला लागल्यावर कुत्रे कमी करता येतील, कुत्रे कमी झाले की; कॅरिबू कमी प्रमाणात मारावे लागतील, यामुळे कॅरिबूंची संख्या वाढेल असं १९७८मध्ये सरकारी सूत्रांनी सांगितलं होतं. कागदोपत्री हे अगदी बरोबर होतं. पण एस्किमो माणूसच आहे हे ते विसरले. स्नोमोबाईलमधून दूरदूर जाऊन एस्किमो भरपूर प्रमाणात कॅरिबू मारतच राहिले. अशा तऱ्हेनं मारलेले कॅरिबू अन्न म्हणून उपयोगातही आणले गेले नाहीत. गेल्या दहा वर्षांत यामुळे कॅरिबू नष्ट होत होत त्यांची संख्या तीन लाखावरून तीस हजारापर्यंत आली. एखाद्या मोठ्या भूकंपानंतर किंवा धरणफुटीनं यावी अशी ही आपत्ती आहे आणि एस्किमो उपाशी मरत आहेत असं पत्र अलास्काच्या गव्हर्नरनी अमेरिकेच्या अध्यक्षांना पाठवलं. यानंतर काही विद्वानांनी लांडग्यांच्या संख्येत बेसुमार वाढ झाल्यामुळं ही आपत्ती ओढवली असं जाहीर केलं व लांडग्यांची शिकार व्हायला हवी, असंही मत व्यक्त केलं.

(हा वाद तर बरेच दिवस चालू आहे. लांडगे कॅरिबूंच्या बेसुमार हत्येस जबाबदार नसतात हे किमान गेली ५० वर्षे तरी निसर्ग-शास्त्रज्ञ सांगत आहेत. लांडगा आला रे आला या जगदीश गोडबोले यांच्या अनुवादित पुस्तकात याची पूर्ण हकिगत आहे.) लांडग्यांची जननसंख्या किमान ८० टक्के व्हायला हवी, असं या विद्वानांचं मत होतं.

सर्वांच्याच सुदैवाने ही सूचना फेटाळली गेली. कारण लांडगे आणि माणसं या प्रांतात शेकडो वर्षे राहात आहेत; पण कॅरिबूंच्या हत्येचा प्रश्न दुसऱ्या महायुद्धानंतरचा आहे हे कुणीतरी शासनास पटवून दिले आणि महत्त्वाची गोष्ट म्हणजे ते स्पष्टीकरण शासकीय स्तरावर मान्य झाले.

हे सर्व चालू असताना १९८०-८१ मध्ये जीवशास्त्रज्ञांनी आपल्या जवळची माहिती पुन्हा एकदा पडताळून पाहिली आणि १९७० मध्ये आपण केलेला अंदाज चुकला होता. तेव्हा जी ६ लक्ष कॅरिबूंची संख्या जाहीर झाली होती ती ४ लक्ष अशी असायला हवी होती असं या जीवशास्त्रज्ञांनी जाहीर केलं. म्हणजे अस्तित्वात नसलेले २ लक्ष कॅरिबू नाहीसे झाले होते. हे जाहीर झाल्यावर मग निसर्ग संरक्षण प्रयत्नांनी आता कॅरिबूंची संख्या वाढू लागली आहे. तरीही ती १९२० ते ३० च्या दरम्यानच्या कॅरिबू संख्येजवळपास पोचले की नाही याबद्दल निसर्ग शास्त्रज्ञ साशंकच आहेत. त्याकाळी १० लक्षाहून अधिक कॅरिबू या प्रदेशात वावरत होते.

कॅरिबू इतपत वाढणार नाहीत याचं कारण अलास्कातील इतर निसर्ग संपत्ती, खनिज तेल, नैसर्गिक वायू, कोळसा, लाकूड आणि जलसंपत्ती यांचा जर उपयोग करायचा असेल तर धरणं, तारा, खांब, पाईप लाईन यांना पर्याय नाही. मध्यंतरी

एका धरणाने अडवलेल्या जलाशयात ३० हजार कॅरिबू बुडून मेले. रशियात कॅरिबूंसाठी पूल बांधण्यात आले होते. तसेच सैबेरियातून जाणारे तेलवाहक नळ मुद्दाम उंचावरून नेण्यात आले. पण या पुलांवरून व त्या नळांखालून वीस टक्के कॅरिबूही जात नाहीत असे दिसून आले आणि ज्यांनी हे साहस केलंच ते प्रामुख्याने नर कॅरिबू होते.

यामुळेच अलास्कातल्या कॅरिबूंच्या भवितव्याची काळजी निर्माण झालेली असून पृथ्वीवरचा हा प्राणी जगवण्याची शास्त्रज्ञांची धडपड चालू आहे.

◆

विनाशकारी विकास

एखाद्या ठिकाणी एकेकाळी गरीब असलेले शेतकरी काही कारणाने जर चांगलेच श्रीमंत होऊ लागले तर त्यांच्या हातून ते 'कारण' काढून घेणं खूप अवघड जातं, याचा अनुभव आता कॅनडाच्या शासनास येत आहे. त्यातच हा पैसा एखाद्या बहुराष्ट्रीय कंपनीकडून या शेतकऱ्यांना मिळत असेल तरी शासनाची फार पंचाईत होते हेही आता कॅनेडियन शासनास कळू लागलंय. मानवी आरोग्यासाठी निर्माण करण्यात येणाऱ्या एका औषधानं कॅनडातील काही भागातल्या नागरिकांचं आरोग्य वेठीस धरलं आहे.

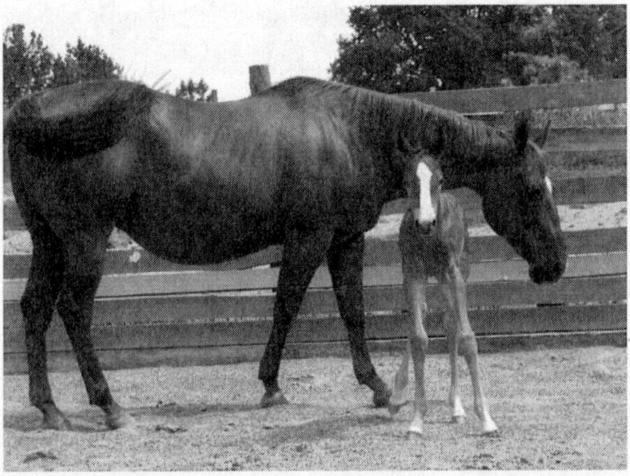

स्त्रीच्या शरीरात स्त्रीत्व निर्माण करणारं संप्रेरक (हॉर्मोन) म्हणजे इस्ट्रोजेन. स्त्रियांचे वय चाळीशीच्या पुढे जाऊ लागले की त्यांच्या शरीरातल्या इस्ट्रोजेन निर्मितीचे प्रमाण कमी होऊ लागते, आणि कालांतराने स्त्रियांची मासिक पाळी बंद होते. पर्यायानं त्यांची पुनरुत्पादन क्षमताही घटत जाते आणि नाहीशी होते. या काळात स्त्रियांना बऱ्याच शारीरिक आणि मानसिक दुखण्यांना सामोरं जावं लागतं.

१९४० नंतर म्हणजे दुसऱ्या महायुद्धाच्या काळात इस्ट्रोजेन बाहेरून शरीरात घातल्याने म्हणजे बदली इस्ट्रोजनमुळे स्त्रियांचे बरेच शारीरिक आणि मानसिक त्रास कमी होतात, काही तर पूर्णपणे नाहीसे होतात हे वैद्यक शास्त्रज्ञांच्या लक्षात आलं; मग प्रीमॅरीन नावाचं औषध बाजारात आलं. इस्ट्रोजेनबदली असं हे औषध आजसुद्धा सर्वात जास्त खपाचं अशा प्रकारचं औषध आहे.

हे प्रीमॅरिन कसं तयार केलं जातं ते आपण बघू या म्हणजे यामुळे निर्माण झालेल्या प्रश्नांची उकल आपल्याला होईल. सुरुवातीस प्रीमॅरिनची निर्मिती गर्भवती स्त्रियांच्या मूत्रामधून करण्यात येत असे. पुढे गर्भवती घोड्यांच्या मूत्रातून प्रीमॅरिन मिळू शकतं हे लक्षात आल्यावर प्रीमॅरिन खूप स्वस्तात मोठ्या प्रमाणावर उपलब्ध करणं शक्य झालं. यामुळे एका नव्याच प्रकारचा उद्योग जन्माला आला. घोड्या पाळायच्या, त्यांची गर्भधारणा घडवून आणायची. अशा घोड्यांचं मूत्र एकत्र साठवायचं आणि ते प्रीमॅरिन तयार करणाऱ्या कंपन्यांना विकायचं. कॅनडाच्या प्रेअरी प्रदेशातल्या शेतकऱ्यांना या नव्या व्यवसायात शेतीपेक्षा भरपूर, खात्रीशीर, ठराविक तारखेला पैसा मिळू लागला. शेतीपेक्षा या व्यवसायात कष्ट खूपच कमी होते. पुन्हा निसर्गावर अवलंबून राहायचं कारणही नव्हतं. एयर्स्ट ऑरगॅनिक्स या कंपनीनं ब्रॅन्डन या विनिपेगजवळच्या गावाजवळ आपला प्रीमॅरिन निर्मितीचा कारखाना उभारला. त्यांना या प्रकल्पात इतका फायदा झाला की १९६१ साली प्रीमॅरिन निर्मितीची सुरुवात करणाऱ्या या कंपनीनं १९९१ मध्ये आपल्या कारखान्याची क्षमता दुपटीनं वाढवायचं ठरवलं. यासाठी सव्वाबारा कोटी डॉलर खर्च झाले. त्यातले २॥ कोटी डॉलर कॅनेडियन शासनाने कर्जापोटी या कंपनीस दिले. मॅनिटोबा या प्रांतांत या कारखान्यामुळं आर्थिक सुबत्ता आणि परकी चलन मिळणार हे पाहताच आपले दहा लाख डॉलर या प्रकल्पात गुंतवलेच, पण ७० लाख डॉलरचा करही माफ केला आहे.

पीएमयू फार्मर्स

या भागातल्या शेतकऱ्यांनी या प्रकल्पवाढ योजनेचं स्वागतच केलं. या शेतकऱ्यांना 'पीएमयू (प्रेग्नंट मेअर युरीन) फार्मर्स' असं म्हणतात. हे शेतकरी दरवर्षी एयर्स्ट कंपनीला कमीत कमी दीडलक्ष डॉलरचं गर्भवती अश्वीमूत्र विकतात. इतर काही पीएमयू शेतकऱ्यांना याहूनही अधिक पैसे मिळतात. बऱ्याच शेतकऱ्यांनी आपल्या गायी विकून पीएमयूसाठी एयर्स्टशी करार केला आहे. एयर्स्ट या शेतकऱ्यांना घोडे विकत घ्यायलाही मदत करतं. एयर्स्टशी करार करायला उत्सुक शेतकऱ्यांची प्रतीक्षा यादीही खूप मोठी आहे. १९९५ मध्ये २०० शेतकरी या प्रतीक्षा यादीवर होते.

पीएमयू शेतकऱ्याचं आयुष्य तसं आरामाचं असतं. उन्हाळ्यात विशेष काम नसतं; कारण तेव्हा गर्भवती घोड्या बाळंत झालेल्या असतात. साधारणपणे १३० घोड्यांमधे ७ अश्व सोडलेले असतात. घोडीची गर्भावस्था अकरा महिन्यांची असते. शिंगरू महिन्या दोन महिन्यांचं होईपर्यंत अश्वी पुन्हा गर्भार राहते असा या शेतकऱ्यांचा अनुभव आहे. उ. अमेरिकन खंडात सप्टेंबर अखेरीस उन्हाळा संपतो. ऑक्टोबरमध्ये या गर्भावती घोड्या गोळा करून तबेल्यामध्ये नेल्या जातात. ज्या घोड्या गर्भावती असतात त्यांना वेगळ्या गोठ्यात बांधलं जातं. त्यांचे तबेले ठराविक मापाचे असतात. या घोड्यांना एक खोगीर चढवतात. त्याला एक पिशवी असते. या पिशवींमध्ये या घोड्यांचं मूत्र जमा केलं जातं; हे मूत्र मोठ्या पातेल्याकडं नेण्यासाठी या पिशवीला एक नळी जोडलेली असते. दिवसातून दोन वेळा ही पातेली एका शीत खोलीतल्या आणखी मोठ्या साठवण भांड्यात रिकामी केली जातात. दर बुधवारी आणि शनिवारी आयर्स्ट कंपनीचे ट्रक येतात. ते हे थंडगार केलेलं मूत्र गोळा करून प्रीमॅरिन प्रकल्पाकडं नेतात.

घोड्यांची काळजी

या घोड्यांची काळजी कशी घ्यावी याबाबत मॅनिटोबा राज्याच्या कृषिविभागानं तसंच एयर्स्ट कंपनीनं काही नियम केलेले आहेत. तसंच या गर्भार घोड्यांना कोणतं अन्न किती प्रमाणात घ्यायला हवं हेही शेतकऱ्यांना सांगण्यात येतं. मॅनिटोबा कृषि विभागाचे पर्यवेक्षक तसंच एयर्स्ट कंपनीचे तपासनीस या गोठ्यांना मधूनच अवचित भेटी देतात. शेतकरीही घोड्यांची योग्य ती निगा राखतात. कारण त्या 'सोन्याची अंडी घालणाऱ्या कोंबडी' इतक्याच मौल्यवान ठरल्या आहेत.

या घोड्यांची काळजी घेण्यासाठी आठवड्यातून दोन वेळा डॉक्टरची 'व्हिजिट' होते. मूत्र गोळा करणाऱ्या पिशव्या व्यवस्थित बसतात की त्यामुळे घोड्यांना काही त्रास होतो याचीही हे डॉक्टर तपासणी करतात. जर या पिशव्यांमुळे एखाद्या घोडीला जखम झाली असेल तर तिला लगेच वेगळं करण्यात येतं. इतरही आजार असतील तर त्या घोड्याही वेगळ्या ठेवण्यात येतात. या घोड्यांना अनेक सूक्ष्मजीव आणि विषाणूजन्य आजारांना रोखणाऱ्या लसी टोचल्या जातात. घोड्यांचं खाणं व्यवस्थित मोजून मापून ठराविक वेळी त्यांच्यापुढे ठेवण्याचे काम यंत्राद्वारे केलं जातं. दिवसातून दोन वेळा घोड्यांची विष्ठा गोळा करून खतांच्या खड्ड्यात भरली जाते. ही सगळी माहिती वाचली की आपल्याला एका आदर्श शेतीची माहिती-भले ती मूत्रशेती असो- मिळाल्याचं समाधान होईल. त्याचबरोबर अशा प्रकल्पांना लोकांचा विरोध कां, हा प्रश्नही आपल्या मनात येईल.

दरवर्षी एवढ्या मोठ्या प्रमाणावर अतिशय पद्धतशीरपणे गर्भधारणा घडवून आणलेल्या घोड्या बाळंत होतात. त्यांच्या शिंगरांचं काय? हा प्रश्न अजून आपल्या मनात आलेला नसतो. यातील काही शिंगरं पाळायला दिली जातात. काही घोड्या म्हाताऱ्या घोड्यांची जागा घेतात; पण ९५ टक्के शिंगरं ही वर्षभरात कत्तलखान्याची वाट धरतात. त्यांचं मांस युरोपात विकलं जातं. मोठ्यामोठ्या हॉटेलात दरवर्षी पाऊण लाख घोड्यांचं मास कॅनडातून आलेलं असतं. प्राणीहक्क संरक्षण आणि प्राण्यांना हालातून वाचवणाऱ्या विविध संस्थांच्या एकत्रित प्रयत्नांनाही ही हत्या थांबवण्यापासून यश आलेलं नाही; पण हा प्रश्न फक्त प्राण्यांशी क्रौर्याने वागण्याचा नाही, प्रश्न प्रदूषणाचा आहे.

ॲसिनी बॉईन नावाची कॅनडातील एक प्रमुख नदी सास्काशेवान प्रांतात उगम पावते. ती दक्षिण मॅनिटोबातून प्रवास करून विनिपेग राज्यात 'रेड' नदीस मिळते. तिचा हा प्रवाह अकराशे कि.मी. लांबीचा आहे. पूर्वी या नदीमधून व्यापारी वाहतूक चालायची. लोक पोहण्यासाठी व इतर जलक्रीडांसाठी या नदीचा वापर करायचे आणि बऱ्याच गावांना ही नदी प्यायचं पाणी पुरवायची. १९९१ मध्ये ही नदी प्रदूषित असल्याचं जाहीर झालं.

घाण वासाचं तळं

ब्रँडन हे मॅनिटोबातलं दुसऱ्या क्रमांकाचं शहर आहे. या शहरापासून ५ कि. मी. अंतरावर अनेक कृत्रिम तळी आहेत. यातलं सर्वात मोठं तळं ३० हेक्टर तर छोटं १० हेक्टरचं आहे. या तळ्यातलं पाणी सतत ढवळण्यात येत असतं. शहरातील सर्व गटारं या तळ्यात घाण पाणी आणून सोडतात. यातलं सर्वात मोठं तळं म्हणजे लॅगून-४. या लॅगून-४ मध्ये २ कोटी लिटर घाण पाणी मावतं. या तळ्यात फक्त एयर्स्टने वापरून सोडलेलं गर्भार घोड्यांचं मूत्र असतं. फेब्रुवारी ते ऑगस्ट या काळात या तळ्यावरून वाहणारं वारं ब्रँडन शहरात जातं. त्यामुळं लोकांचे डोळे चुरचुरतात. सबंध ब्रँडनला घाण वास सहन करावा लागतो. यामुळं ब्रँडनला कॅनडाच्या 'घाण वासाचं प्रमुख शहर किंवा घाण वासाची राजधानी' या नावानं संबोधलं जातं. (ओडर कॅपिटल ऑफ कॅनडा) मॅनिटोबा, सास्काशेवान, अल्बर्टा आणि नॉर्थ डकोटातले किमान ५०० शेतकरी या घाण वासाला आर्थिक सुगंध मानतात आणि त्या घोडमूत्रास 'सुपर ज्यूस' म्हणतात. त्याचबरोबर ते एयर्स्ट कंपनीला देवदूत मानतात. या शेतकऱ्यांचं उत्पन्न प्रतिवर्षी दीडलाख ते अडीच लाख डॉलर एवढं आहे आणि ते राहतात त्या भागात या 'पीएमयू किंवा सुपरज्यूस'चा वास पोहोचतच नाही. या लॅगून-४ वर हवा ढवळणारे प्रचंड मोठे पंखे बसवण्यात आले आहेत. यामुळे लॅगूनमधल्या

सूक्ष्म जीवांना भरपूर ऑक्सिजन मिळून या पाण्यातील कार्बनी रेणूंचं ते झटाझटा विघटन करतील या अपेक्षेनं ही हवाढवळ यंत्रं इथं बसवली आहेत. अशा तऱ्हेनं अशुद्धता कमी झालेलं पाणी नदीत जाईलच पण हवेतील विषारी द्रव्ये कमी प्रमाणात मिसळतील असा एयर्स्ट कंपनीचा दावा आहे. त्याचबरोबर या पाण्यातले घनक्षार बाजूला काढण्याची यंत्रणाही उभी करण्यात आली आहे. दरवर्षी ८० ते १०० कोटी डॉलरचं प्रिमॅरिन बाजारात खपतं. त्यासाठी ४० तळ्यात ४१ वं तळं निर्माण करण्याचा खर्च एयर्स्टला अगदीच किरकोळ वाटला असणार यात शंकाच नाही.

ब्रँडन विद्यापीठातले जीवशास्त्रज्ञ बिल पॅटन याबद्दल काय म्हणतात हे पाहू या. त्यांच्या मते प्रदूषण टाळण्याचे एयर्स्टचे प्रयत्न अपुरे आहेत. त्यांनी ह्या प्रश्नावर वरवरची उपाययोजना केली असून मूळ मुद्द्याला मात्र हात घातलेला नाही. जर त्या पाण्यातले दूषित घटक निर्माण करणाऱ्या मूळ प्रश्नाला हात घातला नाही तर या वरवरच्या उपाययोजना निरर्थक ठरतील. आता कृत्रिम इस्ट्रोजेन उपलब्ध आहेच. तरीही आर्थिक कारणांसाठी हा प्रकल्प चालू ठेवायचा असेल तर येणाऱ्या सांडपाण्यावर आणि अश्वमूत्रावर व्यवस्थितपणे शुद्धीकरण प्रक्रिया व्हायला हवी. नाहीतर मॅनिटोबा आणि विनिपेगमधील प्रमुख जलप्रवाहातले प्रदूषण फार मोठ्या प्रमाणावर वाढेल. मासे मरतील, जलचर नाहीसे होतील, पक्षी दिसेनासे होतील. या भागातल्या जीववैविध्यालाच (बायोडायव्हर्सिटी) यामुळे धोका पोहोचेल.

पाण्यामधले विष

या सांडपाण्याच्या आणि अश्वमूत्राच्या तळ्यांमधून प्रक्रिया केलेले जे पाणी नद्यांमध्ये येते त्यात अमोनियाच्या क्षारांचे आणि फॉस्फेटचे प्रमाण फार मोठे असते. नद्यांच्या पाण्यात फॉस्फेट वाढले की त्या पाण्यामधले विष निर्माण करणाऱ्या शेवाळांचे प्रमाण खूप वाढते. याच्या जोडीला अमोनियाची संयुगेही असतातच. याशिवाय सूक्ष्म जीवांच्या साहाय्यानं अश्वमूत्रांचं किंवा सांडपाण्याचं विघटन करायचं असेल तर त्या पाण्याचं तापमान किमान १० अंश सेल्सियस (दहा सेल्सियस) असावं लागतं. मॅनिटोबा प्रांत हिवाळ्यात गोठलेल्या अवस्थेत असतो. तिथं या सूक्ष्मजैविक विघटनाचा काहीच उपयोग होत नाही.

मेरीॲन सिरिली या विनिपेगमधल्या लोकप्रतिनिधीचं म्हणणं एयर्स्टविरोधीच आहे. पण ती एका वेगळ्या मुद्द्यावर भांडते. तिनं यावर एक मोठा निबंध लिहिला असून त्याचं नाव 'द बिझिनेस ऑफ इस्ट्रोजेन प्रॉडक्टन, द एन्वायर्नमेंट अँड वुमेन्स हेल्थ'

स्त्रियांची पाळी जाण्याच्या काळात त्यांना इस्ट्रोजेन पुरवण्यात येतं. यासाठी इतर कंपन्या कृत्रिमरीत्या इस्ट्रोजेनची निर्मिती करतात. एयर्स्ट ही एकमेव कंपनी अश्वमूत्राचा वापर करून इस्ट्रोजेन निर्माण कारते. यामुळे हवेत अमोनिया मिसळतो आणि नद्या प्रदूषित होतात. कृत्रिमरित्या निर्माण केलेले इस्ट्रॅडिऑल हे औषध मेक्सिकोतील याम आणि सोयाबीनपासून निर्माण करण्यात येणारी इतर इस्ट्रोजेनबदली औषधे यांच्यापासून पर्यावरणास कोणताही धोका नाही. शेतकऱ्यांनी अश्वपालना-ऐवजी सोयाबीनची शेती केली तर काय बिघडलं? असं विचारणाऱ्या लोकप्रतिनिधी मेरी ॲन सिरीलीचं वर्णन 'शेतकऱ्यांना गरिबीकडं नेणारी स्त्री' असं एयर्स्टचे प्रचारक करतात.

बहुराष्ट्रीय कंपनीविरुद्ध पर्यावरण वाचवण्यासाठी लढणं सोपं नाही हेच यातून सिद्ध होत नाही का?

◆

ज्वालामुखीच्या छायेत

'दांतेज अिन्फर्नो' हा चित्रपट ज्यांनी बघितलाय किंवा नॅशनल जिऑग्राफिकची ज्वालामुखीवरची चित्रफीत ज्यांच्या पाहण्यात आली आहे त्यांना ज्वालामुखीच्या उद्रेकाची शक्ती, रौद्ररूप आणि विध्वंसनक्षमता याबद्दल वेगळं काही सांगायची आवश्यकता नाहीच. या शतकात ज्वालामुखीच्या उद्रेकात जवळजवळ ७५ हजार व्यक्ती मारल्या गेल्या. त्यातल्या तीस हजार व्यक्तींनी १९८० नंतर प्राण गमावले हे विशेष. आज पृथ्वीवरची ५० कोटी माणसं ज्वालामुखीच्या छायेत जगतात, हे अविश्वसनीय वाटलं तरी सत्य आहे. ही संख्या दिवसेंदिवस वाढतेच आहे, हे त्यात अधिक धोकादायक वाटणारं सत्य आहे. यामुळे ज्वालामुखींवर लक्ष ठेवणे आणि ज्वालामुखीच्या उद्रेकामुळे धोका निर्माण होताच तिथल्या परिसरातील लोकांना वाचवणे, ही आजची प्राथमिक गरज आहे, असं ज्या ज्या देशात जागृत ज्वालामुखी आहेत तिथल्या शासनांना वाटतं.

१९९० पासून आपण इंटरनॅशनल डिकेड फॉर नॅचरल डिझास्टर्स (आय एन डी एन डी) या दशकात आहोत. ते दशक इ. स. २००० अखेरीस संपुष्टात येईल. या दशकात नैसर्गिक आपदांपासून मानवाची सुटका कशी करता येईल यावर आंतरराष्ट्रीय वैज्ञानिक समुदायानं बराच काथ्याकूट केला आहे. ज्वालामुखींमुळं होणारं नुकसान टाळण्यासाठी शास्त्रज्ञ आणि मुलकी अधिकारी यांच्यात सुसंवाद साधला जायला हवा, असं ज्वालामुखीमुळे होणाऱ्या नुकसानींचा अभ्यास करणाऱ्या तज्ज्ञांना वाटतं. एकीकडे भूशास्त्रज्ञांनी ज्वालामुखीवर सतत लक्ष ठेवायचं आणि याच वेळी आधीच्या उद्रेकांमधून बाहेर पडलेल्या आणि आता थिजलेल्या लाव्हा प्रवाहांचा अभ्यास करायचा. त्याचबरोबर शासकीय मुलकी अधिकाऱ्यांशी सुसंवाद साधून जनतेला ज्वालामुखीशी सामना करण्याचं प्रशिक्षण द्यायचं म्हणजे ज्वालामुखीच्या उद्रेकाची चिन्हं दिसू लागताच, लोक शिस्तबद्ध वागतील आणि नेहमीच्या घबराटीमुळं गैरशिस्त धावपळीत होणारी प्राणहानी आणि आर्थिक हानी कमी करता येईल, असंही या अभ्यासकांना वाटतं.

ज्वालामुखींच्या उद्रेकाची यंत्रणा लक्षात यावी, तसंच स्थानिक लोकांवर या आपत्तीचे होणारे दुष्परिणाम कमी करता यावेत म्हणून ज्वालामुखी शास्त्रज्ञांनी (यांना इंग्रजीत व्होल्कॅनॉलॉजिस्ट म्हणतात.) दोन कार्यक्रम या दशकाच्या सुरुवातीस जाहीर केले. यात 'दशकाचे ज्वालामुखी' (डिकेड व्होल्कॅनोज) हा एक कार्यक्रम होता. ज्या ज्वालामुखींचा या दशकात कसून अभ्यास करायचा होता त्यात इटलीतील व्हेसुवियस, फिलिपाईन्स मधील 'ता आल' अमेरिकेतील रेनियर व कोलंबियातील गालेरास या ज्वालामुखींचा समावेश होता. दुसऱ्या कार्यक्रमात युरोपातील काही ज्वालामुखी हे प्रयोगशाळा म्हणून वापरायचं ठरलं. ह्या कार्यक्रमाचा आर्थिक भार युरोप राष्ट्रसंघटनेनं शिरावर घेतला होता. ह्या कार्यक्रमांतर्गत सहा युरोप ज्वालामुखींचा अभ्यास सुरू करण्यात आला. त्यात प्रामुख्यानं सिसिलीतील अेटना, आईसलँड मधील क्राफला आणि टेनेरिफमधील टेइडे ज्वालामुखींचा समावेश करण्यात आला. या दोन्ही कार्यक्रमातील निष्कर्षांकडे वैज्ञानिकांचं लक्ष लागून राहिलं आहे, कारण त्यातून ज्वालामुखींबद्दल खूप विस्तृत माहिती हाती येणार आहे; पण त्याही पेक्षा महत्त्वाचं म्हणजे या ज्वालामुखींच्या परिसरातील जनजीवन निर्धोक बनवण्यासाठी या प्रयोगांचा लाभ होणार आहे. त्याच बरोबर या अभ्यासात जी वेगवेगळी यंत्रं आणि तंत्रं वापरली जाणार आहेत त्यांची उपयुक्तताही या अभ्यासातून कळून येणार आहे. या निष्कर्षांचा फायदा पृथ्वीवरील सर्वच ज्वालामुखींच्या परिसरातील जनजीवन सुरक्षित ठेवण्यासाठी होईल, हेही निश्चित.

१९व्या शतकाच्या मध्यापासून भूवास्तवशास्त्रीय पद्धतींचा ज्वालामुखींच्या अभ्यासात वापर केला जात आहे. यातल्या भूकंपमापी यंत्रणा आणि भूवैवर्तनिक मापन यंत्रणा जरी त्याच असल्या तरी गेल्या दीड शतकात त्यांच्या अचूकतेत भरपूर भर पडली आहे. इलेक्ट्रॉनिक्सच्या वापरामुळे या मापनात खूपच सुधारणा झाली आहे. या शिवाय इतर अनेक यंत्रणांची या दोन मूलभूत मापनांना साथ मिळू लागली आहे. यात गुरुत्वाकर्षण मापकांचा महत्त्वाचा वाटा आहे. जसजसा मॅग्मा ज्वालामुखीच्या कुंडात येतो तसतशी तिथं आधीच उपस्थित असलेल्या शिलारसाची घनता आणि वस्तुमान या दोहोतही बदल घडतात. ते या गुरुत्वाकर्षण मापकांद्वारे शास्त्रज्ञांना कळतात.

इथं दोन महत्त्वाच्या गोष्टी आपण लक्षात ठेवायला हव्यात. भूगर्भातून येणारा शिलारस हा अतिशय तप्त असतो तसाच त्याच्यावर प्रचंड दाब असतो. त्यात अनेक द्रव पदार्थ, वायू आणि पाण्याची वाफ हे सामावलेले असतात. यावेळी त्याला मॅग्मा म्हटलं जातं. या मॅग्माचा ज्वालामुखीच्या उद्रेकाचे वेळी हवेशी संबंध येतो तेव्हां यातले वायू, बाष्प आणि संप्लवनशील घटक हवेत निघून जातातच पण तापलेल्या धातूंचा हवेतील ऑक्सिजनशी संपर्क येऊन ऑक्साइडे बनतात, यामुळे त्यातले रासायनिक संतुलन बदलते. यावेळी तो मूळ मॅग्मा राहात नाही. त्याला आता लाव्हा म्हटलं जातं.

ज्यावेळी मॅग्मा ज्वालामुखी खालच्या मॅग्मा कक्षात येतो तेव्हा त्याच्यावरचा दाब बराच कमी होतो. त्यात चुंबकीय आणि विद्युत बदल घडतात. त्यातील प्रमुख घटकांवर अवलंबून त्याचे दार्ढ्य (दाटपणा) बदलते. या सगळ्यांची नोंद जमिनीवर ठेवलेल्या यंत्रणा नोंद घेत असतात. तसंच ज्वालामुखीच्या विवराच्या आसपासच्या छोट्या छोट्या भेगांतून अनेक वायू, गंधकाच्या वाफा आणि गरम पाणी बाहेर पडू लागतात. त्यांचे तापमान आणि रासायनिक पृथक्करण यावरून नव्या मॅग्माबद्दल बरीच माहिती हाती येऊ शकते.

अलीकडच्या काळात ज्वालामुखीवर नजर ठेवण्यासाठी कृत्रिम उपग्रहांचा वापर होऊ लागला आहे. हे उपग्रह पृथ्वीच्या पृष्ठभागावर नजर ठेवण्यासाठीच तयार केलेले असतात. त्यांच्यावर तशा खास यंत्रणा बसवलेल्या असतात. त्यांना अर्थ ऑब्झर्वेशन सॅटेलाइट (अी ओ एस्) अी ऑस असंही म्हटलं जातं. युरोपीय उपग्रह यंत्रणेमार्फत अी आर एस-१ आणि अी आर एस-२ असे दोन उपग्रह अवकाशात भ्रमण करीत आहेत. हे अी ऑस असून त्यांना युरोपीय उपग्रह संस्थेनं अर्थ रिसोर्सेस सॅटेलाअीट असं नाव दिलं. भूपृष्ठावरील माहिती गोळा करून त्याद्वारे भूपृष्ठांतर्गत संपत्तीचा शोध, जंगल संपत्ती, जलसाठे, भूजल आणि अशाच प्रकारची इतर माहिती गोळा करणे हे या उपग्रहांचं काम आहे. हे उपग्रह ज्वालामुखीच्या परिसरातील भूपृष्ठाच्या तापमानातील बदलांचीही नोंद टिपतात व ती पृथ्वीवरच्या स्थानकाला कळवतात. जेव्हा ज्वालामुखीखालच्या मॅग्मा कक्षात नवा मॅग्मा येतो किंवा ज्वालामुखीच्या कुंडात लाव्हा साठतो तेव्हा तिथले तापमान वाढते. तसंच या काळात जमिनीवर काही फुगवटे येतात. त्याशिवाय चढ उतारातही बदल घडून येतो. ही सगळी माहिती हे उपग्रह टिपतात आणि भूस्थानकांना कळवतात. यासाठी खास प्रकारचं रडार (सार-सिंथेटिक ॲपर्चर डार) वापरलं जातं. या रडारमुळं स्थानिक बदल, तसंच ज्वालामुखीच्या आसपासच्या खडकांच्या हालचाली, डोंगर उतारातील फरक, लाव्हा बाहेर पडल्यावर ज्वालामुखीच्या उंचीतील फरक, कोसळलेल्या भिंती

आदींची सविस्तर माहिती शास्त्रज्ञांना प्रयोगशाळेत मिळते. याला मग प्रत्यक्ष क्षेत्रपरीक्षणाची जोड दिली जाते. १९९१-९३ या काळात माउंट अेटना उद्रेकानंतर खचला याची प्राथमिक माहिती शास्त्रज्ञांना उपग्रहाद्वारेच मिळाली होती. कॅलिफोर्नियात झालेल्या भूकंपाचे वेळी जेव्हा खडकांचे दोन स्तर एकमेकासापेक्ष सरकले—यालाच शास्त्रीय भाषेत भ्रंश म्हणतात-तसंच एकाच स्तरात एखाद्या निर्बल प्रतलावर हालचाल झाली तेव्हा त्या हालचालीही उपग्रहांनी टिपल्या होत्या. ग्लोबल पोझिशनिंग सिस्टीम (जी पी एस) या उपग्रह प्रणालीत पृथ्वीभोवती ऐकूण २४ उपग्रह फिरते ठेवण्यात आलेले आहेत. हे उपग्रह सतत भूस्थानकांशी संपर्क साधून असतात.

ज्या वाहनांना त्या उपग्रहांशी (जी पी एस) संपर्क यंत्रणा बसवलेली असते; किंवा ज्या व्यक्तीजवळ अशी संपर्क यंत्रणा असते; त्यांनी ती चालू करताच ती एकाच वेळी ४ ते ५ उपग्रहांशी संपर्क साधते. यामुळे त्या व्यक्तीचं किंवा वाहनाचं पृथ्वीवरलं अचूक स्थान अक्षांश रेखांश आणि सागरसपाटीपासूनची उंची तसंच जवळचं मोठं गाव, तिथं कसं पोहोचता येईल याची माहिती त्या पृथ्वीवरल्या यंत्रावर वाचायला मिळते. जर वाहन मोठे असेल तर त्यातल्या दृश्यपटलावर त्या भूभागाचा नकाशाही पाहावयास मिळतो. ही माहिती काही मिलीमीटरचा फरक सोडला तर अतिशय अचूक असते. यामुळे जर ज्वालामुखीच्या उंचीत फरक पडला किंवा आजूबाजूच्या भागावर फुगवटा आला किंवा तो खचला तर माहिती जी पी एस द्वारा सहज कळू शकते. आता केवळ ज्वालामुखींच्या निरीक्षणासाठी रीअलटाईमजीपी अेस नावाची यंत्रणा तयार करण्यात येत आहे. माउंट अेटनावर ही यंत्रणा बसविण्यात आली असून इथल्या संदर्भस्थानांची (बेंचमार्क) या यंत्रणेशी सतत संपर्क असतो. ही संदर्भस्थानं भूसर्वेक्षण करून तयार करण्यात आलेली असतात. त्यांच्या स्थानात दोन सें. मी. पेक्षा जास्त फरक पडला तरी ती हालचाल जी पी एस मार्फत टिपली जाते; हे सर्व एक मिनिटात पृथ्वीवर कळवलं जातच पण ते संदर्भस्थान त्रिमितीत कसं हललं तेही कळवलं जातं. ही संदर्भस्थानं म्हणजे आयताकृती शिळा असतात. त्यांची हालचाल टिपली गेली की अंगण किंवा तिथला परिसर कसा नाचतोय हे आपोआपच लक्षात येतं. यावरून लाव्हाचा वर येण्याचा वेग आणि दिशाही निश्चित करता येते.

ज्वालामुखी शास्त्रज्ञांना नवनवं तंत्रज्ञान उपलब्ध होत असलं आणि त्यामुळे त्यांच्या निरीक्षणाची अचूकता वाढत असली तरी या प्रकारच्या निरीक्षणांचा खर्च खूप असतो. तसंच या निरीक्षणांचा अर्थ लावणारे तज्ज्ञही हव्या त्या प्रमाणात उपलब्ध नाहीत, ही या प्रगतीचा फायदा घेण्यात येणारी प्रमुख अडचण आहे.

यामुळे आज पृथ्वीवरच्या दोनशेहून अधिक ज्वालामुखीपैकी फक्त काही ज्वालामुखींवर नजर ठेवणं शक्य झालं आहे. विकसनशील देशात हा प्रश्न फार महत्त्वाचा आहे. याचं कारण जगातले ७५ टक्क्यांहून अधिक जागृत ज्वालामुखी विकसनशील देशात असून या ज्वालामुखीच्या परिसरात दाट लोकवस्तीही आहे. असं असलं तरी ज्वालामुखीवर सतत नजर ठेवणं या देशांना आर्थिकदृष्ट्या परवडणारं नाही. या देशात ज्वालामुखीच्या परिसरातली सुपीक जमीन, उन्हाळी (गरम पाण्याचे झरे) झऱ्यांभोवती तयार झालेला हौशी प्रवाशांचा व्यवसाय, ज्वालामुखीच्या मुखाभोवती सापडणारे गंधकाचे साठे, आदी गोष्टींमुळे चार पैसे मिळावे म्हणून धडपडणाऱ्या नागरिकांची वस्ती हे सर्व परस्परसंबंधित प्रश्न आहेत. जर अशा ज्वालामुखींवर लक्ष ठेवायचं असेल तर आधुनिक पहारा यंत्रणा स्वस्त व्हायला हव्यात, त्यांची देखरेख करण्यासाठी स्थानिक व्यक्तींना प्रशिक्षित करायला हवं, असे निष्कर्ष काढण्यात आले असले तरी त्या दृष्टीनं अजूनही ठोस पावलं उचलली गेलेली नाहीत. याचं कारण बरेच प्रगत देश-विशेषत: अमेरिका अशी मदत द्यायला पुढे येते पण त्याच बरोबर मदत घेणाऱ्या राष्ट्रावर अमेरिकेच्या फायद्याच्या अटी लादते. एकीकडं मानवतावादी मदत म्हणत म्हणता दुसरीकडं त्या राष्ट्राची गळचेपी करण्याचे हे प्रयत्न फार थोडी राष्ट्रं सहन करतात.

ज्वालामुखींचं वागणं हे एक नैसर्गिक कोडं आहे असं शास्त्रज्ञ मानतात. एकवेळ हवामानाचा अचूक अंदाज करता येईल पण ज्वालामुखी कसा वागेल हे सांगणं अतिशय अवघड आहे, असं ज्वालामुखींचे अभ्यासक म्हणतात. एखाद्या देशात एखादं ज्वालामुखीचं विवर असतं. त्या देशाच्या ज्ञात इतिहासात त्या ज्वालामुखीचा उद्रेक झालेला नसतो विवरात पाणी साठतं तो ज्वालामुखी प्रवाशांचं आकर्षण बनतो. त्या पाण्यावर शेती होते. अधिकृत माहिती पत्रिकातून आणि वैज्ञानिक चर्चासत्रातून त्या ज्वालामुखीचं वर्णन मृत ज्वालामुखी असंही कलेलं असतं. अचानक एक दिवस या विवरातलं पाणी उकळतं. आजूबाजूच्या मातीत मिसळून त्याचा चिखल बनतो. या चिखलाच्या नद्यांखाली-याला लाहार असा शब्द आहे. तो इंडोनेशियन आहे, त्याचा अर्थ तप्त चिखलाचा प्रवाह असाच आहे, गावांच्या गावं गाडली जातात. त्या मागोमाग ज्वालामुखीचा उद्रेक होतो. लाव्हाप्रवाह वाहू लागतात. या प्रवाहामुळे चिखलात गाडल्या गेलेल्या गावांना मदत करायला आलेल्या व्यक्तींच्या प्राणांवर बेततं. ज्वालामुखी काही काळानं काहीच घडलं नाही असा शांत होतो.

या उलट एखादा ज्वालामुखी जागृत मानला जातो. त्याच्यावर सतत लक्ष ठेवण्यात येतं. तो उद्रेकाची सर्व चिन्हं दाखवतो. काही काळ त्यातून धूर आणि राख फेकली जाते आणि मग तो शांत होतो; असंही घडतं. पेरिक्युटिन या

ज्वालामुखीच्या उद्रेकाआधी तिथं काहीही नव्हतं. एका शेतकऱ्याच्या शेतात अचानक दगड गोटे कारंज्यासारखे उडू लागले. तेव्हां शेतकरी शेत नांगरत होता. हे बघून त्यानं पळ काढला. दुसऱ्या दिवशी तिथं ३०० मीटर उंचीचा डोंगर उभा होता. तो काही काळ दिवसाला २५० ते ३०० मीटर या वेगानं वाढला मग त्याचा उद्रेक झाला. त्यानंतर तो पर्वत कोलमडला आणि शांत झाला. या व अशा घटनांमुळेही ज्वालामुखीवर लक्ष ठेवून फायदा होणार नाही, असं ज्वालामुखीच्या परिसरातील लोक म्हणतात. बरेचदा सर्व शास्त्रीय उपकरणांनी उद्रेकाची सूचना दिल्यावर उद्रेक झालाच नाही असं घडलं की मग 'लांडगा आला रे आला' या गोष्टीतल्याप्रमाणे अवस्था होते आणि खरोखर उद्रेक होतो तेव्हां लोक आधी हलत नाहीत आणि मग भीतीयुक्त गोंधळात नेहमीपेक्षा अधिक नुकसान आणि अधिक प्राणहानी होते.

ज्ञात ज्वालामुखीच्या परिसरात मानवी वस्ती होऊ न देणे, हा एक नुकसान व जीवित हानी टाळण्याचा मार्ग आहे; पण बरेचदा वाढती लोकसंख्या आणि राजकीय पुढाऱ्यांचा हस्तक्षेप तसंच कारकूनशाहीतली लाचलुचपत यामुळे शास्त्रज्ञांनी आखून दिलेल्या लक्ष्मणरेखा ओलांडल्या जातात. धोक्याच्या प्रदेशात वसाहतींना आणि उद्योगधंद्यांना परवानगी दिली जाते. या भागातले लोक दुसरीकडे हलवलेले असतात; ते पुनर्वसनाच्या जागी नीट सोय न झाल्यानं परत आपल्या मूळ जागी येतात. याचं एक उदाहरण दुर्दैवी उदाहरण म्हणजे कोलंबियात १९८५ साली नष्ट झालेलं नेवाडो देल रुईझ हे गाव. १९८५ मध्ये जेव्हा हा ज्वलामुखी जागृत होण्याची चिन्हे दिसू लागली तेव्हा ज्वालामुखी शास्त्रज्ञांनी आर्मेरो या गावास धोका असल्याची सूचना दिली होती. हे गाव आधीच्या उद्रेकातील लाहार प्रवाहावर वसले होते. त्यामुळे जर नव्याने उद्रेक झालाच तर त्या गावाचे अस्तित्व पुसले जाईल असं या शास्त्रज्ञांनी स्पष्टपणे सांगितलं होतं. यानंतर काही दिवसांनीच एका नव्या उकळत्या चिखलाच्या प्रवाहाखाली या गावातल्या बावीस हजार रहिवाशांना समाधीस्थ व्हावं लागलं. याचं कारण नेव्हाडो देल रुईझ या ज्वालामुखीच्या शिखरावर हिमटोप होता. हे बर्फ ज्वालामुखीच्या उष्णतेनं काही तासात वितळलं. त्यात माती, आधीच्या उद्रेकातील ज्वालामुखीची राख कालवली गेली आणि तो उष्ण चिखल आर्मेरो गाव पोटात घेऊन वाहात राहिला. या शतकातील ही सर्वात दु:खद ज्वालामुखीजन्य घटना मानण्यात येते. यामुळे नागरिकांना आणि प्रशासकीय व्यक्तींना ज्वालामुखीचे धोके समजावून सांगणे आवश्यक ठरते. विशेषत: ज्या भूप्रदेशातले ज्वालामुखी जागृतीची चिन्हं दाखवतात पण शेकडो वर्षे सुप्त असतात त्या परिसरातल्या व्यक्तींना ज्वलामुखीच्या विध्वंसक शक्तीची कल्पानच नसते.

फिलिपाईन्समधे ज्वालामुखीच्या उद्रेकाची शक्यता लक्षात येताच १९९१ मध्ये पिनाटुबो ज्वालामुखीच्या परिसरात नेव्हाडो देलरूझ आणि इतरही काही ज्वालामुखींच्या व्हिडिओ चित्रीकरणाच्या प्रक्षेपणानं आणि गावोगाव या व्हिडिओफिती दाखवून लोकांना सावधगिरीची सूचना देण्यात आली. यामुळं शासकीय पथकांनी विनंती करताच गावकऱ्यांनी ताबडतोब घरं सोडली आणि ते सुरक्षित ठिकाणी पोहोचले. यामुळं किमान दहा हजार लोकांचे तरी प्राण निश्चितपणे बचावले. पिनाटुबोच्या उद्रेकातली मृतांची संख्या तीन आकड्यांच्या मर्यादेत राहिली. याचं कारण काय घडू शकेल याची नागरिकांना आधीपासूनच कल्पना होती. खरं तर पिनाटुबो हा विसाव्या शतकाच्या अखेरच्या दशकातला एक महाउद्रेक होता. व्हिडिओफिती आणि लोकांचा विश्वास प्राप्त करण्यात शासनाला आलेलं यश यामुळेच पिनाटुबोमुळे होणारी अपेक्षित प्राणहानी आणि वित्तहानी कमी करता आली.

पुढच्या शतकात ज्वालामुखीच्या उद्रेकांचा अभ्यास अधिक प्रमाणात केला जाईल. त्यांच्यावर नजर ठेवणाऱ्या यंत्रणा स्वस्तात उपलब्ध करून दिल्या जातील. ज्वालामुखीच्या परिसरातील लोकांना प्रशिक्षण देण्यात येईल. तसंच ज्वालामुखी उद्रेकाचे वेळी जनसामन्यांना कसं हलवावं, याचं प्रशिक्षण मुलकी आणि लष्करी अधिकाऱ्यांनाही देण्यात येईल. पिनाटुबोच्या १०० पट अधिक स्फोटशक्ती असलेले उद्रेक होण्याची शक्यता आपण नाकारू शकत नाही. दर एक लाख वर्षात असे दोन तरी उद्रेक होतातच असं पृथ्वीचा इतिहास सांगतो. यामुळे पृथ्वीचं वातावरण तात्पुरतं बदलण्याची शक्यता गृहीत धरावी लागतेच. अशा प्रकारचा भयानक मोठा उद्रेक इंडोनेशियातील टोबा इथं ६५ हजार वर्षांपूर्वी झाला होता. त्यावेळी वातावरणाचं सरासरी तापमान १५ अंश से.नं कमी झालेलं होतं. त्यातूनच गेल्या हिमयुगाची सुरुवात झाली. आता जर असं घडलं तर फार मोठ्या प्रमाणावर नुकसान होईल. अन्न न मिळाल्यानं निम्मी मानवजात नष्ट हाईल. फार मोठ्या प्रमाणावर दंगे होतील. त्यातच जास्त माणसं मरतील असं म्हटलं जातं. हा स्फोट कधी होईल हे सांगणं शक्य नाही पण तो केव्हाही होऊ शकतो हे निश्चित. याचमुळं ज्वालामुखींवर नजर ठेवण्याच्या कार्यक्रमास महत्त्व प्राप्त झालेलं आहे.

◆

ज्वालामुखीकुंडाच्या तळाशी जगणारे सजीव

गॅलापागोस द्वीपसमूह डार्विनच्या संशोधनानंतर जगप्रसिद्ध झाला. त्यानंतर गेली जवळजवळ दीडशे वर्षे या द्वीपसमूहाचा शास्त्रज्ञ वेगवेगळ्या पद्धतीनं अभ्यास करीत आले आहेत. या शास्त्रज्ञांना, विशेषत: जीवशास्त्रज्ञांना या बेटांनी कधीही निराश केलेलं नाही. या द्वीपसमूहातलं सगळ्यात पश्चिमेकडचं बेट म्हणजे फर्नांडिना बेट. आजही खरा अनाघ्रात रौद्रभीषण पण सुंदर निसर्ग पाहावयाचा असेल तर तो फर्नांडिना बेटावर पाहावयास मिळेल असं या बेटावर जाऊन आलेले शास्त्रज्ञ म्हणतात. फर्नांडिना बेट वर्तुळाकार आहे. त्याचा व्यास ३२कि. मी. (२० मैल) आहे. हे बेट खरं तर एक जागृत ज्वालामुखी आहे. याचा घुमट पॅसिफिक महासागरावर १६०० मीटर (सुमारे ५ हजार फूट) उभा आहे. या घुमटात ११०० मीटर (सुमारे ३४०० फूट) खोल असं ज्वालामुखीचं कुंड आहे. हा पृथ्वीवरचा एक जागृत आणि क्रियाशील म्हणजे सतत उद्रेक होणारा ज्वालामुखी म्हणून प्रसिद्ध आहे. या ज्वालामुखीच्या सततच्या उद्रेकांमुळं या बेटाची किनारपट्टी आणि भूरूप सतत बदलत असतं. यामुळे उद्रेकानंतर काही काळ इथं भकास दृश्यही दिसू शकतं. दर दहा पाच वर्षांनंतर होणाऱ्या उद्रेकामुळं इथं जीवसृष्टी वास्तव्याला नसेल असा समज कुणी करून घेतला तर तो मात्र खोटा ठरेल.

या बेटावर सागरी आयग्युआना, जमिनीवरचे आयग्युआना, डार्विनचे फिंच आणि या द्वीपसमूहात मर्यादित अशा इतर प्राणीजाती आढळतात. सतत बदलत्या फर्नांडिनावर हे प्राणी टिकून आहेत हे एक आश्चर्यच मानायला हवं. या बेटाचं वर्णन करताना दीडशे वर्षांपूर्वी चार्ल्स डार्विननी 'ही बेटं पाहताना पृथ्वीवर पहिला प्राणी अस्तित्वात आला त्या काळात आपण वावरतोय असं वाटतं' असं लिहून ठेवलं होतं. फर्नांडिना बेटावर या वाक्याची सत्यता पटते.

तुई द रॉय या शास्त्रज्ञ स्त्रीचं बालपण गॅलापागोस बेटांवर गेलं. तुई दोन वर्षांची असताना तिचे आईवडील बेल्जियमहून गॅलापागोस बेटांवर आले. इथं त्यांनी मृदुकाय प्राण्यांच्या आणि माशांच्या अनेक नव्या जाती शोधून काढल्या.

तुईचं प्राथमिक शिक्षण घरीच झालं. लहानपणापासूनच तिनं आईवडिलांबरोबर प्राणी आणि वनस्पतींचं निरीक्षण करायला सुरुवात केली. येणाऱ्या शास्त्रज्ञांबरोबरच्या तिच्या गप्पांमधून तिला जीवशास्त्राची आणि गॅलापागोस बाहेरच्या जगाची माहिती मिळत असे. तिच्या छायाचित्रांचा पहिला संग्रह वयाच्या एकोणिसाव्या वर्षी तिनं प्रसिद्ध केला. गॅलापागोस नॅशनल पार्कनं तिला या बेटांवर हौशी प्रवासी आणायला परवानगी दिली. अशी परवानगी त्या आधी कुणाला मिळालेली नव्हती. याचबरोबर ज्वालामुखीविषयक वैज्ञानिक नियतकालिकांमधून तिचे शोधनिबंधही प्रसिद्ध होऊ लागले होते. गॅलापागोस बेटांवर पस्तीस वर्षांच्या वास्तव्यानंतर १९९५च्या सुमारास तुई द रॉय दक्षिण न्यूझीलंड बेटावर गोल्डन बे या ठिकाणी वास्तव्यास गेली. तरीही 'फर्नांडिना बेट हेच माझं घर आहे आणि मनानं अजून मी तिथंच रेंगाळते आहे' असं तुई म्हणते. एकदा का फर्नांडिनाच्या ज्वालामुखी कुंडात आपण शिरलो की मग बाहेरचं जग आपल्याला यःकश्चित वाटू लागतं. १९९५ मध्येच तुई आणि बारा वर्षे तिचा जोडीदार असलेल्या मार्क जोन्स या दोघांनी मिळून 'पोर्ट्रेटस् ऑफ गॅलोपागोस' हे सचित्र पुस्तक स्वतःच प्रकाशित केलं आहे.

तुईचं बालपण सांताक्रूझ या बेटावर गेलं. लहानपणीच तिला ज्वालामुखींनी आकर्षित केलं. बालवयातच या मुलीला हेवा वाटावं असं निसर्ग सौंदर्य पाहावयास मिळत होतं. ११ जून १९८६ या दिवशी १४ वर्षांच्या तुईनं फर्नांडिना ज्वालामुखीचा उद्रेक पहिल्यांदा बघितला. सांताक्रूझपासून फर्नांडिना बेट ८५ मैल (१३६ कि.मी) दूर आहे. या ज्वालामुखीतून राखेचा प्रचंड मोठा भूछत्राच्या आकाराचा ढग निघाला. तो पश्चिम क्षितीजावर पाहून तुईच्या डोळ्यांचं पारणं फिटलं. त्या ढगाभोवती नाचणाऱ्या विजा, त्यातून निर्माण झालेला गडगडाट हे तुईला अगदी काल बघितल्यासारखं आठवतं. ज्वालामुखीच्या उद्रेकानंतर ज्याप्रमाणे लाव्हा वाहू लागतो, त्याप्रमाणे ज्वालामुखी शास्त्रज्ञही त्या परिसरात गोळा होऊ लागतात. फर्नांडिनाच्या उद्रेकानंतरही हेच घडलं. त्यातल्या टॉम सिमकिन या स्मिथसोनियन संस्थेच्या ज्वालामुखी तज्ज्ञानं तुईची सविस्तर मुलाखत घेतली. ज्वालामुखीचा उद्रेक पाहण्याचं भाग्य फार थोड्याजणांना लाभतं. अशा लोकांच्या मुलाखतीमधून ज्वालामुखीच्या उद्रेकाच्या वेळची परिस्थिती कशी होती हे जाणून घ्यायचा शास्त्रज्ञांचा प्रयत्न असतो. तशीच ही मुलाखत होती. उद्रेक थांबल्यावर सिमकिन स्वतः फर्नांडिना बेटावर गेला. या बेटाच्या ज्वालामुखीच्या विवराची भिंत आत कोसळून त्याच्या भिंतीची उंची एक हजार फुटानं म्हणजे सुमारे सव्वातीनशे मीटरनं कमी झाली होती. यामुळं त्या कुंडाच्या मुखाच्या रुंदीत खूप वाढ झाली होती. या उद्रेकाच्या खुणा अमेरिकेतल्या सर्व वेधशाळांमध्ये नोंदवल्या गेल्या

होत्या. दोन वर्षांनी म्हणजे वयाच्या सोळाव्या वर्षी तुईनं पहिल्यांदा फर्नांडिना या बेटावर आल्यावर ज्वालामुखीच्या कुंडामध्ये डोकावून पाहिलं. तोपर्यंत ती बेटाच्या किनाऱ्यावरच वावरली होती. त्या कुंडाचं तिला इतकं आकर्षण वाटलं की यानंतर ती संधी मिळताच वारंवर या बेटावर येऊ लागली. अधिकृत छायाचित्रकार म्हणून आता तिला मान्यता मिळाली होतीच शिवाय सिमकिननं तिला आपल्या चमूत सामील करून घेतलं होतं. यामुळे ज्वालामुखीच्या नोंदी ठेवण्यासाठीही तिला वारंवार या ठिकाणी यावं लागत होत. फर्नांडिना बेटावर धूर दिसला की तत्काळ तुई त्या बेटाच्या दिशेनं धांव घेत असे. सांताक्रूझहून फर्नांडिना बेटावर पोहोचायलाच मुळी दोन दिवस लागत असत. बोटीचा दोन दिवसांचा प्रवास आणि मग शिखरावर पोहोचायला अख्खा दिवसभर गिर्यारोहण केलं की फर्नांडिनाच्या शंकूचं टोक गाठलं जायचं. तिथं मग वेगवेगळे नमुने गोळा करून त्याचवेळी तिथल्या परिस्थितीच्या नोंदी करायच्या आणि त्यावरून तयार झालेला अहवाल सिमकिनकडं पाठवून द्यायचा. फर्नांडिना बेटानं मला कुठल्याही परिस्थितीशी सामना करायला शिकवलं असं तुई म्हणते.

जीवसृष्टी

या बेटावरच्या जीवसृष्टीबद्दल या भेटीत तुईच्या मनातलं कुतूहल जागृत झालं. सतत बदलणाऱ्या आणि प्रसंगी जीवनाला घातक ठरणाऱ्या अशा या पर्यावरणात हे जीव जगतात कसे आणि कशासाठी हे प्रश्न तिला पडत असत. या ज्वालामुखीच्या कुंडामध्ये हवेच्या तापमानातील बदलामुळे निर्माण होणाऱ्या प्रवाहांचा फायदा घेऊन गॅलापागोस ससाणे हवेत तासन् तास तरंगत असत. मधूनच कुंडाच्या भिंतीतून होणाऱ्या अश्मपातांमुळे हवेच्या प्रवाहात बदल घडत. त्यानुसार ते आपल्या तरंगण्यात बदल करीत असत. गॅलापागोसवरचे कपोत आणि डार्विनचे फिंच कुंडातल्या खदखदत्या लाव्हा तळ्याच्या आसपास जमिनीतून वर येणारी वाफ थंड होऊन तिचे पाण्याच्या थेंबात रूपांतर झाले की ते पाणी पिऊन आपली तहान भागवत असत. या ज्वालामुखी कुंडाच्या भिंतीच्या बाहेरच्या बाजूस फार मोठ्या संख्येनं जमिनीवरचे आयग्वाना वावरत असत. १९८६च्या उद्रेकात निर्माण झालेल्या राखेच्या थरामध्ये बिळं करून हे आयग्वाना राहात होते.

गॅलापागोस द्वीपसमूहातील

आणखीही पाच बेटांवर हे जमिनीवरचे आयग्वानो आढळून येतात. असं असलं तरी फर्नांडिना बेटावरच्या आयग्वानांचं वैशिष्ट्य म्हणजे ते कमीतकमी माणसांशी संपर्कात येतात आणि ते निसर्गत:च फर्नांडिना बेटावर आहेत हे आयग्वाना बऱ्यापैकी मोठे सरडे आहेत. पूर्ण वाढ झालेल्या नराचं वजन ७ किलो तर मादीचं वजन ३॥ किलोपर्यंत असते. हे आयग्वाना क्वचितप्रसंगी कीटक खातात पण बहुतेक लँड आयग्वानाप्रमाणे हेही शाकाहारीच आहेत. हे आयग्वाना कोवळी पानं, कोंब, फुलं आणि कोवळ्या फांद्या खातात. रान टोमॅटो आणि रसाळ फळांचा मौसम हा यांच्या मेजवानीचा काळ असतो. तुईनं अभ्यास करेपर्यंत या आयग्वानांच्या आगळ्यावेगळ्या जीवनपद्धतीविषयी फारच कमी माहिती उपलब्ध होती. हे आयग्वाना इतर आयग्वानांप्रमाणंच जीवनक्रम व्यतीत करीत असावेत, असं शास्त्रज्ञ मानीत असत. जुलै १९७४ मध्ये तुईला पहिल्यांदा या आयग्वानांचा जीवनक्रम इतर आयग्वानांपेक्षा वेगळा असल्याचं निदर्शनास आलं. त्या ज्वालामुखी कुंडात लाव्हाच्या तळ्याच्या काठी सहसा कुणीही प्राणीजात नाही तिथं अनेक आयग्वाना माद्या अस्वस्थपणे येरझारा घालताना तुईला दिसल्या. पुढच्या महिन्यात तुईच्या वडिलांना अश्मपातात चिरडल्या गेलेल्या अनेक आयग्वानांची प्रेतं आढळली. ते मरून फार दिवस झालेले नव्हते. हे आयग्वाना ज्वालामुखीच्या विवरात इतक्या खोलवर लाव्हा तळ्याच्या काठी काय करीत असावेत हा प्रश्न तुईला पडला होता.

ज्वालामुखी कुंडाचा तळ

ह्या प्रश्नाचं उत्तर शोधण्याचा ध्यास घेतलेल्या तुईनं जून १९७५ मध्ये त्या ज्वालामुखी कुंडात उतरायचा निर्णय घेतला. हे खरं तर फार धोकादायक होतं. ज्वालामुखीच्या शंकूच्या आतल्या भिंती फार अस्थिर असतात. त्यातच १९८६ सालच्या उद्रेकातली राख या भिंतीवर साठली होती. काही ठिकणी या राखेत घळी निर्माण झाल्या होत्या. यातून घसरत धडपडत अखेरीस तुई त्या कुंडाच्या तळाशी पोहोचली. लाव्हा तळं या सपाट तळाच्या मध्ये होतं. बाकी भूमी चंद्रावरच्या भूप्रदेशाशी मिळतीजुळती होती. फरक एवढाच की इथं खूप सजीव नांदत होते. लाव्हा तळावर त्यावेळी ज्वालामुखी सुप्तावस्थेत असल्यामुळं पाणी साठलं होतं. हे पाणी क्षार संपृक्त होतं. माणूस ते खारट पाणी पिऊच शकला नसता. तरीही त्यात एकपेशी जीव आणि शेवाळं वाढलं होतंच. त्यावर अनेक जलकीटक नांदत होते. हे पाण्याचं तळं ८० मीटर खोल होतं. त्याखाली आता लाव्हा तळ्यावर थिजलेल्या लाव्हाचा सायीसारखा साका साठला होता. त्यावर हे पाणी. या कीटकांवर आणि एक पेशी जीवांवर २५० पांढऱ्या गालाची

पिनटेल बदकं होती. गॅलापागोस द्वीपसमूहात एवढ्या मोठ्या संख्येनं ही बदकं इतरत्र कुठं आढळत नव्हती. कुठंतरी तुरळक गवताचे पुंजके उगवले होते. तरीही या ठिकाणी हजारो चतुर उडत होते. तळ्याच्या काठी कातिणीची जाळी सर्वत्र आढळत होती. इथं इतरही अनेक जातीचे कोळी आढळून आले होते. छोटे सरडे आणि बरेच सापही या तळ्याच्या काठी वावरत होते.

या कुंडाच्या भिंतीतून दोन वर्षांपूर्वी लाव्हा प्रवाह वाहू लागला होता. लाव्हाचा एक धबधबा जलाशयात कोसळला होता. खालच्या लाव्हा तळ्यावरची साय हा नवा लाव्हा प्रवाह फोडू शकला नसावा. तेव्हा त्यानं नवी वाट शोधली होती. या उद्रेकानंतर बरेच जीवशास्त्रज्ञ इथं आले होते. तेव्हा इथले सर्व सजीव मरून गेल्याची नोंद त्यांनी केली होती. या पहिल्या प्रवासात तुईला आणखी एक आश्चर्यकारक घटना आढळली, ती म्हणजे या तळ्याभोवतीच्या प्रदेशात फार मोठ्या प्रमाणावर वास्तव्यास असलेले भू-आयग्वाना. खरं तर या ज्वालामुखीच्या राखेत तुरळक उगवलेले गवताचे पुंजके सोडले तर इथं नावालाही वनस्पती नसताना इथं हे सरडे काय करतात, हा प्रश्न तुईला पडला होता.

त्या ज्वालामुखीच्या राखेत या आयग्वानांची अनेक बिळं होती, तसंच त्यांच्या असंख्य पाउलखुणा आणि शेपटीचे ओरखडे त्या राखेवर उमटले होते. त्यांच्या सतत वावरण्यामुळं या बिळांच्या तोंडाशी पोहोचणाऱ्या पाऊलवाटाही त्या राखेत तयार झाल्या होत्या. कदाचित पावसाळ्यात इथं वनस्पती वाढल्या असतील आणि या सरड्यांची जनसंख्या वाढली असेल असा तुईनं तर्क केला होता.

वीस महिन्यांनी त्या कुंडाच्या एका भिंतीमधून लाव्हाचा नळ फुटला आणि लाव्हाचा धबधबा तळ्यात कोसळला. पाणी उकळू लागलं. तळ्यातील जीवसृष्टी पुन्हा एकदा नष्ट झाली. या उद्रेकानंतर जो शास्त्रज्ञांचा चमू फर्नांडिना बेटावर आला, त्या समवेत तुईही फर्नांडिना बेटावर आली. पिनटेल बदकं उपासमारीनं मरू लागली होती. आयग्वानांच्या पाऊलखुणा मात्र पूर्वीच्याच संख्येनं दिसत होत्या. पुढच्या वर्षी म्हणजे १९७८ मध्ये तुई दोन वेळा फर्नांडिना बेटावर गेली. ऑगस्टमध्ये एक मोठा उद्रेक झाला होता. यावेळी लाव्हा उफाळून कुंड भरून गेलं होतं. आधीच्या ज्वालामुखी उद्रेकातील राखेचा थर या लाव्हानं पूर्ण झाकून गेला होता. आयग्वानांची बिळं आणि पाऊलवाटा दिसेनाशा झाल्या होत्या. तेव्हा हा उद्रेक शमताच तुई फर्नांडिना बेटावर जाऊन आली होती. यानंतर ऑक्टोबरमध्ये सिमकिन काही ज्वालामुखी अभ्यासकांना घेऊन आला होता तेव्हा त्याच्याबरोबर तुई फर्नांडिना बेटावर परतली होती. तेव्हाही तिला आयग्वानांच्या अस्तित्वाच्या खुणा पूर्वीप्रमाणेच पाहावयास मिळाव्यात अशी

आशा वाटत होती. पण यावेळीही तिची निराशाच झाली तेव्हा मग ती ज्वालामुखी तज्ज्ञांना विविध ठिकाणचे तापमान मोजणे आणि खडक व ज्वालामुखीय राखेचे नमुने घेणे याबाबत मदत करू लागली.

यानंतर ऑक्टोबर १९८२ मध्ये तुई पुन्हा या कुंडाच्या तळावर उतरली. या आधी एक उद्रेक झाला होता पण त्यावेळी लाव्हा बाहेर सागराच्या दिशेनं वाहिला होता त्यामुळं कुंडातल्या तळाला किंवा जीवसृष्टीला फारसा धक्का पोहोचलेला नव्हता. तळ्यात पुन्हा एकदा पिनटेल वावरू लागली होती. यावेळेस तुईला एक नवा शिकारीही पाहावयास मिळाला. दहा पंधरा गॅलापागोस ससाणे आयग्वानांची अंड्यातनं बाहेर पडलेली पिल्लं दिसताच त्यांच्यावर झडप घालायच्या कार्यात मग्न होते. खरं तर ही पिल्लं १५ ते २० सें. मी. लांबीची होती. राखाडी रंगाची असल्यानं आसपासच्या परिसराशी एकरूप होत होती, पण तिथं यावेळी गवताचं पातंही उगवत नसल्यानं त्यांना आडोसाच नव्हता. बिळातनं बाहेर पडली की त्यांच्या धावपळीमुळं ती या ससाण्यांच्या लक्षात येत होती, आणि मग ससाणे झडप घालून त्यांना उचलून नेत होते. तरीही मोठमोठ्या कुहरी (सच्छिद्र) लाव्हाच्या तुकड्यांचा आडोसा घेत ही पिल्लं त्या कुंडाच्या भिंती चढून जायचा प्रयत्न करीत होती. यासाठी त्यांना काही किलोमीटरचा प्रवास करावा लागणार होता.

जुलै १९८४ च्या भेटीत तुईला या उलट एक दृश्य पाहायला मिळालं. तुई त्या ज्वालामुखीच्या भिंती चढून वर जात होती तेव्हा अनेक आयग्वाना माद्या त्या ज्वालामुखीच्या टोकावरून आत कुंडात उतरत होत्या. या सर्व माद्यांची पोटं अंड्यांमुळं फुगलेली होती. शेकडो आयग्वाना माद्या कुंडाच्या तळाशी आधीच पोहोचल्या होत्या. तुई खाली उतरली तेव्हा कुंडाच्या तळाची जमीन आणि कुंडातलं पाणी अजून गरम होतं. एका छोट्या उद्रेकामुळं ही तापमानातली वाढ घडून आली होती, पण जिथं जिथं आधीची ज्वालामुखीय राख उघडी पडली होती तिथं तिथं या माद्या अंडी घालण्यासाठी राख उकरून जागा तयार करीत होत्या. खरं तर इथलं तापमान प्रचंड वाढलेलं होतं. त्यामुळं अंडी घालण्यासाठी चाललेलं हे खोदकाम अगदी जवळजवळ होतं. इतकं की एका मादीनं उकरताना दुसरीनं तयार केलेलं बीळ बुजत होतं. यामुळं त्या माद्यांमध्ये सतत कुरबुरी चालू होत्या. एका मादीला दुसऱ्या मादीचा इतका राग आला की तिनं त्या मादीवर हल्लाच चढवला. तिच्या पाठीचे आणि मानेचे चावे घेत या मादीनं त्या मादीचा पाठलाग केला. अशा तऱ्हेनं या दोघी भांडखोर माद्या भांडत इतक्या दूर गेल्या की भांडण सुटल्यावर आपण नक्की कुठं बिळं करायला घेतली होती हेच त्यांना आठवेना. तुई आणि तिचा साथीदार

मार्क जोन्स यांनी यामुळे खडकांचे नमुने गोळा करून झाल्यावर आयग्वानांच्या छायाचित्रणासाठी या कुंडाच्या तळाशी आणखी एक दिवस घालवायचं ठरवलं, पण दुसऱ्या दिवशी हे दोघं कुंडाच्या तळाशी पोहोचले तेव्हा या सर्व माद्यांनी प्रत्येकी सरासरी २२ अंडी घालून ती बिळं बुजवून टाकली होती. प्रत्येक अंडं ६ ते ७ सें. मी. लांबीचं होतं. या बुजवलेल्या बिळांवर या माद्या बसून आता त्या बिळांची राखण करीत होत्या. त्यांची लांब नखं बिळं उकरून आणि बुजवून झिजली होती. पोटं खपाटीला गेली होती आणि अंगं राखेनं माखली होती. या बेटावरच्या सर्व माद्या एकाच वेळी एवढं प्रचंड अंतर कापून, चढ उतार ओलांडून इथं अंडी घालायला आल्या होत्या, हे एक आश्चर्यच होतं.

सुप्रसिद्ध आयग्वाना अभ्यासक डॅग्मार वेर्नरना तुईनं या सरड्यांची हकीकत आधीच कळवली होती. त्यामुळे १९७७ पासून त्या फर्नांडिना बेटांवरच्या आयग्वानांचा अभ्यास करीत होत्याच. त्यांनी त्यातल्या काही आयग्वानांना रेडियो गळपट्ट्या बसवल्या होत्या. या बेटावरच्या ९५ टक्के माद्या ९ ते ११ मैल (१४ ते १८ कि. मी.) प्रवास करून या कुंडाच्या जमिनीवर अंडी घालायला येतात असं त्यांना दिसून आलं होतं. यासाठी सुरुवातीस सागर किनाऱ्यावरून त्यांना एक हजार मीटर चढून यावं लागत होतं आणि पुन्हा ७०० ते ९०० मीटर उतरावं लागत होतं. दुसरे कुठलेही सरडे भूतलावर अंडी घालण्यासाठी एवढा प्रवास करीत नाहीत. त्या ज्वालामुखीचे तट चढून जायलाच या माद्यांना २ ते ३ दिवस लागत होते. सर्व माद्यांनी अंडी घालून झाली की मग या माद्या परतीच्या प्रवासास निघत. याचं कारण आता बिळं करण्यासाठी दुसऱ्या माद्या जमीन उकरणार नाहीत यबद्दल त्यांना खात्री वाटत असे. बेर्नरच्या अहवालात तुईच्या निरीक्षणांचा उल्लेख आहे.

हे आयग्वाना असे का वागतात, याचं स्पष्टीकरण या शास्त्रज्ञांना मिळालेलं नाही. त्या कुंडाचं रूप वारंवार बदलतं. केव्हा उद्रेक होईल हे सांगता येत नाही. कुंडात प्यायचं पाणी नाही, रात्री मुक्काम करता येत नाही तरीही या आयग्वानांचा एवढा अभ्यास झाला हे आश्चर्यच आहे. मुख्य म्हणजे डाग्मार वेर्नर आणि तुई द रॉय संशोधकांनी जीव धोक्यात घालून अभ्यास केला म्हणून फर्नांडिना बेटावरच्या जीवसृष्टीची एवढी तरी माहिती आज उपलब्ध आहे.

◆

ऑस्ट्रेलिया, ससे आणि पर्यावरण

सध्या ऑस्ट्रेलियातील मेंढपाळ खुशीत आहेत. देवानं आमच्यावर खैर केली, असं त्यांचं म्हणणं आहे. याचं कारण ऑस्ट्रेलियातले लक्षावधी ससे मृत्यूमुखी पडत आहेत. ऑक्टोबर १९९५ मधे ऑस्ट्रेलियाच्या दक्षिण किनाऱ्यावरील वॉरडांग बेटावरून रॅबिट कॅलीसीव्हायरस (आर सी व्ही) नावाचे विषाणू निसटले. त्यानंतर दोन वर्षात दक्षिण ऑस्ट्रेलियातील मेंढपाळांच्या कुरणातले ८० टक्के ससे मृत्युमुखी पडले. खरं तर आर सी व्हीमुळं होणारा विषाणूजन्य रोग कसा पसरतो, किती नुकसान करतो आणि सशांकडून दुसऱ्या प्राण्यांमध्ये त्याचा फैलाव होऊ शकतो का? ह्या प्रश्नांवर उत्तर शोधून काढण्याचा प्रयत्न या बेटावर सुरू होता. इथून हा विषाणू बाहेर पसरू नये म्हणून अतिशय काळजी घेण्यात येत होती. किंबहुना हे बेट क्वारंटाअीन म्हणजे जैविक एकांतवासात बंदिस्त होतं. ऑस्ट्रेलियातील ससे इतर जीवांना धोका न पोहोचता कसे नाहीसे करता येतील किंवा त्यांच्या संख्येवर कसं नियंत्रण ठेवता येईल हा या बेटावरच्या संशोधनाचा प्रमुख हेतू होता.

ऑस्ट्रेलियात 'ससा' हा एक शाप समजला जातो. गीलाँग इथल्या ऑस्ट्रेलियन ॲनिमल हेल्थ लॅबोरेटरीचे उपसंचालक कीथ मरे यांच्या म्हणण्यानुसार आरसीव्ही

फक्त सशांना आणि सशांनाच मारतात; आणि त्यामुळे ऑस्ट्रेलियन मेंढपाळांना मिळालेल्या शापाला आरसीव्ही हा उ:शाप आहे, असं मरे यांचं म्हणणं आहे. त्यांनी या विषाणूंच्या चाचण्यात महत्त्वाचा वाटा उचलला आहे.

युरोप अमेरिकेमधल्या बऱ्याच शास्त्रज्ञांना हे म्हणणं मान्य नाही. १९९६ मध्ये ऑस्ट्रेलियात शासकीय यंत्रणेनं हे विषाणू पद्धतशीरपणे पसरवण्यास सुरुवात केली. तेव्हां शेजारच्या न्यूझीलंडमधील शासकीय यंत्रणेनं या विषाणूंची आयात करावी की करू नये यावर राष्ट्रीय चर्चा घडवून आणली. ही चर्चा मग जगभर सुरू झाली. लंडनमधल्या विषाणूतज्ज्ञांचे अर्ध्वयू डेव्हिड क्युबिट यांच्या मते या विषाणूंचं अधिक परीक्षण व्हायला हवं होतं, कारण एकदा हे विषाणू परीक्षानळीतून बाहेर पडले, मोकाट सुटले की त्यांच्यावर नियंत्रण ठेवणं अवघड असतं; क्युबिट मानवात पसरणाऱ्या कॅलिसी व्हायरसच्या प्रसाराचे निष्णात अभ्यासक आहेत. त्यांच्या मते कॅलिसी व्हायरस हे नव्या प्रकारचे विषाणू असून त्यांचा अजूनही हवा तेवढा अभ्यास झालेला नाही. त्यांच्याबद्दल मानवाला असलेली माहिती अतिशय त्रोटक स्वरूपाची आहे.

ऑस्ट्रेलियानं एक शाप नाहीसा करण्यासाठी संपूर्ण जगाला त्रासदायक ठरेल असा दुसरा शाप तर निर्माण केलेला नाही ना, हा प्रश्न पृथ्वीवरचे सर्व विषाणुतज्ज्ञ या संदर्भात विचारताना आढळतात. त्यांच्या मते ससे नाहीसे करण्याच्या घाईत ऑस्ट्रेलियन विषाणूतज्ज्ञ आणि वन्यजीवशास्त्रज्ञांनी काळजीपूर्वक पावले ऊचलायला हवी होती. त्या ऐवजी त्यांनी घिसाडघाई करून जे विषाणू सोडले त्यामुळे ऑस्ट्रेलियातील आणि इतर जवळपासच्या देशातील इतर वन्यजीवही धोक्यात येण्याची शक्यता निर्माण झाली आहे. या संदर्भात ते युरोपातील उदाहरणं देतात. युरोपमधे १९८७ नंतर वेगवेगळ्या ठिकाणी आरसीव्ही बाधेच्या उद्रेकानं वन्यजीवांचं नुकसान झालं आहे.

युरोपातल्या सशांचं (ऑरिक्टोलागस क्युनिक्युलस) मूळ जन्मस्थान स्पेनमध्ये आहे, असं मानलं जातं. इ. स. १८५९ मध्ये एका शेतकऱ्यानं आपली शिकारीची हौस भागविण्यासाठी हे ससे ऑस्ट्रेलियात नेले. शिकार होत असूनसुद्धा हे ससे वर्षाला वीस ते शंभर किलोमीटर या वेगानं पसरले. माणूस सोडला तर दुसरा कुठलाही सस्तन प्राणी या वेगानं पृथ्वीवर कुठंही पसरलेला नाही.

ऑस्ट्रेलियात हे ससे ज्या वेगानं पसरले आणि त्यांनी गवत फस्त करायला सुरुवात केली त्यामुळं ऑस्ट्रेलियन शेतकरी आणि मेंढपाळांनी त्या सशांना स्वत:चे पहिल्या क्रमांकाचे शत्रू मानून सशांच्या नाशाचे प्रयत्न सुरू केले. १९५० च्या सुमारास ऑस्ट्रेलियन परिस्थितीकी तज्ज्ञांनी शेतकऱ्यांच्या म्हणण्यास दुजोरा दिला आणि नंतर सक्रिय साथ दिली. त्यानंतर या सशांचा नाश करण्यासाठी

मिक्झोमा विषाणू वापरण्यात आले. त्यामुळे सशांमध्ये मिक्झोमॅटॉसिस या नावाचा रोग पसरून ऑस्ट्रेलियातील सशांची संख्या फार मोठ्या प्रमाणात झपाट्यानं कमी झाली. पण यातून जे ससे वाचले ते मिक्झोमा विषाणूंना दाद देईनात. नैसर्गिकरीत्या त्यांच्यात मिक्झोमा अवरोध निर्माण झाला. प्रतिवर्षी या सशांमुळे ऑस्ट्रेलियाचं सुमारे ५० ते ६० कोटी डॉलर (अमेरिकन) नुकसान होतं, अशी आकडेवारी १९९५ साली अंतराष्ट्रीय लोकर परिषदेत जाहीर करण्यात आली होती. ऑस्ट्रेलियापुढे असलेलं सशांचं संकट हे इतर देशांच्या कल्पनेपलीकडचं आहे, असं कीथ मरे म्हणतात. डेव्हीड लॉर्ड नावाच्या ऑस्ट्रेलियन मेंढपाळाचं न्यू साऊथवेल्समध्ये थाकारिंगा नावाचं मेंढीपालन केंद्र आहे. हे ६६ हजार हेक्टरचं केंद्र किंवा फार्म चालविण्यासाठी लॉर्डनं दिलेली माहिती या सशांच्या संकटाची कल्पना आणून देण्यास पुरेशी ठरेल.

सशांच्या एकमेकाला जोडलेल्या बिळांच्या वसाहतीस 'वॉरेन' असं म्हणतात. विमानातून लॉर्डच्या फार्मचं सर्वेक्षण केलं गेलं तेव्हां अगदी सहजगत्या या फार्मवर २५ हजार वॉरेन्स आहेत असं दिसून आलं. या प्रत्येक वॉरेनमधे सरासरीनं कमीत कमी पन्नास ससे राहतात. हे ससे दररोज १२५ टन गवत खातात. एवढ्या गवतावर वाढणाऱ्या सशांना या शेतकऱ्यानं 'त्रास' म्हणावं हे साहजिक आहे.

या सशांमुळे ऑस्ट्रेलियातील मूळ रहिवासी असलेल्या अनेक शिशुधानी (मार्सुपियल) प्राण्यांवरही संकट ओढवतं. त्यांच्या बिळांच्या जाळ्यांमुळं जमिनीची धूप होते. ते कोवळे कोंब खातात त्यामुळे अनेक झाडांची वाढच होऊ शकत नाही. या वनस्पतींवर अवलंबून असलेले कीटक, पक्षी आणि प्राणी यांना अन्न आणि निवारा न मिळाल्यामुळं त्यांचा नाश होतो. ऑस्ट्रेलियात बिल्बी नावाची एक शिशुधानी रानघूस सापडत असे. ससे असलेल्या भागातून ती पूर्णपणे नाहीशी झाली आहे.

आरसीव्ही चुकून जेव्हां वॉरडांग बेटावरून निसटली आणि ऑस्ट्रेलियन भूखंडात पोहोचली तेव्हां काही काळ या विषाणूंच्या प्रसाराचे परिणाम पाहून ऑस्ट्रेलियन शास्त्रज्ञांनी हे विषाणू जाणीवपूर्वक मुख्य भूमीवर पसरवले, जानेवारी १९९७ मध्ये हे विषाणू टोचलेले प्रजननक्षम ससे एकूण ३२७ वेगवेगळ्या ससेग्रस्त ठिकाणी सोडण्यात आले होते. त्यानंतर मार्च ९७ मध्ये असेच आणखी काही ससे इतरत्र सोडण्यात आले. आरसीव्हीमुळं सशांच्या फुफ्फुसात, हृदयात आणि मूत्रपिंडात रक्त साकळतं. या गुठळ्यांमुळे हृदयक्रिया बंद पडून किंवा गुदमरून हे ससे मरतात. बाधा झाल्यावर २ ते ४ दिवसात सशाचा मृत्यू ओढवतो.

या विषाणूंच्या नावावरूनच ऑस्ट्रेलिया व न्यूझिलंडमधे वादळ माजलं. ऑस्ट्रेलिया व न्यूझीलंडमध्ये या विषाणूंना आरसीव्ही म्हणण्यात येत असलं तरी इतरत्र या विषाणूंना 'रॅबीट हिमऱ्हेजिक डिसीझ व्हायरस' असं नाव आहे; म्हणजे 'सशांमध्ये रक्तगळाचा आजार निर्माण करणारा विषाणू' असा याचा अर्थ आहे. ऑस्ट्रेलियन शास्त्रज्ञांच्या मते हे नाव चुकीचं आहे. याचं कारण ह्या विषाणूंमुळे रक्तस्राव न होता रक्ताच्या गुठळ्या होतात, असं या शास्त्रज्ञांचं म्हणणं आहे. तर ऑस्ट्रेलियन शास्त्रज्ञांचे विरोधक म्हणतात की या टीकेला अर्थ नाही. विषाणूच्या नावापेक्षा त्यानं होणारं नुकसान आणि त्याच्या प्रसाराचा धोका महत्त्वाचा आहे. केवळ नाव बदलून लोकांची फसवणूक करण्याचा हा ऑस्ट्रेलियन शास्त्रज्ञांचा प्रयत्न अश्लाघ्य आहे.

युरोपमध्ये १९८० च्या दशकात जेव्हा अचानक या विषाणूंचा उद्भव झाला; त्यावेळी ही विषाणूबाधा ग्रेटब्रिटनमध्ये पोहोचायला १९९२ साल उजाडलं. या विषाणूच्या उद्भवाच्या सुरुवातीच्या काळात युरोप व ग्रेट ब्रिटनमधले ९० टक्के ससे मरण पावले. यामुळे युरोपमधील परिस्थितीकीवर जबरदस्त आघात झाला. नॉर्विचमधल्या ईस्ट ऑँग्लेया विद्यापीठातल्या ससे संशोधन केंद्रातल्या प्रमुख शास्त्रज्ञा डायना बेल म्हणतात, 'स्पेनमधल्या २९ जातीच्या मांसभक्षकांचं ससा हे प्रमुख अन्न आहे. आरसीव्हीमुळे स्पेनमधल्या सशांची संख्या एकदम निम्मी झाली. यामुळे युरोपातील लाल कोल्ह्याची वीण खूप कमी झाली. डोनाना बायॉलॉजिकल रिसर्च स्टेशनचे प्रमुख राफेल व्हिलफ्युअेर्ते यांच्या मते दक्षिण युरोपातील सशांची संख्या कमी झाल्यामुळे आयबेरियन लिंक्स आणि स्पॅनिश इंपिरियल इगल यांचीही संख्या कमी हाऊ लागली कारण त्यांच्या अन्नाचा प्रमुख स्रोतच रोडावला.

ब्रिटनच्या ज्या भागात हे विषाणू पसरले त्या भागातील पोलकॅट आणि रानमांजरं तर धोक्यात आलीच पण सशांनी खाल्लेल्या आणि त्यामुळं खुरट्या गवतावर फोफावणारी फुलपाखरे आणि कर्ल्यू नावाचे पिंगट रंगाचे पक्षी यांचीही उपासमार हाऊ लागली; असं रॉजर ट्राऊट ही ससेतज्ज्ञ म्हणते. ऑस्ट्रेलियात ससे हा जरी एक त्रासदायक प्राणी असला तरी इतर परिस्थितिकी प्रणालीत तो अन्नश्रृंखलेचा पायाभूत भाग आहे त्यामुळे ससेमार विषाणू मोकाट सोडताना ऑस्ट्रेलियन शास्त्रज्ञांनी विचार करायला हवा होता, असं रॉजर ट्राऊटना वाटतं. आता हे विषाणू सोडलेच आहेत तर त्यावर टीकाटिप्पणी करत बसण्यापेक्षा त्यांच्यावर लक्ष ठेवणं महत्त्वाचं आहे असं, या सर्वच शास्त्रज्ञांना वाटतं.

या ऑस्ट्रेलियन प्रयोगावर सर्वात कडवी टीका आल्विन स्मिथ यांनी केली आहे. आल्विन स्मिथ कॉर्नवॉलिस इथल्या ओरेगॉन स्टेन युनिव्हर्सिटीमध्ये प्राण्यांमधल्या

विषाणूंवर संशोधन करतात. सागरकेसरी म्हणजे सीलायनना बाधणाऱ्या विषाणूंचा ते विशेष अभ्यास करतात. या विषाणूस 'सॅनमिगोल सीलायन व्हायरस' असं म्हणतात. त्यांच्याप्रमाणेच डेव्हिड मॅटसन हेही या प्रयोगाचे टीकाकार आहेत. ते मानवास बाधक ठरणाऱ्या कॅलिसीव्हायरसचा अभ्यास करतात. या दोघांनी न्यूझीलंडच्या पंतप्रधानांना एक पत्र लिहिलंय. त्या पत्राचा मथितार्थ असा- 'ऑस्ट्रेलियानं एक धोकादायक, अनियंत्रित, असा अनर्थकारक आणि परिणामांची जाणीव नसलेला मार्ग स्वीकारला आहे. हा जैवप्रयोग करण्यात न्यूझीलंडने सहभागी होणं म्हणजे स्वत:च्या डोक्यावर तलवार टांगून घेण्यासारखं आहे.' (न्यूझीलंड विल कम अंडर द सेम स्वोर्ड ऑफ डेमॉक्लीस.)

स्मिथ, मॅटसन, क्युबिट आणि इतर विरोधकांच्या मते हे विषाणू सशांमध्ये मुक्तपणे पेरतांना, ह्या विषाणूंमुळे इतर कुठल्याही सजीवास बाधा होत नाही हे विषाणू ससे सोडून इतर सजीवांच्या दृष्टीनं हानीकारक नाहीत याची खात्री करून घ्यायला हवी होती.

ऑस्ट्रेलियन शास्त्रज्ञ म्हणतात, त्यांनी १९९१ ते ९६ दरम्यान घेतलेल्या चाचण्यांमधे अशा प्रकारच्या चाचण्या घेतल्या गेल्या. पाळीव आणि ऑस्ट्रेलियातील स्थानिक रानजीवांमधे हे विषाणू टोचण्यात आले. या एकूण वेगवेगळ्या ३१ जातीच्या सजीवांच्या चाचण्या घेतल्या गेल्या. एवढंच नव्हे तर न्यूझीलंडमध्येच फक्त सापडतात अशा दोन सजीव जातींना पकडून आणून क्वारंटाईनमधे अशा चाचण्या घेतल्या गेल्या. या चाचण्यात विषाणू टोचल्यानंतर दर दिवसाआड या सजीवांच्या रक्ताचे नमुने विषाणू वाढ आणि प्रतिपिंड निर्मितीची पाहणी करण्याकरिता महिनभर तपासले गेले. तसेच या विषाणूंमुळे आजारपणाचे दृश्य परिणामही तपासण्यात आले पण यातला एकही सजीव या विषाणूबाधेमुळे आजारी पडल्याचे दिसून आले नाही.

या स्पष्टीकरणामुळं स्मिथ आणि मॅट्सन सारख्या शास्त्रज्ञांचं समाधान झालेलं नाही. त्यांच्या मते या चाचण्यात टोचण्यात आलेले विषाणूंचे प्रमाण अत्यल्प होतेच पण ते या प्राण्यांच्या शरीरात टोचण्याची पद्धत ही चुकीची होती. ऑस्ट्रेलियन शास्त्रज्ञ म्हणतात की हे आरोप खोटे आहेत. या प्रयोगांवर लक्ष ठेवणारे व पर्यवेक्षक म्हणून काम करणारे शास्त्रज्ञ डॉ. हार्वे वेस्टबरी म्हणतात की त्यांनी हे सर्व प्रयोग अत्यंत काळजीपूर्वक आणि अशा प्रयोगांची सर्व मार्गदर्शक तत्त्वे पाळून केले आहेत. सर्व प्रयोगात अगदी काळजीपूर्वक आणि भरपूर प्रमाणात विषाणू टोचण्यात आले होते. स्मिथ आणि मॅट्सनच्या मते ससे जेव्हा निसर्गात वावरतात तेव्हा हे विषाणू त्यांच्या शरीरात साठत राहतात. असा एखादा ससा कोल्ह्याच्या भक्ष्यस्थानी पडला तर कोल्ह्याच्या शरीरात नेहेमीच्या

कितीतरी पट अधिक प्रमाणात हे विषाणू जातात; कारण सशाच्या शरीरात त्यांची संख्या वाढलेली असते.

ऑस्ट्रेलियन शास्त्रज्ञांच्या मते त्यांच्या प्रयोगात असं कुठंही आढळलं नाहीच पण युरोपात १९८० च्या दशकात हे विषाणू सशांमध्ये पसरले पण गेल्या दहा पंधरा वर्षात इतर कुठलाही प्राणी या विषाणूबाधेनं मेल्याचं किंवा इतर प्राण्यांना या विषाणूबाधेचा त्रास झाल्याचं उदाहरण उपलब्ध नाही.

ऑस्ट्रेलियात जे इतर प्रयोग झाले ते पाहता ससे नाहीसे होणं ही ऑस्ट्रेलियन पर्यावरणास पोषक घटना आहे. १९९१ मध्ये ब्रायन कुक या शास्त्रज्ञानं ८० हेक्टरच्या एका माळरानावरचे ससे वीष घालून, सशांच बिळं नांगरून आणि त्यात विषारी वायू सोडून जवळजवळ नाहीसे केले. त्यावेळी या ८० हेक्टरात पूर्वी असलेले पण ससे आल्यावर नाहीशा झालेल्या अनेक वनस्पती आणि प्राणी परतल्याचं आढळून आलं. १९९४ पर्यंत या भागात बोंबट आणि कांगारूंची संख्याही बरीच वाढली. स्थानिक शिशुधानी प्राण्यांची वाढ होण्यासाठी स्थानिक वनस्पती वाढणारी कोणतीही उपाययोजना ही ऑस्ट्रेलियाच्या हिताचीच आहे. असं ऑस्ट्रेलियन पर्यावरण तज्ज्ञ म्हणतात पण त्याच बरोबर ऑस्ट्रेलियातील अनेक शिकारी पक्ष्यांच्या अन्नाचा प्रमुख स्रोत आजकाल 'ससा' हाच आहे हे विसरून चालणार नाही. ऑस्ट्रेलियन गरूडांच्या सर्व जाती, सर्व घारी, शिख्रे आणि ससाणे यांची उपजीविका प्रामुख्याने सशांवर चालते.

याशिवाय बाहेरून ऑस्ट्रेलियात आणलेली कुत्री आणि मांजरं बऱ्याच ठिकाणी पुन्हा रानटी बनली आहेत. तीही फार मोठ्या प्रमाणावर अन्नासाठी सशांवर अवलंबून असतात. जर ससे नाहीसे झाले तर हे प्राणी कांगारूंची पिल्लं आणि इतर शिशुधानी प्राण्यांची शिकार करू लागतील, हेही विसरून चालणार नाही.

१९९७ मध्ये आरसीव्ही मार्फत सशांचा नाश करण्याच्या या योजनेचा अंतिम परिणाम कळायला पंधरा ते वीस वर्षे जावी लागतील असा ऑस्ट्रेलियन शास्त्रज्ञांचा अंदाज आहे. पर्यावरणात माणसानं केलेल्या ढवळाढवळीचे परिणाम याबाबतचा हा एक प्रयोग आहे, असं आपण म्हणू शकतो. पुढे काय घडणार ते काळच ठरवेल.

◆

ध्रुवीय अस्वलांची झोप

ध्रुवीय अस्वलं म्हणजे उत्तर ध्रुवीय वर्तुळाच्या आसपास दक्षिणेस आणि उत्तरेस सापडणारी पांढरी अस्वलं ज्या परिस्थितीत राहतात तिथं हिवाळ्यात शून्य अंशाखाली तापमान असतं. काही वेळा सतत काही महिने ते शून्य अंशाखाली असतं. इथं प्रचंड वेगानं वारे वाहतात. त्यामुळं या तापमानाची परिणामकारकता आणखीच वाढते. हिमवादळांमुळे आपल्या डोळ्यासमोर धरलेला आपलाच पंजा दिसेलच याची खात्री नसते. सागरावर तरंगणाऱ्या बर्फाची कधीच खात्री देता येत नसते. अती शीत वातावरणात गोठलेलं हे बर्फ तापमान जरा वाढताच त्याचे तुकडे होऊ लागतात. हिमवादळात हे तुकडे सरकतात आणि मधेच सागर उघडा पडतो. काही वेळा हे तुकडे दिवसात अनेक किलोमीटर दूर सरकतात. या हिमनगांच्या आकारावर आणि आकारमानावर सीलचे कळप कुठं वास्तव्यास असतील हे अवलंबून असतं. दाढीवाले सील आणि कडीवाले सील (बिअर्डेड आणि रिंग्डसील) हे या अस्वलांचं प्रमुख खाद्य असतं यामुळे या बदलत्या परिस्थितीत या

सीलांच्या शोधात धृवीय अस्वलांना सतत भटकंती करावी लागते.

या परिस्थितीत जगण्यासाठी या धृवीय अस्वलांना दोन शारीरिक समस्यांना सतत तोंड द्यावं लागतं. शरीराच्या तापमानाचा आणि बाहेरच्या परिस्थितीचा समतोल राखणं ही पहिली समस्या आणि दोन खाण्यांच्या मधे किती अंतर पडेल याची कल्पना नसल्यामुळं या मधल्या काळात शारीरिक ऊर्जेची कमतरता भासू नये याची व्यवस्था करणं ही दुसरी प्रमुख समस्या त्यांच्या पुढं असते. काही वेळा एका आठवड्यात दोन शिकारी मिळतात तर काही वेळा दोन दोन महिने फाके पडतात. त्या काळात साठवणीतली ऊर्जा वापरणे हा एकच पर्याय या अस्वलांपुढे असतो. सर्वसाधारणपणे विश्रांती घेणाऱ्या अस्वलांच्या शरीराचं तापमान ३७ अंश सें. एवढं असतं. माणूस आणि इतर सस्तन प्राण्यांच्यात आणि या अस्वलाच्या शारीरिक तापमानात फारसा फरक नसतो. अस्वलाच्या अंगावरचे केस, जाड त्वचा, त्याखालचा चरबीचा थर हे या अस्वलाला थंडीशी सामना करायला उपयोगी पडतात. या अस्वलाच्या त्वचेखालचा चरबीचा थर काही वेळा १० ते १५ सें. मी. जाड असतो; यामुळे शरीरातलं तापमान सुव्यवस्थित राहायला मदत होतेच. केस, त्वचा आणि चरबी हे उष्णतारोधक ठरतात त्यामुळे या अस्वलांना त्यांच्या चयापचय क्रियेचा वेग बदल करण्याची गरज पडत नाही यामुळे ते जास्तीची ऊर्जाही खर्च करत नाहीत किंवा ऊर्जा वापरायचा वेगही कमी करत नाहीत. यामुळे शून्य अंशाच्या जवळपास तापमान उतरलं तरी अस्वलाच्या शरीराचं तापमान ३७ अंशच्या आसपास असतं. एवढंच नव्हे तर ते आणखी खाली गेलं तरी जोपर्यंत अस्वल वाऱ्यात नसतं आणि हालचाल करीत नसतं तोपर्यंत त्याला जास्तीची ऊर्जा वापरावी लागत नाही. अस्वलाला ही उष्णतारोधक साधनं मिळाली आहेत त्याचा दुष्परिणामही अस्वलाला भोगावा लागतोच. तो म्हणजे त्याच्या शरीराचं तापमान झटकन वाढतं. साधारणपणे उणे १० अंश ते २५ अंश से. तापमानात अस्वल जर ताशी ४ कि. मी. वेगानं चालत असेल तर त्याच्या शारीरिक तापमानात फारसा फरक पडत नाही. त्यानं यापेक्षा वेग वाढवला की मग मात्र त्याचं तापमान झपाट्यानं वाढू लागतं. अस्वल ताशी ६॥ ते ७ कि.मी. वेगानं चालू लागलं की त्याचं शारीरिक तापमान ३९ अंश से. पर्यंत वाढतं. माणसात या तापमानास आपण ताप आला असं म्हणतो. वेगात इतकी अत्यल्प वाढ करण्यासाठी अस्वलाला ते विश्रांतीच्या वेळी जेवढी ऊर्जा वापरतं त्याच्या १३ पट ऊर्जा खर्च करावी लागते.

धृवीय अस्वलाला कुठलीही हालचाल करताना इतर सस्तन प्राण्यांच्या दुप्पट ऊर्जा खर्च करावी लागते. अस्वलाची जाडी आणि त्याच्या हातापायांची

रचना याचा हा परिणाम असतो. अस्वलाच्या जाडीमुळं आणि जाड पायांमुळं त्याला झुलत झुलत चालावं लागतं. यामुळे अस्वल सहसा शिकारीचा पाठलाग करत नाही तर ते श्वसनबिळाजवळ (ब्रीदिंग होल) दबा धरून बसणं पसंत करतं. यामुळं त्याच्या शारीरिक ऊर्जेची फार मोठ्या प्रमाणावर बचत होते. उन्हाळ्याच्या दिवसांत ही अस्वलं त्यांच्या जीवनक्रमातील २५ टक्के काळ झोपेत घालवतात. हिवाळ्यामधे याहूनही जास्त काळ ती निद्रेत व्यतीत करत असावीत असा अंदाज आहे. अस्वलं किती वेळ झोपतात, हे ठरवणं तसं अवघडच असतं. काही वेळा ती दबा धरून बसलेली असतानाच झोपी जातात. तेव्हा तर त्यांची झोप नक्की केव्हा सुरू झाली हे ठरवणंही अवघड जातं. हिवाळ्यात ही अस्वलं याहीपेक्षा खूप जास्त काळ झोपत असावीत कारण त्या काळात ऊर्जा बचतीची जास्त आवश्यकता भासते; पण या काळात त्यांच्यावर नजर ठेवणं अवघड असतं कारण त्या काळात कायम अंधार असतो शिवाय अस्वलं एखाद्या गुहेत, खबदाडीत, वारं लागणार नाही अशा आडोशाला जाऊन बसतात. झोपतांना किंवा विश्रांती घेताना शरीर थंड करायचं की ऊर्जा बचत करायची यावर अवलंबून अस्वलं झोपायचं ते ठरवतात.

जेव्हां थंडीत उघड्यावर झोपावं लागतं तेव्हां अस्वलं हातापायाची जुडी पोटाशी धरून पाठ वर करून झोपतात. नाक पंजांनी झाकून घेतात; किंवा वाऱ्यामुळं तयार झालेल्या हिमटेकडीच्या पायथ्याशी वारं ज्या दिशेनं वाहतं त्या दिशेला खड्डा खणून त्यात ध्यानस्थ बसतात. त्यांच्यावर बर्फाचा ढीग जमा होतो. या खड्ड्यात ही अस्वलं काही दिवस राहू शकतात. जेव्हा ऊन असेल तेव्हा हातपाय पसरून ती पाठीवर झोपतात. किंवा एखाद्या बर्फाच्या तुकड्याला कवेत घेऊन कुशीवर झोपतात. हडसन बे सारख्या ठिकाणी जेव्हा उन्हाळ्यात बर्फ नसतं तेव्हा ही अस्वलं नदीकाठच्या वाळूत कुत्र्याप्रमाणं खळगा करून झोपतात. कॅनडाच्या उत्तरेस आर्क्टिक वर्तुळामधे जी बेटं आहेत तिथं उन्हाळ्यामधेही डोंगर उतारावर साठलेलं बर्फ असतं. या काळात अस्वलांची पिल्लं लहान असतात. माद्या या पिल्लांना घेऊन डोंगर उतारावर साठलेल्या बर्फापर्यंत जातात. तिथं खड्डे खणून त्यात पिल्लांसकट झोपी जातात. मोठी अस्वलं या काळात या पिल्लांचे सर्वात मोठे शत्रू ठरतात. पिल्लं त्यांच्या भक्ष्यस्थानी पडू नयेत म्हणून माद्या बहुधा ही काळजी घेत असाव्यात. डोंगर उतारावर वरून कुणी उतरू लागलं तर लगेच पत्ता लागतो. वाऱ्यापासून संरक्षण होतं. बर्फात अस्वलं झटकन लक्षात येत नाही आणि समारेच्या परिसरावर लक्ष ठेवणं सोपं जातं, यामुळं कुणीही शत्रू अचानक समोर येण्याचा धोका टळतो.

धृवीय अस्वल किती काळ झोपतं? सतरा अस्वलांच्या उन्हाळ्यातील झोपेचा

अभ्यास केला तेव्हा ही अस्वलं दर दिवशी सरासरी सात तास चाळीस मिनिटं झोपतात, असं आढळून आलं; म्हणजे मानवाची आणि अस्वलाची झोपेची गरज सारखीच असते. अस्वलं दिवसा झोपणं अधिक पसंत करतात. अर्थात धृवीय प्रदेशात जेव्हा दिवस किंवा रात्र २४ तासांच्या जवळ पोहोचते तेव्हा अशा निष्कर्षाला अर्थच उरत नाही. अस्वलं रात्री जागतात याचं कारण सील त्यांचं भक्ष्य पकडण्यासाठी रात्री बाहेर पडतात. त्यामुळं सीलची शिकार करण्यासाठी अस्वलांनाही रात्री बाहेर पडावं लागतं. शिकार करणाऱ्या सीलांना श्वसनासाठी वारंवार श्वसनबिळातून डोकं वर काढावं लागतं. यामुळे अस्वलांनाही दिवसापेक्षा रात्री सील पकडणं सोपं जातं.

हडसन बे सारख्या ठिकाणी उन्हाळ्यात सील असत नाहीत; कारण तिथं उन्हाळ्याच्या उत्तरार्धात बर्फ नसतं. अशावेळी त्या भागतील अस्वलं बहुतेक वेळ आरामात पडून राहतात. शिकार मिळणार नसेल तर ऊर्जा वाया घालवण्याचा काय फायदा?

◆

विकृत बेडूक

इ.स. १९९५ मधे मिनेसोटातल्या एका शाळेतली मुलं त्यांच्या सिंडी रेनिझ नावाच्या शिक्षकेबरोबर निसर्ग अभ्यासाला बाहेर पडली. या त्यांच्या निसर्गनिरीक्षणात त्यांना अनेक बेडूक दिसले. ह्या शेकडो बेडकांमधे त्यांना एक वैशिष्ट्य आढळून आलं. ते म्हणजे ह्या सर्व बेडकांच्या वाढीत त्यांच्या शरीरामधे काहीतरी विकृती (डिफॉर्मेशन) निर्माण झाली होती. या बातमीस जगभर प्रसिद्धी मिळाली. यानंतर उभयचरी (अँफिबियन) प्राण्यांच्या अभ्यासाकडं पाहण्याचा जीवशास्त्रज्ञांचा दृष्टिकोन बदलला.

गेली काही कोटी वर्षे या उभयचरी प्राण्यांनी टिकाव धरला. या काळात इतर अनेक प्राणी 'किती एकटे जन्मले आणि मेले' या उक्तीनुसार पृथ्वीवर

वावरले आणि नंतर त्यांचा निर्वंशही झाला. यात डायनोसॉरांपासून वुली मॅमथ सारख्या हत्तीच्या पूर्वजांचा समावेश होता. या सर्व काळात बेडूक (फ्रॉग्ज), भेक (टोड), सॅलामँडर यासारखे उभयचरी प्राणी मात्र टिकून होते. एवढंच नव्हे तर त्यांची संख्या आणि जाती वाढल्या होत्या. आज मात्र या उभयचरी प्राण्यांची संख्या झपाट्यानं कमी होत चालली आहे. ती का कमी होत आहे, याची कारणं शोधणाऱ्या शास्त्रज्ञांत एकमत नाही, हे खरं पण अलास्काच्या बर्फाळ प्रदेशापासून विषुववृत्तीय पर्जन्यारण्याच्या प्रदेशापर्यंत सर्वदूर उभयचरी प्राण्यांची पीछेहाट होत असल्याची चिन्हं आढळून येतात.

आपल्याला असं वाटेल की समजा बेडूक कमी झाले तर त्याचा आपल्याला काय तोटा होणार आहे? फारतर बेडकांच्या तंगड्या खाणाऱ्यांना एक पदार्थ खायला कमी मिळेल; पण ते इतकं सोपं नाही. बेडकांच्या आरोग्याचा आणि मानवी आरोग्याचा संबंध आहे. बेडकांना पर्यावरणाचे दर्शक मानण्यात येतं.

पर्यावरणातील बदलांचे प्रतिबिंब बेडकांमधे अगदी लगेच पडते. त्यामुळे हे बदल धोकादायक असतील तर आपल्याला लगेचच सावधगिरीची सूचना मिळते. बेडकांच्या अंड्यांवर कवच नसते. यामुळे ती अंडी ज्या पाणथळ जागेत घातली जातात; तेव्हा त्या पाण्यात येणाऱ्या पदार्थांचा, त्या पाण्यात साठलेल्या प्रदूषकांचा किंवा वातावरणातून पाण्यात मिसळणाऱ्या घटकांचा या अंड्यातील जीवांवर लगेच परिणाम होतो. या अंड्यातून बाहेर पडणारे बेडूकमासे पाण्यातला ऑक्सिजन घेतात. पाणवनस्पती खातात; यामुळे पाण्यात विरघळणाऱ्या हवेचा आणि पाणवनस्पतींनी शोषून घेतलेल्या रसायनांचा त्यांच्यावर परिणाम होतो. पूर्ण वाढलेल्या बेडकाची त्वचा अतिशय पातळ असते. ती सतत ओली राखणं अत्यावश्यक ठरतं. त्यामुळे बेडकांवर हवा, पाणी, पाऊस आणि ऊन यांचा परिणामही लगेच दिसून येतो. यामुळे पर्यावरणात दुष्परिणामकारक बदल घडू लागले तर त्या धोक्यांची जाणीव बेडकांच्या अभ्यासातून आपल्याला लगेच होते.

खरं तर बेडकांच्या आणि इतर उभयचरी प्राण्यांच्या मधले विपरीत बदल १९७० नंतरच्या दशकाच्या मध्यासच शास्त्रज्ञांच्या लक्षात येऊ लागले होते. उभयचरी प्राण्यांचा अभ्यास करणाऱ्या शास्त्रज्ञांना हे प्राणी त्यापूर्वी सहज मिळायचे; आता त्यांना मुद्दाम शोधून काढावं लागत होतं. स्यू केस नावाची विद्यार्थिनी बर्कले इथल्या कॅलिफोर्निया विद्यापीठात बेडकांचा अभ्यास करीत होती. सिअेरा नेवाडा परिसरात पूर्वी हमखास भरपूर बेडूक मिळायचे, हे तिला ऐकून माहीत होतं पण जेव्हां बेडूक पकडायला गेली तेव्हां तिला फारच थोडे बेडूक मिळाले होते.

तिनं आपली ही अडचण डेव्हीड वेक यांना सांगितली. ते विद्यापीठाच्या संग्रहालयाच्या सपृष्ठवंशी प्राणी विभागाचे प्रमुख होते. त्यांना या मुलीनं फारसे प्रयत्न केले नसावेत, असं वाटलं. सुझानला बेडूक कसे शोधायचे याची युक्ती ठाऊक नाही; असं भाष्य त्यांनी स्यू केसच्या तक्रारीवर केलं. पुढं बेडूक शोधण्यात पटाईत अशा त्यांच्या सहकाऱ्यानं त्यांना हेच सांगितलं तेव्हांही त्यांचा त्या सहकाऱ्यावर चटकन विश्वास बसला नव्हता. तेव्हां वेकनी त्या दोघांना त्यांच्या नेहमीच्या बेडूक पकडायच्या खात्रीशीर जागी नेलं. तिथंही बेडूक मिळाले नव्हते.

त्याच सुमारास सर्वच भूखंडांमधून उभयचरी प्राण्यांचा अभ्यास करणाऱ्यांपुढं अशा प्रकारच्या समस्या उभ्या राहू लागल्या. काही जाती नव्यानं सापडल्या पण त्यांचा पूर्ण अभ्यास व्हायच्या आतच निर्वंश झाल्याचं शास्त्रज्ञांच्या लक्षात आलं. कोस्टारिकाच्या जंगलात सापडणारा सुवर्ण भेक (गोल्डन टोड), ऑस्ट्रेलियातला पोटात पिल्लं वाढवणारा बेडूक तसंच आठवडाभर मादीच्या अंड्यांना फलित

करणारा ब्लॉक हार्लेकिन बेडूक हे असेच लक्षात येताच निर्वंश झालेले काही उभयचरी प्राणी. काही शास्त्रज्ञांच्या मते यात गूढ किंवा रहस्यमय असं काहीच नाही. या प्राण्यांच्या अस्तित्वासाठी आवश्यक असे नैसर्गिक भूप्रदेश नष्ट होत चालल्यामुळं या प्राण्यांचा निर्वंश होत चालला आहे. त्यांच्या वीणवसाहतीस योग्य परिसर बहुतेक वेळा मानवी व्यवहारांमुळे नष्ट होतो. दलदली बुजवल्या जातात, अरण्य तोडलं जातं, अशा परिस्थितीत यांचं प्रजनन होणं अशक्य असतं.

उभयचर प्राण्यांचा आणखी एक शत्रू म्हणजे आम्ल पर्जन्य. बिल डन्सन हे पेनसिल्वानियाच्या राज्यविद्यापीठात परिस्थितीकी वीषबाधा (इको टॉक्सीकॉलॉजी) या विषयात संशोधन करतात. पेनसिल्वानियातील जेफर्सन सॅलॅमँडर या प्राण्यावर ते १९७५ पासून संशोधन करताहेत. या प्राण्यांच्या संख्येमधे त्यांनी संशोधन सुरू केल्यास बरीच घट झाल्याचं त्यांच्या लक्षात आलं. या जेफर्सन सॅलॅमँडरांचं प्रजनन होतं त्या डबक्यांमधे आणि तळ्यांमधे पाण्याची आम्लता अत्यल्प असावी लागते. दुर्दैवानं पेनसिल्वानियामधे हवेचं प्रदूषण खूप आहे. शेजारच्या ओहायो मधील औद्योगिक वसाहतींच्या प्रदूषणामुळं पेनसिल्वानियात पडणाऱ्या पावसात आम्लता वाढते. या आम्ल पर्जन्यामुळं पेनसिल्वानियातील साठलेलं पाणी आम्ल बनतं. त्यामुळे सॅलॅमँडरांचं प्रजनन खुंटतं. जसजसं तळ्यांमधून पाणी साठत जातं तसतसं ते अधिकाधिक आम्ल बनत जातं आणि काही दिवसांतच तळ्यातलं पाणी पावसाच्या पाण्यापेक्षा अधिक आम्ल बनतं.

शास्त्रज्ञांना आम्ल पर्जन्याबद्दल निदान थोडीफार तरी माहिती आहे. तो कसा तयार होतो, कुठून येतो, कसं आणि किती नुकसान करतो, याचा पूर्णपणे अभ्यास झालेला आहे; पण मेंदूतील रसायनांच्या तसंच विशेषत: अंत:स्त्रावी ग्रंथींच्या (अेंडोक्राअीन ग्लँड्स) कार्यात अडथळा आणणाऱ्या रसायनांची क्रिया अजूनही म्हणावी तशी समजलेली नाही. बऱ्याच जीवशास्त्रज्ञांच्या मते अशी अनेक रसायनं वातावरणातून निरनिराळ्या पर्यावरण प्रणालीत पोहोचलेली आहेत. साठलेल्या पाण्यात ती अधिक प्रभावी ठरतात; कारण त्यांना तिथून वाहून जायला मार्ग नसतो. यामुळेच या रसायनांचा परिणाम उभयचरी प्राण्यांवर आणि जलचरांवर लगेच दिसून येतो. प्लास्टिक कीटकनाशके आणि तणनाशकांच्या विघटनातून निर्माण झालेल्या रसायनांचं नैसर्गिक संप्रेरकांशी साम्य असतं. विशेषत: इस्ट्रोजेन या संप्रेरकाची जागा ही रसायनं घेतात. त्यामुळे अनेक प्राण्यांच्या प्रजननावर परिणाम होतो. सुसरींच्या नरांच्या शिश्नांचा आकार व लांबी कमी झाल्याचं एका संशोधनात आढळून आलं. तसंच अमेरिकन पुरुषांच्या शुक्रजंतूंची सरासरी संख्याही कमी होत चालली आहे, असंही एका पाहणीत

स्पष्ट झालं. अशा तऱ्हेनं बऱ्याच प्राण्यांच्या प्रजनन शक्तीच्या ऱ्हासास ही रसायनं जबाबदार असल्याचं स्पष्ट झालेलं आहे. अशाच रसायनांमुळे जन्मजात मृत किंवा विकृत स्वरूपात जन्माला येणाऱ्या उभयचरी प्राण्यांमधील दोष निर्माण होत असावेत असंही बरेच शास्त्रज्ञ मानतात पण त्यासाठी ठोस पुरावा उपलब्ध नाही.

ज्याप्रमाणे अंत:स्रावरोधकांना बऱ्याच प्राण्यांमधील विकृतीसाठी दोष देण्यात येतो त्याचप्रमाणे ओझोन विवराचा आणि उभयचरी प्राण्यांच्या विकृतीचाही संबंध लावण्यात येतो. ओझोनचं प्रमाण कमी होण्यामुळे जास्त प्रमाणात जंबूपार किरण (अल्ट्राव्हायोलेट किरण) पृथ्वीवर येतात. त्यांच्या उत्सर्गामुळे उभयचरी प्राण्यांच्या अंड्यांवर परिणाम होऊन विकृत बेडूक जन्माला येतात. याचं एक उदाहरण ओरेगॉन राज्यातील कास्केड पर्वतराजीत पाहावयास मिळतं. इथं 'लॉस लेक' नावाचं एक सरोवर आहे. ओरेगॉन राज्य विद्यापीठातील अँड्यू ब्लौस्टीन हे जीवशास्त्रज्ञ या सरोवराचा आणि तिथल्या भेकांचा १९८० सालापासून अभ्यास करताहेत. हे भेक वर्षातले सहा महिने स्वत:ला चिखलात गाडून घेऊन झोपी जातात. सरोवरात परत पाणी साठताच ते चिखलातून बाहेर पडतात. मग नरमादीचं मीलन होतं. मादी एका वेळेस सुमारे बारा हजार अंडी घालते. मादी ही अंडी पाण्यात सोडत असताना नर त्यावर वीर्य स्रवतो. अंडी फलित होतात. अगदी सुरुवातीस साधारणपणे ५०० जोड्या आढळायच्या. १९८० नंतर मीलन होणाऱ्या जोड्यांची संख्या हळूहळू कमी होत गेली. १९९० मधे फक्त ८९ जोड्यांचं मीलन झालं.

इथून साधारण ८ कि.मी. पूर्वेकडं पॅसिफिक ट्री फ्रॉग नावाचे बेडूक प्रचंड संख्येनं आढळतात पण पर्वतराजी ओलांडून आलं की या बेडकांची संख्या कमी कमी होत चाललेली दिसते. हे असं कां? अँड्र्यू ब्लॉस्टीन यांना याचं कारण वाढते जंबूपार उत्सर्जन असावे, असं वाटतं. १९७०-७५ च्या सुमारास जेव्हा फक्त वेकना उभयचरी प्राण्यांची काळजी वाटत होती त्यावेळी रॉबर्ट वॉरेस्ट नावाचा एक शास्त्रज्ञ वातावरणाचा अभ्यास करीत होते. त्यांचा मूळ विषय पदार्थ विज्ञानशास्त्र होता. श्रवणातीत वेगानं जाणाऱ्या कॉंकॉर्ड सारख्या नागरी आणि त्याच बरोबर निरनिराळ्या लष्करी विमानांच्या श्रवणातील वेगानं वातावरणात अती उंचीवरून होणाऱ्या उड्डाणांमुळं ओझोन थराची हानी होईल, त्यामुळं जंबूपार किरण कसल्याही अडथळ्याशिवाय पृथ्वीवर येतील. त्यामुळं सजीवांना निश्चितच धोका पोहोचेल, असं वॉरेस्टना वाटत होतं.

हा जंबूपार किरणांचा धोका किती असेल, हा प्रश्न अनुत्तरितच होता. त्यांनी त्यांच्या जीवशास्त्रज्ञ मित्रांशी सल्लामसलत करून उभयचरी प्राण्यांच्या

अंड्यांचा अभ्यास करायचं ठरवलं. याचं कारण या अंड्यांना कवच नसतं हे एक, शिवाय ती पारदर्शक असतात त्यामुळं जंबूपार किरण त्यातून आरपार जाऊ शकतात; म्हणजेच हे किरण अंड्यामधील वाढत्या गर्भापर्यंत थेट पोहोचतात. ही अंडी पारदर्शक असल्यानं त्यांच्यावर होणाऱ्या परिणामांचं सहज निरीक्षण करता येतं. अमेरिकेच्या पश्चिम भागात सापडणाऱ्या भेकांच्या अंड्यांचा वॉरेस्टनी अभ्यास केला. जंबूपार किरणांमुळं या अंड्यातील गर्भावर दुष्परिणाम होतात, असं त्यांना आढळलं. ते जीवशास्त्रज्ञ नसल्यानं या दुष्परिणामांच्या खोलात ते फारसे शिरले नव्हते. त्यांना ध्वनीपेक्षा जास्त वेगानं उडणाऱ्या विमानांचा ओझोन स्तरावर परिणाम होतो का, आणि तसा तो झाला तर पुढं जंबूपार किरण जास्त प्रमाणात पृथ्वीवर येतात का, या प्रश्नाचं उत्तर हवं होतं. ते या प्रयोगात मिळालेलं होतं.

पुढं एक दशकानंतर ब्लॉस्टीनना जेव्हां बेडकांची संख्या कमी होताना दिसली तेव्हा त्यांना वॉरेस्टच्या प्रयोगांची आठवण झाली. त्यांनी मग प्रयोगशाळेत बेडकांच्या अंड्यावर जंबूपार किरण सोडून बघितले. ज्या बेडकांच्या अंड्यावर जंबूपार किरण सोडले नव्हते त्या अंड्यातील १५ टक्के जीव मेले पण ज्या अंड्यांवर जंबूपार किरण सोडले, त्यातले ४० टक्के गर्भ मेले. ब्लॉस्टीनच्या मते ही फार गंभीर घटना होती. निसर्गात तर अंड्यांची याहीपेक्षा जास्त हानी होते कारण तिथं इतरही घटक साथीस असतात.

उभयचरी प्राण्यांच्या अंड्यांचा फार मोठ्या प्रमाणावर नाश होतोय. विशेषतः पर्वतराजीत सागरपटीपासून उंचावर जिथं जास्त प्रमाणात जंबूपार किरण पोहोचतात तिथं हे प्रमाण काळजी करण्याइतकं जास्त आहे असं ब्लॉस्टीन यांना वाटतं.

हाच प्रयोग पॅसिफिक ट्री फ्रॉग्ज म्हणजे पॅसिफिक वृक्षवासी बेडकांच्या बाबतीत करण्यात आला. या बेडकांच्या अंड्यांवर जंबूपार किरणांचा फारसा प्रभाव पडतोय असं दिसून आलं नव्हतं. हे कसं काय घडलं, याचा शोध घेण्यासाठी ब्लॉस्टीन यांनी जॉन हेज् यांची मदत घेतली हेज् ओरेगॉन राज्य विद्यापीठातच रेण्विक अनुवंशशास्त्राचे प्राध्यापक आहेत. त्यांनी जेव्हां या बेडकांच्या अंड्यांचा आणि गर्भाचा अभ्यास केला तेव्हां फोटोलायेझ नावाचं एक संप्रेरक या अंड्यांमधील किंवा गर्भांमधील ज्या पेशींचं जंबूपार किरणांमुळं नुकसान होतं ते नुकसान भरून काढतं, असं या दोन शास्त्रज्ञांना आढळून आलं. पॅसिफिक वृक्षवासी बेडकांच्या सर्वच अवस्थात फोटोलायेझ पश्चिमी भेकांपेक्षा सहा पट अधिक प्रमाणात आढळतं. त्यामुळं बेडूक सुस्थितीत राहतात तर भेक मरतात. (या फोटालायेझचा मानवी औषधात उपयोग करण्याचे प्रयत्न लगेच सुरू झाले.)

१९९७ मध्ये अमेरिकेच्या पर्यावरण संरक्षण संस्थेनं जो अभ्यास केला

त्यावरून जंबूपार किरणांमुळे गर्भांची विकृत वाढ होते हेही सिद्ध झालं आहे; म्हणजे जे भेक किंवा इतर उभयचरी प्राणी जंबूपार किरणांची शिकार बनतात, त्यातले वाचलेले गर्भ विकृतीसह वाढतात. ब्लॉस्टीन यांनी लांब बोटांच्या सॅलॅमँडर-वर जे प्रयोग केले त्यात प्रयोगशाळेत वाढवलेले सॅलॅमँडर कमी विकृतींसह जन्माला आल्याचं दिसून आलं. मात्र जे सॅलॅमँडर गर्भ जंबूपार किरणांच्या सहवासात आले ते फार मोठ्या प्रमाणावर विकृत झाले, असंही दिसून आलं.

यामुळंच सिंडी रेनित्झच्या विद्यार्थ्यांना १९९५ मधे मोठ्या प्रमाणावर विकृत बेडूक सापडले; तेव्हा अमेरिकेत खूप खळबळ माजली. पहिल्यांदा हे बेडूक विद्यार्थ्यांनी दाखवले तेव्हा सिंडीला तो मुलांचा चावटपणा वाटला. पण तिनं स्वत: काही बेडूक पकडले आणि अत्यल्प काळात असे बेडूक फार मोठ्या प्रमाणावर सापडले तेव्हां सिंडीच्या विद्यार्थ्यांनी त्यांचा हा शोध इंटरनेटवर जाहीर केला. तेव्हा अमेरिकेतले सर्व जीवशास्त्राचे विद्यार्थी आपापल्या परिसरातले बेडूक तपासून पाहू लागलेच पण नामवंत जीवशास्त्रज्ञांनीही या प्रश्नात लक्ष घातलं.

त्यानंतर हे कसं घडलं असावं, याची चर्चा सुरू झाली. एकेक कारण तपासून बघण्यात येऊ लागलं. या पाण्यात रासायनिक प्रदूषकांचा पत्ता नव्हता. त्या काळात जंबूपार किरणांच्या तीव्रतेत किंवा आगमनात वाढ झालेली नव्हती. दुष्काळ नव्हता. पूर परिस्थिती नव्हती किंवा खूप शीत किंवा खूप जास्त तापमानही नव्हतं; अशा परिस्थितीत स्टॅन्ली सेशन्स नावाच्या जीवशास्त्रज्ञानं या विकृत बेडकांच्या जननामागं दोन कारणं असण्याची शक्यता वर्तवली. स्टॅनली सेशन्स हा डेव्हीड वेक यांचा विद्यार्थी.

स्टॅनली सेशन्सच्या मते हे बेडूक विकृत असायचं एक कारण म्हणजे त्यांच्या गर्भात किंवा अंड्यात असणारे फ्लूक नावाचे परोपजीवी. यांना फ्लॅटवर्म असंही म्हणतात. शास्त्रीय भाषेत त्यांना 'ट्रेमॅटोड' म्हणतात. हे फ्लूक त्यांच्या आयुष्यात काही भाग बेडूक माशांच्या शरीरात व्यतीत करतात. इतर काही प्रकारचे ट्रेमॅटोड सापांच्या शरीरात वाढतात. वेगवेगळ्या प्राण्यांच्या यात गोगलगाई सुद्धा आल्या- शरीरात परोपजीवी म्हणून वाढणारे वेगवेगळ्या ट्रेमॅटोड जोती आहेत. सूक्ष्मदर्शीखाली ट्रेमॅटोडच्या अळ्या बेडूकमाशांसारख्या दिसतात. हे ट्रेमॅटोड चिखलात यजमान जीव यायची वाट बघत राहतात. जवळपास एखादा बेडूकमासा आला की त्याच्या त्वचेस भोक पाडून ते या बेडूकमाशाच्या शरीरात शिरतात. या सर्व प्रक्रियेस तीस सेकंद लागतात. जर असले फ्लूक एखाद्या बेडूकमाशाच्या अवयवाच्या मुळात शिरले, तर त्या बेडकाला एखादा पाय जास्त फुटतो किंवा एखादा अवयव गळूनही पडतो. सेशन्सनी प्रयोगशाळेत प्लॅस्टिकचे अगदी छोटे मणी बेडूकमाशांच्या त्वचेत घुसवून विकृत बेडूक जन्माला घातले आणि त्यांच्या

म्हणण्याच्या पुष्ट्यार्थ पुरावा दाखवून दिला आहे. हे प्लॅस्टिकचे मणी बेडुकमाशांच्या त्वचेखाली घुसवले की २० टक्के बेडूक तरी जन्मजात विकृत बनतात.

सेशन्सचं दुसरं स्पष्टीकरण वेगळंच आहे. बेडकाचा एखादा अवयव तुटला तर त्या जागी दुसरा अवयव फुटत नाही पण बेडूक माशाचा अवयव तुटला तर त्या जागी अवयव येतो. यामुळे या प्रकारात एखाद्या गाय बगळ्याने चोच मारून बेडूकमासा जखमी झाला तर मात्र काही वेळा त्याला एकाच ठिकाणी दोन अवयव फुटतात. याला अवयवांचे पुनर्जनन असं म्हणतात असे काही बेडूकमासे सापडले हे खरं; पण गाय बगळे किंवा इतर भक्षकांच्या तावडीतून एवढ्या मोठ्या प्रमाणावर बेडूकमासे जखमी होऊन सुटू शकतील, हे संभवत नाही, असं बऱ्याच जीवशास्त्रज्ञांना वाटतं. भक्षक इतके अकार्यक्षम नसतात, असं ल्युसिंडा जॉन्सन या परिस्थितीकी तज्ज्ञ बाईंचं म्हणणं आहे.

या वादाला सप्टेंबर ९७ च्या अखेरीस एक वेगळंच वळण लागलं. मिनेसोटातल्या विशिष्ट भागातल्या जलाशयातील ७५ टक्के बेडकांमधे विकृती आढळल्या. मात्र साध्या पाण्यात वाढवलेल्या बेडकांमधे या विकृती दिसत नव्हत्या. या पेक्षाही धक्कादायक गोष्ट म्हणजे ज्या भागात विकृत बेडूक आढळत होते त्या भागातल्या घरांच्या नळातून जे पाणी येत होतं, आणि जे पाणी तिथले रहिवासीही वापरत होते, त्या पाण्यात वाढवलेल्या बेडकांमधेही विकृती दिसून आल्या. आता या रहिवाशांना दूरच्या भागातून हवाबंद बाटल्यांमधून आणलेलं पाणी प्यावयास देण्यात येतं.

मिनेसोटामधे डासांविरुद्धच्या लढाईत मेथोप्रीन नावाचं एक रसायन वापरण्यात येतं त्याचा हा परिणाम असावा का, यावरही आता संशोधन सुरू आहे.

हा लेख लिहायचं कारण म्हणजे आपल्याही शाळा-कॉलेजांमधून निसर्ग निरीक्षणांच्या सहली काढल्या जातात पण त्यात निसर्ग निरीक्षण किती होतं, आणि इतर गोष्टी किती घडतात, हा प्रश्न आहे. भारतात प्रचंड मोठ्या प्रमाणात प्रदूषण आहे, त्याच्या परिणामांचं कधी तरी अशाप्रकारे निरीक्षण केलं गेलं आहे का? आपण नीट निरीक्षण न केल्यामुळे अशा किती तरी गोष्टी आपल्या नजरेतून निसटत असतील तर त्यांची आपल्याला जाणीवही नसते; ती व्हावी हा खरा या लेखाचा उद्देश आहे.

◆

आशियाई हत्तींची शोककथा

हस्तिदंतावर बंदी घालणे, हत्तींच्या चोरट्या शिकारीविरुद्ध मोहीम अशा सर्व घटनांमध्ये नेहमी आफ्रिकन हत्तीचं चित्रण असतं. अनेक पाश्चात्त्य संशोधकांनी हत्तींबद्दल जे चित्रीकरण केलं, त्यामध्ये पाश्चात्त्य हत्तींचंच चित्रीकरण होतं. संशोधनही आफ्रिकन हत्तींवरच झालं. त्या मानानं आशियन हत्तींना गौण मानण्यात आलं. बहुतेक सर्व निसर्गचित्रणात आफ्रिकन हत्तीवरचा अन्याय पुढे आला. प्रत्यक्षात आशियन हत्तींची स्थिती फारच वाईट आहे. गेली कित्येक वर्षे आशियाई हत्तींची संख्या कमी कमी होत चालली असून वर्ल्डवाईड फंड फॉर नेचरचे परीक्षण अधिकारी स्ट्यूअर्ट चॅपमन यांच्या अंदाजानुसार आता पूर्णपणे निसर्गातच वावरणाऱ्या अशियाई हत्तींची संख्या ३४ हजार ते ५१ हजार या दरम्यान असावी.

हत्ती आणि माणूस

आशियात गेली पाच हजार वर्षे हत्ती आणि माणूस हातात सोंड देऊन

वावरत आलेले आहेत. डब्ल्यूडब्ल्यूएफच्या एलिझाबेथ केंफ आणि पीटर जॅकसन यांच्या मते हत्तींइतका बुद्धिमान प्राणी माणसाच्या जितका जवळ आहे तेवढी जवळीक माणूस आणि दुसरा कुठलाही प्राणी यात आढळत नाही. माहूत आणि हत्ती हे नातं काही औरच असतं. हत्ती, कुत्रा किंवा घोडा याप्रमाणे माणसाळत नाही, हेही इथं लक्षात घ्यायला हवं. हत्ती माणसाळला की तो प्रजनन करीत नाही. बंदिवासात हत्तीला पिल्लं झाल्याचं उदाहरण नाही. माणसाळलेला हत्ती मुळात जंगलातून पकडून आणलेला असतो, हेही लक्षात ठेवायला हवं.

हत्तींची गर्भावस्था आणि नंतर पिल्लांचं मातेवर विसंबून असणं हे दोन्ही काळ इतके मोठे आहेत, की त्यामुळं हत्तींची शेती परवडण्यासारखी नाही. यामुळं हत्तीचं पिल्लू जंगलातून पकडून आणून त्याला शिकवणं माणसाच्या दृष्टीनं फायदेशीर ठरतं. बरेचदा चोरट्या शिकाऱ्यांनी माता मारल्यावर किंवा आई पकडली गेल्यावर पोरकी झालेली पिल्लं पकडून त्यांना शिकवलं जातं. भारतात रानटी हत्ती पकडण्यावर बंदी घालण्यात आलेली असली तर म्यानमार या आपल्या शेजारी राष्ट्रात जवळजवळ पाच हजार हत्ती लाकडाचे ओंडके वाहून नेण्याच्या कामी वापरले जातात. दरवर्षी शेकडो पिल्लं नव्यानं कैद होतात. यातली बरीच पिल्लं खड्ड्यातून बाहेर काढता आली नाहीत की तशीच मरतात. हे पाळीव हत्ती आपल्या रानभाईंच्या नाशास जबाबदार असतात, ही एक शोकांतिकाच आहे. एक तर रानहत्तींना पकडण्यासाठी या पाळीव हत्तींचा उपयोग केला जातोच. पण बहुतेक सर्व पूर्व आशियाई देशात म्हणजे ब्रह्मदेशापासून कंबोडियापर्यंत वृक्षतोडीचा व्यवसाय फार जोरात चालतो. तिथे ह्या जंगलतोडीसाठी पाळीव हत्तींचा उपयोग केला जातो. ओंडके गोळा करणे, ते वाहून नेणे वगैरेसाठी हत्तींची मदत घेतली जाते. अशातऱ्हेनं जंगल साफ झालं की, तिथं शेती केली जाते. यामुळे रानहत्तींची भ्रमंतीची जागा कमी होते. या शेतातील पीक खाणे, गाव पायाखाली तुडवणे, हा उद्योग मग स्थलांतर करणाऱ्या हत्तींकडून घडला की मग त्यांना पिसाळलेले ठरवून मारले जाते.

स्थलांतर

हत्तींचे कळप एका मोठ्या वर्तुळात स्थलांतर करतात. या स्थलांतराचे वेळी त्यांना मानवी देशांच्या सीमारेषा कळत नाहीत. साधारण तीन वर्षात आणि दहा पंधरा हजार कि.मी.चा प्रवास करून हे वर्तुळ पूर्ण होत असते. प्रत्येक देशातले कायदे वेगळे असतात. यामुळे हत्तीचं संरक्षण करणंही अवघड असतं. बरेचदा ते एका जागी परत येतात तेव्हा मूळ जंगल हटवून तिथं एखादं खेडं वसलेलं असतं. त्या खेडुतांना आपण हत्तींच्या स्थलांतराच्या मार्गावर आहोत

याची कल्पना नसते. एकट्या भारतात (इथले आकडे उपलब्ध आहेत.) दरवर्षी साडेतीनशेच्या आसपास खेडुत हत्तींकडून मारले जातात. पुढं हे हत्ती बांगला देशात शिरले की, आणखी माणसं मरतात. आसाम, बांगाल, बिहार, ओरिसा (बांगला देशासह) हा हत्तींच्या स्थलांतराचा प्रदेश. पूर्वी म्हणजे ब्रिटिश भारतात आल्यावरसुद्धा हत्ती चंद्रपूर, आंध्र प्रदेशापर्यंत फिरत असत, असे उल्लेख आहेत.

थायलंडमध्ये हत्तींना बरीच शतके दैवत्व बहाल करण्यात आलं आहे. थायलंडमध्ये जंगलतोडीला कायद्यानं बंदी घातली गेल्यावर तीन हजार हत्ती बेकार झाले. या हत्तींना बँकॉकमधल्या प्रदूषणाचा त्रास होऊ लागला म्हणून त्यांना बँकॉकमध्ये प्रवेशास बंदी करण्यात आली. गेल्या शतकात भारतापासून कंबोडियापर्यंत या हत्तींची संख्या इंडोनेशियातले हत्ती धरून काही लाख होती. आता संपूर्ण आग्नेय आशियातील रानहत्तींची संख्या पाच हजाराहून कमी झाली आहे.

आता थायलंडमधले सर्व पाळीव हत्ती पाहावयाचे तर उत्तर थायलंडमध्ये पोंग येंग हत्ती अभयालय इथं जावं लागतं. उत्तर थायलंडमधील चिआंग माई या शहरापासून हे हत्तींचं वसतिगृह चाळीस कि.मी. अंतरावर आहे. इथं हत्ती त्यांची पूर्वीची सर्व कामं करून दाखवतात. ते मोठमोठे ओंडके उचलतात, रचतात, परत खाली उतरवतात. नंतर पर्यटकांना हत्तीवरून डोंगरात फेरफटका मारण्यासाठी नेले जाते. याशिवाय उत्तर थायलंडमध्ये हत्तींसाठी थुंग क्वियान इथंही असं एक अभयालय निर्माण करण्यात आलंय. इथं छोट्या हत्तींना शिकवतात. इथंच हत्तींचा इतिहास सांगणारं एक प्रदर्शन आहे. थाई संस्कृती आणि हत्ती यांचे परस्परसंबंध इथं चित्रांच्या आणि शिल्पांच्या साहाय्यानं स्पष्ट उकलून दाखविण्यात आले आहेत. थायलंडमध्ये गेली काही हजार वर्षे हत्ती पूजनीय मानण्यात आले आहेत. कुठेही पांढरा हत्ती आढळला की तो आपोआपच राजाच्या दरबारातला मानकरी बनतो. हा हत्ती सांभाळणं हे सामान्यांचं काम नव्हे. परंपरेनं त्याला राजाइतका मान द्यावा लागतो. सोन्याचे दागिने घालावे लागतात. पूजा करावी लागते. ज्या दरबाऱ्याचा राजाला राग येत असे, त्याला हा पांढरा हत्ती भेट म्हणून देत असे. काही वर्षातच त्या दरबाऱ्याचं दिवाळ निघायचं. ही भेट हा फार मोठा सन्मान मानण्यात येत असे. ती नाकारणं हा राजाचा अपमान समजण्यात यायचा. यामुळेच 'पांढरा हत्ती पोसणं' ह्या अर्थाची म्हण आशियातील सर्वच देशांमधून आढळते.

थायलंडमधले दहा टक्के रानहत्ती खाओयाई राष्ट्रीय उद्यानात राहतात. नाखोन इच्छासीमा प्रांतातल्या या राष्ट्रीय उद्यानात वर्ल्ड वाईल्ड ईफ फंड आणि शाही वनविभाग तसंच ॲमवे, थायलंड यांच्या साहाय्यानं हत्ती संशोधन केंद्रही चालवले

जाते. इथल्या स्थानिक रहिवाशांना आणि शेतकऱ्यांना हत्तींच्या संरक्षणात सामील करून घ्यायची, ही महत्त्वकांक्षी योजना सफल होईल याची या संस्थांना खात्री वाटते. प्रतिवर्षी नऊ लक्ष माणसं खाओयाई राष्ट्रीय उद्यानास भेट देतात. या सर्व लोकांना हत्तींविषयी माहिती देऊन हत्तीविषयीचे गैरसमज दूर करण्याचा इथल्या अधिकाऱ्यांचा प्रयत्न असतो. स्थानिक व्यक्तींना हत्तीचं महत्त्व पटवून दिल्यामुळं चोरट्या शिकारीस आळा बसतो. काही आदिम जमाती जंगलावर जगतात आणि हत्तींचा अन्न म्हणून वापर करतात. त्यांना उपजीविकेची पर्यायी साधनं उपलब्ध करून देण्याचाही या संशोधन केंद्रामार्फत प्रयत्न करण्यात येतो.

इंडोनेशियात एक वेगळ्याच प्रकारचा कार्यक्रम हाती घेण्यात आला आहे. सुमात्रा बेटावरील लांपुंग प्रांतातल्या १३०० कि.मी. लांबीच्या जंगलपट्ट्या वाय खंबास राष्ट्रीय उद्यान स्थापन करण्यात आलं. इथं एक हत्ती प्रशिक्षण शाळा निर्माण करण्यात आली आहे. या शाळेत अनाथ हत्तीबालकांना दाखल करून घेतलं जातं. तसंच जिथं मानव आणि हत्ती यांच्यात संघर्ष सुरू होतो, अशा ठिकाणच्या हत्तीच्या कळपांना वळवून या जंगलात आणलं जातं. इथं पर्यटकांना पाळीव हत्तींचं प्रशिक्षण बघता येतं तसंच जंगलातून हत्तीच्या पाठीवर बसून दोन तास रपेटही करता येते.

श्रीलंकाही तिथल्या हत्तींसाठी प्रसिद्ध आहे. श्रीलंकेत तर हत्ती आणि मानव संघर्ष अपरिहार्य आहे. कँडी या श्रीलंकेच्या प्राचीन राजधानीजवळ श्रीलंकेतील हत्तींचं अनाथालय आहे. श्रीलंकेतल्या हत्ती अभयारण्यांमधून म्हशींच्या कळपांची हकालपट्टी करण्यात आली आहे. त्यामुळे हत्तींना अन्नपाणी भरपूर प्रमाणात उपलब्ध होते. दुर्दैवानं उत्तरेतून निर्वासित झालेले नागरिक या अभयारण्यात मुक्कामास आले. हत्ती संरक्षण आणि हत्तींच्या आकर्षणातून पर्यटन वाढ असा दुहेरी कार्यक्रम वर्ल्ड वाईड फंड फॉर नेचर, श्रीलंका या संस्थेनं हाती घेतला आहे. अशा विविध कार्यक्रमामुळे आशियाई हत्ती आणखी काही वर्षे तरी टिकून राहतील अशी आशा आहे.

◆

सामान्य माणूस आणि पर्यावरणविषयक माहितीचा महापूर

सध्या पर्यावरणाचं संरक्षण करणाऱ्या चळवळी जोरात चालू आहेत. अनेक शास्त्रज्ञ पर्यावरणाचा अभ्यास करण्यासाठी झटत आहेत. पर्यावरणाची हानी फार मोठ्या प्रमाणावर होत आहे, हेही हळूहळू या शास्त्रज्ञांच्या लक्षात यायला सुरुवात झाली आहे. त्याच बरोबर जर पर्यावरणाच्या हालाखीच्या परिस्थितीत सुधारणा घडवून आणायची असेल तर त्यासाठी सामान्य माणसाच्या मदतीची आवश्यकता आहे हेही पर्यावरण शास्त्रज्ञांच्या लक्षात येऊ लागलं आहे. जोपर्यंत माणूस पर्यावरण संरक्षण ही आपल्या रोजच्या आयुष्यातील एक निकडीची बाब आहे, असं मानत नाही तोपर्यंत पर्यावरण संरक्षण केवळ अशक्य आहे.

पर्यावरण शास्त्रज्ञांच्या लक्षात ही बाब आल्यावर त्यांनी पर्यावरणविषयक माहिती प्रसिद्ध करण्याचा झपाटा लावला. त्याला मानवी तंत्रज्ञानविषयक प्रगतीच्या इतिहासातील एका महत्त्वाच्या घटनेनं हातभार लावला. तो प्रगतीचा टप्पा म्हणजे मानवनिर्मित उपग्रहांची पृथ्वीभोवती भ्रमंती. हे कृत्रिम उपग्रह आकाशातून पृथ्वीची पाहणी करत हिंडू लागल्यापासून पृथ्वीवरच्या प्रदूषित नद्या, सागरकिनाऱ्यांचे प्रदूषण, युद्धामुळं होणारी जंगलतोड या गोष्टी झपाट्यानं शास्त्रज्ञांना कळू लागल्या. त्याचबरोबर पृथ्वीवर येणाऱ्या सूर्यप्रकाशातील अतिनील किरण अडवणाऱ्या पृथ्वीभोवतीच्या ओझोन थराला पडलेलं विवर हेही या उपग्रहांनीच शास्त्रज्ञांच्या लक्षात आणून दिलं.

या उपग्रहांनी एवढंच केलं नाही तर याच उपग्रहांमुळे एका जागची माहिती दुसऱ्या जागी पोचवणं सुकर झालं. जगाच्या काना-कोपऱ्यात खुट्ट वाजलं तरी ते सगळ्या जगाला क्षणभरातच उपग्रहांद्वारे कळू लागलं. यामुळं सर्व प्रकारच्या माहितीचा महापूर लोटला. माहिती प्रसारणाची एवढी प्रचंड यंत्रणा उभी झाली की तिला बातम्या कमी पडू लागल्या. या बातम्यांची एक गम्मत म्हणजे त्या सनसनाटी असल्या की लोकांचं बातम्यांकडे लक्ष जातं. अशा सनसनाटी घटना रोजच्या रोज फक्त विज्ञानक्षेत्रातच घडत असतात आणि त्याही पर्यावरण क्षेत्रातल्या

घडामोडींमुळे संपूर्ण पृथ्वीवर म्हणजे पर्यायानं मानव जातीवरही परिणाम होतो, हेही या माहिती प्रसारकांच्या लक्षात आलं. यामुळं अशा बातम्या खळबळजनकरीत्या रोज आपल्याला वाचायला मिळू लागल्या.

प्रदूषणामुळे कर्करोगात वाढ, ओझोन विवर वाढ; त्वचेच्या कर्करोगात वाढ, कार्बन डाय-ऑक्साईडचे प्रमाण वाढणार, सागरकिनाऱ्याजवळची शहरं त्यामुळं पाण्यात बुडणार, हरितगृह परिणामामुळे पृथ्वीवर संकट, दक्षिण ध्रुवावरचा बर्फ वितळणार, अशा अनेक बातम्या रोज आपल्या कानावर पडतात. या बातम्या वाचून त्यावर विश्वास ठेवावा की ठेवू नये असा आपल्याला प्रश्न पडतो.

समजा दक्षिण धृवावरचं बर्फ वितळलं तर त्याचा आपल्याला काय त्रास होणार, असा प्रश्न विचारला जाऊ शकतो. ओझोन विवर वाढलं म्हणून काळजी करायची पण मग सागरतटी, डोंगर माथ्यावर आणि प्रदूषण यांनी वाढलेला ओझोन धोकादायक कसा, हेही आपल्याला कळत नाही. मोटारी आणि दुचाकी वाहनांमुळं प्रदूषण वाढतं मग बऱ्याच खनिज तेल शुद्धीकरण कारखान्यांजवळ एका चिमणीतून ज्योत जळताना दिसते. त्यानं प्रदूषण होत नाही का? असे अनेक प्रश्न यातून उद्भवतात. यातल्या नक्की कशामुळं आपलं नुकसान होणार, कशावर आपण विश्वास ठेवायचा, हे आपल्याला कळत नाही.

पाश्चात्त्य देशात पर्यावरणाचे प्रश्न समजावून देणाऱ्या संस्था आहेत, वृत्तपत्रातून स्तंभ आहेत. अभ्यासक्रमात हा विषय सक्तीचा केला जातो. मुख्य म्हणजे एखादी खळबळजनक बातमी देण्यात येते तेव्हा त्यातील प्रश्नाची पार्श्वभूमी समजावून सांगणारी माहितीही विस्तृत प्रमाणात दिली जाते. पर्यावरण आणि विज्ञानविषयक बातमी देणारे खास प्रशिक्षित बातमीदार आणि संपादक असतात. ते प्रश्नाच्या दोन्ही बाजू वाचकांपुढे आणतात. आपल्याकडेही हे आता हळूहळू घडू लागलंय. शाळेतून परिसर अभ्यास शिकवला जाऊ लागलाय, नभोवाणी आणि दूरचित्रवाणी वाहिन्यांवर खास कार्यक्रम होताहेत तेव्हा आता आपल्याला या माहितीच्या स्फोटानं गडबडून जाण्याची गरज नाही. डोळे आणि कान उघडे ठेवणे मात्र आवश्यक आहे. यादृष्टीनं पर्यावरण विषयक काही ग्रंथांची माहीती आता आपण घेणार आहोत.

◆

जॉन रे - पहिला निसर्गशास्त्रज्ञ

जॉन रे चा जन्म इसेक्स परगण्यात एका लोहाराच्या पोटी झाला. इ.स.१६४४ मध्ये कॅथेरीन हॉल, क्रेंब्रिज आणि तेथून ट्रिनिटी कॉलेजमध्ये त्याने शिक्षण पूर्ण केलं. त्याच्या हुशारीमुळे तेथेच त्याची इ.स.१६४९ मध्ये ग्रीक, मानव्यशास्त्र (ह्यूमॅनिटीज) आणि गणित हे विषय शिकविण्यासाठी व्याख्याता म्हणून नेमणूक झाली. इ.स.१९५० मध्ये त्याने वनस्पतींचा अभ्यास सुरू केला. दहा वर्षे केंब्रिज परिसरातल्या वनस्पतींचा अभ्यास करून त्यानं इंग्लंडमधील वनस्पतींचा सचित्र कोश प्रसिद्ध केला. इ.स.१६७० मध्ये हा कोश प्रसिद्ध झाला. पण त्याच्या आधीच इंग्लंडमध्ये एक कायदा (अॅक्ट ऑफ युनिफॉर्मिटी) आला. त्यामुळे बायबलबाह्य ज्ञान शिकवण्यावर बंदी आली. तेव्हा अनेक शिक्षकांनी आपल्या नोकऱ्यांचा राजीनामा दिला. त्यात जॉन रे आघाडीवर होता. केंब्रिज सोडून रे आपल्या गावी परतला. खाजगी शिकवण्या करून तो आपला चरितार्थ भागवत होताच पण आपला वनस्पती कोश प्रसिद्ध करायचं वेड त्याचा डोक्यातून जात नव्हतं. यावेळी त्याचा मित्र विलोबी त्याच्या मदतीस धावला. १६६२ मध्ये विलोबी या धनवान मित्राचा सोबती म्हणून जॉन रे हिंडू लागला. या भटकंतीमुळेच केंब्रिज परिसरातल्या वनस्पतींचा कोश अखेरीस इंग्लंडमधील वनस्पतींचा कोश बनला. (इंग्लंड म्हटल्यावर आज जरी आपल्या नजरेसमोर 'ग्रेट ब्रिटन येत असलं तरी ग्रेट ब्रिटनमध्ये वेल्स, इंग्लंड, स्कॉटलंड आणि उत्तर आयर्लंड व या भोवतीच्या बेटांचा समावेश होतो. पूर्वी हे सर्व स्वतंत्र देश होते.) विलोबीबरोबरच रेला युरोपमध्ये अभ्यास करायची संधी मिळाली. रेंच्या या प्रवासामुळे निसर्गशास्त्राची सुरुवात झाली. त्यामुळं हा प्रवास पाश्चात्त्य निसर्गशास्त्रात डार्विनच्या प्रवासाइतकाच महत्त्वाचा मानला जातो.

इ. स. १६७२ मध्ये विलोबीचं निधन झालं. तेव्हा रे परत निराधार बनला. विलोबीनं आपल्या मृत्युपत्रात रेला तहहयात प्रतिवर्षी ६० पौंड मिळावेत अशी सोय केली होती. यानंतर रेचा ऊर्वरित काळ लेखनात गेला. या कामासाठी त्यानं इसेक्समधल्या ब्रनेटी गावाजवळच्या एका खेड्यात घर केलं. तेथेच रे

आपल्या पत्नीबरोबर राहू लागला. या काळातच त्यानं 'हिस्टोरिया प्लँटारम' नावाचा ग्रंथ लिहिला. ही वनस्पतिशास्त्राची गीता मानली जाते. वनस्पतींच्या वर्गीकरणाचा रेनं या ग्रंथात पाया घतला. पुढे उत्क्रांतीच्या सिद्धांतानंतर वनस्पतींच्या वर्गीकरण पद्धतीस आजचं स्वरूप प्राप्त झालं.

'विलुबीज् ऑर्निथॉलोजिया' या ग्रंथाने रेनं पक्षिशास्त्राचा पाया घातला असं मानण्यात येतं. हा ग्रंथ १६७६ मध्ये प्रसिद्ध झाला. रे चा हा ग्रंथ आज अतिशय दुर्मिळ असून त्याची प्रत आज मिळाली तर तिला काही हजार पौंड किंमत येते.

इ. स. १७१३ मध्ये रेनी हिस्टोरिया पिसियम आणि त्याआधी १६९३ मध्ये सिनॉप्सिस क्वाड्रिपेडम हे दोन ग्रंथ लिहिले. हिस्टोरिया पिसियममध्ये माशांचा तर सिर्नॅप्सिस क्वाड्रिपेडममध्ये चतुष्पादांचा अभ्यास आहे. याशिवाय सरपटणारे प्राणी आणि सस्तन प्राणी या विषयीचे रेचे अभ्यास ग्रंथही प्रसिद्ध आहेत. आयुष्याच्या उत्तरार्धात रेनं 'हिस्टोरिया इन्सेक्टोरम'ला सुरुवात केली. जगात असंख्य कीटक आहेत त्यामुळं आपल्या हयातीत आपण कीटकांचा अभ्यास पूर्ण करू शकणार नाही हे लक्षात येताच झालेला अभ्यासच पक्का करण्यात रेनं मेहनत घेतली. तरीही कीटकांचा अभ्यास त्यांच्या चारही अवस्थांच्या अभ्यासाशिवाय पूर्ण होऊच शकत नाही. कीटकांचं अवस्थांतरण हे फार महत्त्वाचं आहे याची जाणीव होणारा तो पहिला शास्त्रज्ञ म्हणावा लागेल.

रेच्या हातून चुका झाल्या. ते साहजिकच आहे. सूक्ष्मदर्शीशिवाय एखाद्या नव्या अभ्यासक्षेत्राचं दालन उघडून धरतांना रेला काही बाबींचं आकलन झालं नाही हे मान्य करावंच लागत पण तरीही पक्षी, त्यांची घरटी, अंड्यांची संख्या, त्यांच्या वसाहती या घटकांचं पक्षी जीवनात महत्त्व हे पक्ष्यांना अंगठ्या चढवून त्यांचा अभ्यास करण्याची सुरुवात व्हायच्या दोनशे वर्षे आधी रेच्या लक्षात आलं होतं हे विसरून चालणार नाही. आजच्या तौलनिक मानसशास्त्र आणि संप्रेरकांच्या वर्तणुकीवरील परिणामांच्या अभ्यासानंतर रेच्या तत्कालीन निरीक्षणांचं महत्त्व पक्षी शास्त्रज्ञांच्या लक्षात येऊ लागलं आहे.

त्याकाळात गॅलिलिओ आणि कोपर्निकस सूर्यकेंद्रित सिद्धांताला पाठिंबा देणाऱ्यात रे आघडीवर होता. जादूटोणा, अतिंद्रियशक्ती आणि परमेश्वराची विश्वनिर्मिती यात काही दम नाही असं तो जाहीरपणे म्हणत असे. बायबलमध्ये सांगितल्याप्रमाणे प्राणीजातींच्या संख्या निश्चित आहेत, या म्हणण्याला तर त्याचा विरोध होताच पण प्राण्यांचे अश्लीभूत अवशेष हे पूर्वीचे प्राणी कसे होते हे कळण्याच्या दृष्टीने महत्त्वाचे आहे असे तो म्हणे.

त्याकाळात या जीवावशेषांना 'देवाची करणी' म्हणून दगडांनी घेतलेले

आकार मानण्यात येत असे. अवसादी (सेडिमेंटरी) खडकांना तो निसर्गाचा आविष्कार मानत असे. नैसर्गिक क्रियेने पूर्वीच्या खडकांची झीज होऊन तयार झालेले नवे खडक, हे त्याचं अवसादी खडकांचं वर्णन काळाच्या कितीतरी पुढे होतं.

रे स्वत: धर्मगुरू होता पण तरीही त्यानं बायबलचा डोळसपणे वापर केला. जर एखाद्या गोष्टीचा निश्चित पुरावा उपलब्ध असेल तर ती गोष्ट आपण तो पुरावा दर्शवितो त्याप्रमाणेच मान्य करायला हवी, असं तो म्हणत असे.

पक्षी किती अंडी घालतात याबद्दल त्याने प्रयोग करून काढलेले निष्कर्ष आजही अबाधित आहेत. पक्षी त्यांना उबवता येतील एवढी अंडी घालतात. ते अंडी मोजत नाहीत. पण एक, थोडी आणि पुष्कळ यातला फरक पक्ष्यांना कळतो, हे दाखवणं शक्य आहे यासाठी रेनं प्रयोग केले. पाळीव पक्षी आणि मोकळे रानपक्षी या दोघांचे आकलन याबाबतीत सारखेच असते हेही रेने दाखवून दिले. एका जातीचे पक्षी एकाच प्रकारचे सामान वापरून एकाच पद्धतींनी घरटी बांधतात. अशा तऱ्हेचा अभ्यास पुन्हा व्हायला विसावं शतक उजाडावं लागलं यातच रेची निसर्गशास्त्रज्ञ म्हणून थोरवी सिद्ध होते.

◆

निसर्गपूजक डेव्हिड बेलामी

'वेगवेगळ्या प्राण्यांच्या भोवती पिंजरे उभारून, 'वा, किती छान!' म्हणणे म्हणजे निसर्ग संवर्धन नव्हे!' हे उद्गार आहेत प्रख्यात निसर्गशास्त्रज्ञ डेव्हिड बेलामी यांचे. ते पुढं म्हणतात, 'हे प्राणी म्हणजेच निसर्ग आणि त्यांनाही या पृथ्वीवर वावरण्याचा आपल्याएवढाच अधिकार आहे, याची जाणीव झाल्याशिवाय खऱ्या अर्थाने निसर्ग संवर्धनास सुरुवात होत नाही.'

डेव्हिड बेलामी हे वनस्पतिशास्त्रातले तज्ज्ञ. लोक निसर्ग संवर्धन म्हणतात त्यावेळी वनस्पतींवर जग जगते हे त्यांच्या लक्षातच येत नाही; यामुळे बेलामींनी बीबीसीवरून प्रेक्षकांना वनस्पतींचं अनोखं जग दाखवायला सुरुवात केली. खरं तर लहानपणी बेलामींना वनस्पतिशास्त्रात फारसा रस नव्हता. बेलामी दुसऱ्या महायुद्धाच्यावेळी फारच लहान होते पण या युद्धात शेजारीपाजारी एकमेकांना खूप मदत करीत असत. बेलामींचे घर बाँबहल्ल्यात उद्ध्वस्त झाले तेव्हा त्यांचे शेजारी बेलामी कुटुंबाच्या मदतीस धावले. असेच सहकार्य आपण निसर्गाशीही करायला हवे, असे बेलामींना पुढे वाटू लागले. किंबहुना आपण नैसर्गिक प्रक्रिया जवळून बघितल्या तर त्यात आपल्याला अनेक घटकांचे सहकार्य आढळून येते, असे ते सांगतात.

डेव्हिड बेलामी खरे तर जैविक रसायनशास्त्रज्ञ व्हायच्या खटपटीत होते. एक दिवस त्यांना फ्रान्सिस रोझ या क्षेत्रवनस्पतिशास्त्रज्ञाबरोबर काम करण्याची संधी चालून आली. रोझ यांच्या बरोबर काम करताना बेलामी वनस्पतींच्या प्रेमात पडले आणि पुढे आपली शाखा बदलून वनस्पतिशास्त्रात ते संशोधन करू लागले.

डॉ. डेव्हिड बेलामी डरहॅम विद्यापीठात व्याख्याते म्हणून काम करीत असतानाच पुन्हा एक योगायोग घडला. त्या काळात ते सागरी जीवशास्त्राचा अभ्यास करीत होते. १९६७ ची गोष्ट आहे ही. त्यावेळी ग्रेट ब्रिटनच्या किनाऱ्याजवळ 'टोरी कॅन्यन' नावाचे तेलवाहू जहाज उलटले. यामुळे तिथल्या सागराच्या फार मोठ्या भागात या जहाजातले तेल पसरले. सागरी प्रदूषण हा प्रश्न तोपर्यंत महत्त्वाचा

मानला गेला नव्हता. त्यामुळे या प्रश्नाचे फार थोडे अभ्यासक त्यावेळी उपलब्ध होते. यामुळे डेव्हिड बेलामींना दूरचित्रवाणीवर मुलाखतीसाठी जवळजवळ खेचूनच नेण्यात आले. तेव्हाही आपण कधीकाळी दूरचित्रवाणीवर कार्यक्रम करू असे त्यांना वाटले नव्हते.

डेविड ॲटनबरो, आर्मांड आणि मिशेला डेनिस यांच्यासारख्या मंडळींनी तयार केलेले निसर्गविषयक कार्यक्रम ते न चुकता बघत. एक ना एक दिवस कुणी ना कुणी पृथ्वीवरल्या वनस्पतींवर असेच कार्यक्रम बनवेल, अशी आशा त्यांना वाटत होती. दरम्यान प्रदूषणावरील त्यांच्या मुलाखतीनंतर पुन्हा एकदा तशाच स्वरूपाच्या कार्यक्रमासाठी त्यांना दूरचित्रवाणीवर बोलाविण्यात आले. या कार्यक्रमाच्या निमित्ताने चर्चा करताना 'बेलामी ऑन बॉटनी' हा कार्यक्रम तयार करायची ऊर्मी त्यांच्या मनात जागली. लोकांना हा कार्यक्रम प्रचंड आवडला. वनस्पतींबद्दल जनमानसात एवढे आकर्षण असेल असे यापूर्वी कुणालाच वाटले नव्हते.

यानंतर बेलामींनी न्यूझीलंडमधल्या वनस्पतींवर कार्यक्रम केला. तिथून पोलंडमधल्या दलदलीतल्या वनस्पतींकडे त्यांची नजर वळली. या नजरेतून लक्षावधी लोकांनी या वनस्पती बघितल्या. आर्क्टिक म्हणजे उत्तर धृवीय वर्तुळातल्या सागरी वनस्पतींवरचा त्यांचा कार्यक्रम गाजला. त्यांच्यातल्या विनोदबुद्धीमुळे हे कार्यक्रम खूप गाजले. मग त्यांनी 'बोटॅनिक मॅन' ही कार्यक्रम मालिका सादर केली. यात त्यांनी जवळजवळ जगभरचा प्रवास केला. वनस्पतींची उत्क्रांती कशी झाली आणि या वनस्पतींवर माणूस कशा प्रकारे अवलंबून आहे हे त्यांनी या मालिकेत दाखवले. यातल्या पहिल्या कार्यक्रमाचे वेळी ते ॲमेझॉनच्या जंगलात गेले. तिथे 'आल्का' इंडियन आदिम जमातीत ते राहिले. तेव्हा या लोकांचे स्थानिक वनस्पतींबाबतचे ज्ञान कुठल्याही वनस्पतिशास्त्राच्या प्राध्यापकापेक्षा जास्त आहे, याचा त्यांना प्रत्यय आला. कारण हे लोक वनस्पतींच्या साहाय्याने जगत होते. 'तिथल्या तेरा वर्षांच्या मुलाने मला जेवढे ज्ञान दिले तेवढे ज्ञान मला दुसऱ्या कुणीही तोपर्यंत दिले नव्हते.' असे ते म्हणतात.

आदिमांकडचे वनस्पतींचे ज्ञान मिळवून जतन करून ठेवण्याची जी चळवळ आज सर्वत्र हळूहळू मूळ धरत आहे; त्याचा उगम बेलामी आणि त्यांच्यासारख्या शास्त्रज्ञांच्या ज्ञानपिपासेत आहे. बेलामींपासून शिकून आपणही आपल्या पूर्वजांच्या ज्ञानाचा ठेवा जतन करू शकलो तरी त्यांच्या श्रमांचे चीज झाल्यासारखे होईल.

◆

एमरी आणि हंटर लोव्हिन्स

एमरी लोव्हिन्सचा जन्म मेरीलॅन्ड राज्यातील सिल्वरस्प्रिंग इथे झाला. त्याचे वडील शास्त्रीय उपकरणं तयार करून विकण्याचा व्यवसाय करीत असत. त्यामुळे आपण शास्त्रज्ञ बनायचं, असा छोट्या एमरीनं बालपणातच निश्चय केला होता. त्यामुळंच त्यांनी पदार्थविज्ञान शास्त्रात पदवी मिळविण्यासाठी महाविद्यालयात प्रवेश केला.

अणुऊर्जेला प्राधान्य

डॉक्टरेटसाठी संशोधन करताना फक्त अणुऊर्जाच जगाला वाचवू शकेल, असं त्याचं ठाम मत होतं. त्यावेळी याच अणुऊर्जा प्रकल्पांना घातक उधळपट्टीचे प्रतीक म्हणून आपण भविष्यात विरोध करायला उभे राहू, हे त्यांच्या स्वप्नातही आलं नसेल. १९६५ ते ७० च्या दरम्यान ते दर सुट्टीत वेल्स परगण्यात हायकिंग आणि ट्रेकिंगसाठी गेले, तेव्हा पर्यावरण आणि परिस्थितीकी याबद्दल त्यांना प्रथम आपुलकी निर्माण झाली. या विषयावरील काही ग्रंथ वाचून या विषयाबद्दल त्यांच्या मनात एक गाढ श्रद्धा निर्माण झाली. दरम्यान ते इंग्लंडमध्ये ज्या भागात ट्रेकिंगसाठी जात, त्या स्नोडोनिया नॅशनल पार्क येथे तांब्याच्या खाणी सुरू करण्याचं घाटत होतं. त्या विरुद्ध जी चळवळ सुरू होती, ती त्यांनी जवळून अभ्यासली.

शिक्षणास रामराम

हार्वर्ड किंवा ऑक्सफर्ड या दोन्ही ठिकाणी 'ऊर्जा नियंत्रण आणि धोरण' या विषयावर संशोधन करण्याची सोय नाही म्हणून त्यांनी आपलं शिक्षण सोडून दिलं. 'पृथ्वीवरच्या दोन सर्वश्रेष्ठ विद्यापीठातून मी बाहेर पडलो आणि स्वतःच हव्या त्या विषयाची माहिती मिळवली.' या अभ्यासातूनच अमेरिकेत ऊर्जा समस्या नाही, ती असण्याचं कारणही नाही. सध्याची ऊर्जेची उधळपट्टी थांबवली, तर आहे त्या साधनांनी भरपूर ऊर्जा निर्माण केली जाते असं लक्षात येईल. अमेरिकेत आवश्यकतेपेक्षा खूप जास्त ऊर्जा निर्माण होते आणि त्यावर कारण

नसताना जास्त खर्च केला जातो. सध्याचा खर्च निम्म्यावर आणून सध्या जेवढी ऊर्जा उत्पन्न केली जाते तेवढी ऊर्जा सहज उत्पन्न होईल आणि तीही राष्ट्राच्या गरजेपेक्षा कितीतरी अधिक असेल. हे त्यांनी त्यांच्या संशोधन पत्रिका, शोधनिबंध आणि संशोधनावर आधारित पुस्तकांनी दाखवून दिले.

पर्यायी ऊर्जा निर्मितीचा सल्ला

'एनर्जी स्ट्रॅटेजीज्-द रोड नॉट टेकन' हा लेख त्यांनी वयाच्या अठ्ठाविसाव्या वर्षी लिहिला. हा लेख हंटर शेलन या तरुणीनं वाचला. ती वकिली व्यवसायात होती. अमेरिकेच्या पश्चिम भागात वाढलेल्या या तरुणीला निसर्गाचं वेड होतं. तिची व एमरी लोव्हिन्सची या लेखाच्या माध्यमातून ओळख झाली. वर्षभरातच त्यांनी लग्न केलं. तेव्हाच त्यांनी अमेरिकेतील ऊर्जा उधळपट्टी थांबवायचा निर्णय घेतला आणि त्यासाठी सनदशीर मार्गानं धडपड सुरू झाली. 'बाकीचं जग अमेरिकेची भ्रष्ट नक्कल करतं आणि त्यातही ऊर्जेची उधळपट्टी हा सर्वात मोठा मामला आहे,' असं लोव्हिन्स म्हणतात. एडिसन इलेक्ट्रिक कंपनीनं त्याच्या सल्ल्यानुसार पर्यायी ऊर्जानिर्मिती यंत्रणा वापरून ऊर्जानिर्मिती सुरू केली आहे. अमेरिकेतील अनेक छोट्या गावांतून त्यांच्या सल्यानुसार पवनऊर्जा आणि सौरऊर्जेचा वापर सुरू झाला आहे. घरात वापरल्या जाणाऱ्या ऊर्जेचा जास्तीत जास्त उपयोग ऊर्जा वाया जाऊ न देता करण्यावर त्यांचा भर असतो. त्यांच्या घराला लागणारी सर्व ऊर्जा ते पर्यायी यंत्रणांकडून मिळवतात. त्यांच्या घरात वातानुकूलन यंत्रणा नसूनही त्याची उणीव कधी जाणवत नाही. त्याचबरोबर ऊर्जानिर्मितीसाठी होणाऱ्या प्रदूषणाचाही तिथं लवलेश नाही.

लोव्हिन्सना बऱ्याच अमेरिकन गावांमधून सल्लामसलतीसाठी बोलावलं जातं. तेव्हा ते अणुऊर्जेचे धोके सांगून 'से नो टू न्यूक्लीअर एनर्जी' एवढाच संदेश देतात.

◆

लुई लिकी

लुई लिकीचा जन्म इ. स. १९०३ साली केनियामध्ये झाला. तेथे त्यांचे वडील किकुयू जमातीमध्ये राहून धर्मोपदेशकाचं काम करीत असत. केनियामध्ये जुने जीवावशेष सापडतात. लहानपणापसून असे अवशेष गोळा करण्याचा छंद लुई लिकींना लागला. इंग्लंडमध्ये शिकायला गेल्यावर त्यांनी पुरातत्त्वशास्त्र, मानववंशशास्त्र आणि भूशास्त्र यांच्या अभ्यासास प्राधान्य दिलं. शिक्षण संपताच लिकी केनियात परतले आणि त्यांनी नैरोबी येथल्या कॉरिडॉन वस्तुसंग्रहालयात नोकरी पत्करली.

इ.स. १९३१ मध्ये ओ-आल दुवे किंवा ओल्डुवाई नदीच्या उगमाच्या दिशेनं त्यांनी पहिली मोहीम काढली. त्यावेळी ही नदी कोरडी पडली होती. एकेकाळी जलसंपन्न असलेल्या या नदीच्या पात्रात पहिल्या महायुद्धापूर्वी हॅन्स बेक या जर्मन भूशास्त्रज्ञास बऱ्याच प्राचीन प्राण्यांची अश्मीतून हाडे आणि इतर अवशेष मिळाले होते. त्यातला एकही प्राणी आता पृथ्वीवर हयात नाही. लिकींना या भागात अश्मयुगीन मानवाची हत्यारे आणि अवजारे सापडतील याची खात्री वाटत होती. या मानवांचे काही अवशेष इथं मिळतील असं त्यांचं अंतर्मन त्यांना वारंवार ग्वाही देत होतं. डॉ. हॅन्स बेकनाही लिकींनी या मोहिमेत सामील व्हायचं आमंत्रण दिलं. त्यांनी या मोहिमेत आदिमानवाचे अवशेष सापडणं शक्य नाही अशी लिकींबरोबर पैज लावली. पैजेची रक्कम होती दहा स्टर्लिंग पौंड. ओल्डुव्हाईच्या खोऱ्यात पहिल्या मुक्कामासाठी तंबू ठोकत असतानाच लिकींना कुऱ्हाडींची दगडी पाती मिळाली.

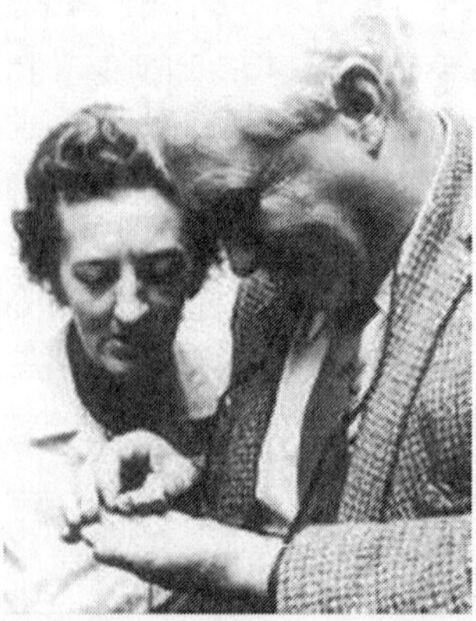

तेव्हापासून ओल्डुव्हाई म्हणजे लिकी असं शास्त्रीय जगात समीकरण झालं. १९५८ साली त्यांनी अडीच कोटी वर्षांपूर्वी वावरणाऱ्या प्रोकॉन्सुल नावाच्या

कपीचे दात आणि जबडा शोधून काढला. प्रोकॉन्सुल म्हणजे मानवाच्या आधीची पायरी असं मानववंशशास्त्रज्ञ मानतात.

त्यानंतर लिकींच्या अकरा वर्षांच्या अथक परिश्रमांना यश येऊन १९५९ मध्ये झिंझाँथ्रॉपस नावाच्या दगडी हत्यारं बनविणाऱ्या मानवसदृश प्राण्याचे अवशेष त्यांना सापडले.

आता मानवी उत्क्रांतीचा पहिला धडा १८ लक्ष वर्षे इतका मागे गेला. या संशोधनात डॉ. लिकी यांना त्यांची पत्नी मेरी आणि मुलगा रिचर्ड दोघेही मदत करत होते. खरं तर झिंझचे अवशेष त्यांच्या मुलाच्या उत्खनन विभागात सापडले. ती कथा सत्य असली तरी काही वेळा योगायोग आणि विज्ञान यांचा परस्पर संबंध कसा असतो हे स्पष्ट करणारी आहे.

काम करून रिचर्ड घरी आला. त्यानं आपला मळलेला शर्ट धुवायला टाकला. मुलगा खिसे न तपासता शर्ट धुवायला टाकणार हे इतर माऊलींप्रमाणे रिचर्डच्या आईलाही ठाऊक होतं. मेरी लिकींनी त्यामुळे सवयीनं आपल्या मुलाचे खिसे तपासले तर त्या खिशात एक दात मिळाला. हा दातसुद्धा साधासुधा नव्हता तर तो एका खड्गदंत वाघाचा म्हणजे तलवारीसारखे सुळे असलेल्या सेबर टुथ टायगरचा होता. अशा तऱ्हेचे वाघ नाहीसे झाल्यास दहा लक्ष वर्षांहून अधिक काळ लोटला होता. तोपर्यंत असा दात ओल्डुव्हाईच्या खोऱ्यात कधीच मिळालेला नव्हता. म्हणून मग ज्या क्षेत्रात हा दात सापडला त्या क्षेत्रात लिकी कुटुंबियांनी उत्खननावर लक्ष केंद्रित केलं. याच भागात त्यांना 'झिंझ' चे अवशेष सापडले. झिंझ हे झिंझॉथ्रापस आफ्रिकॅनस या शास्त्रीय नावाचं लघुरूप.

झिंझच्या शोधानं शास्त्रीय जगात माजली नव्हती एवढी खळबळ 'अेन-अेन' नामाभिधान प्राप्त झालेल्या अवशेषांनी माजवली. हा प्राणी मानवसदृश असून तोही हत्यारं बनवत असे. यापेक्षाही महत्त्वाचे अवशेष १९६२ साली लिकींना मिळाले. ते अवशेष कपी आणि मानव यांच्या मधली पायरी असं म्हटलं जातं. ते 'ऑस्ट्रलोपिथेकस' चे होते. हा शोध फारच क्रांतिकारक मानला जातो. या शोधामुळेच मानववंश हा चाळीस लाख वर्षे जुना असून इथंच मानववंशाची सुरुवात झाली असावी, अशा मतप्रवाहास चालना मिळाली.

◆

रिचर्ड लिकी

रिचर्ड लिकींना प्रसिद्धी मिळाली, ती झिझाँथ्रापसच्या शोधाच्यावेळी. वडिलांबरोबर उत्खनन करताना त्यांना एक दात सापडला. हा दात नेहमी सापडणाऱ्या पुराजीवावशेषांपेक्षा वेगळा असल्याचं त्यांच्या लक्षात आलं. त्यांनी तो वडिलांना दाखवायला म्हणून शर्टाच्या खिशात ठेवला. घरी गेल्यावर त्यांनी तो शर्ट तसाच धुवायला टाकला, पण शर्ट धुवायला देण्यापूर्वी मुलांच्या शर्टाचे खिसे तपासायचे असतात हा मातांचा सनातन नियम त्यांच्या आईला माहीत होता. त्यामुळं तो दात वाचला. तो एका खड्‌गदंत वाघाचा होता. मग इथल्या उत्खननात त्यांना जी कवटी मिळाली, ती त्या काळातील सर्वात पुरातन कवटी ठरली. ही सुमारे अठरा लाख वर्षांपूर्वी वावरलेल्या झिंझाँथ्रापस या मानवी पूर्वजाची होती.

त्यावेळी रिचर्ड लिकी हे वडिलांच्या छायेत वावरत होते. या संशोधनात रिचर्डचं नाव लुई लिकींचा मुलगा म्हणूनच घेतलं जात होतं. टांझानियात ओल्डुव्हाई नदीचं खोरं आणि लुई लिकी ही नावं कायमस्वरूपी जोडी बनली होती. वडिलांच्या प्रचंड प्रसिद्धीच्या छायेतून बाहेर पडायला रिचर्ड लिकींना थोडा वेळच लागला.

लिकींचे पूर्वज एकोणिसाव्या शतकाच्या अखेरीस केनियामधे दाखल झाले. हॅरी लिकी हे रिचर्डचे आजोबा किकुयू जमातीत धर्मप्रसारार्थ आले. लुई लिकी किकुयूंबरोबर वाढले; त्यांची भाषा ते बोलतच पण त्यांच्या सर्व पारंपरिक विधींमध्येही ते भाग घेत असत. हाच वारसा रिचर्डनीही पुढे चालवला. वडिलांच्या संशोधन मोहिमेत सतत भाग घेतल्यामुळे रिचर्डही मानवशास्त्रज्ञ बनले. त्यांनी मीव्ह अेप्स या ख्यातनाम पुराजीवशास्त्रज्ञ महिलेशी विवाह केला. या दोघांनी ओल्डुव्हाई खोऱ्यातलं संशोधन तर चालू ठेवलंच, पण आफ्रिकेतील पहिला माणूस-होमोसेपियन्स अस्तित्वात आला हे

सिद्ध करण्यासाठी आणखी संशोधन केले.

उत्तर केनियाच्या लेक तुर्काना भागात या संशोधक पति-पत्नींनी मानवी इतिहास चाळीस लक्ष वर्षांपर्यंत मागे नेला. मानववंशशास्त्रीय उत्खनन चालू असतानाच रिचर्डनी केनियाच्या वनसंपत्ती आणि प्राण्यांच्या नासधुशीविरुद्ध आवाज उठवला. त्यांच्या प्रयत्नांमुळे केनियातील निसर्गसृष्टीकडे डोळेझाक करणं शासनाला अशक्य झालं. केनियामध्ये अनेक राष्ट्रीय उद्याने, आरक्षित वने आणि सफारींचा व्यवसाय वाढला.

पुढं रिचर्ड केनिया शासनात मंत्री म्हणून सामील झाले. त्यावेळी त्यांनी केनियातील राष्ट्रीय उद्यानामधून तेलाचे नळ न्यायला विरोध केला. तसेच अभयारण्यांमध्ये खाणकाम करण्यासही प्रतिबंध केला. हस्तीदंताच्या व्यापारावर आंतरराष्ट्रीय बंदी घालण्यात आली. त्यातही रिचर्ड लिकींचा फार मोठा हातभार लागला होता. या सर्व कार्यामुळे त्यांना भरपूर शत्रूही निर्माण झाले होते.

इ. स. १९९३ मध्ये रिचर्ड लिकी आपल्या विमानातून राष्ट्रीय उद्यानातील प्राण्यांची देखभाल नीट होते की नाही; हे पाहण्यासाठी गेले असताना त्यांना अपघात झाला. त्यात त्यांना दोन्ही पाय गमवावे लागले. उपचारासाठी लिकी बर्मिंगहॅमला गेले होते. रुग्णालयात पाच-सहा महिने त्यांनी उपचार घेतले. ते परत आले; तोपर्यंत त्यांचे निसर्ग संरक्षणाचे प्रयत्न उधळले गेल्याचं त्यांच्या लक्षात आलं. त्यामुळे रिचर्ड लिकींनी मंत्रिपदाचा राजीनामा देऊन विश्रांती घ्यावयाचं ठरवलं. १९९४ मध्ये त्यांनी 'साफीना' पक्षाची स्थापना केली. या पक्षाचं प्रमुख धोरण शासकीय भ्रष्टाचारातून केनियाची निसर्गसंपत्ती वाचवणे हे आहे. राजकारणात उतरल्यानंतरही त्यांचे संशोधन थांबलेले नाही हे विशेष.

◆

पीटर रॉबिन्सन

पीटर रॉबिन्सन हा प्रायव्हेट डिटेक्टिव म्हणजे खाजगी गुन्हा अन्वेषक आहे. अगदी दूरचित्रवाणीवरच्या हिरोसारखाच तो दिसतो. मात्र डिटेक्टिवांच्या शत्रूत आणि रॉबिन्सनच्या शत्रूंमध्ये फरक आहे. रॉबिन्सन ज्यांच्या मागावर असतात ते खलनायक निसर्गातील निष्पाप जीवांच्या जिवावर उठलेले असतात. रॉयल सोसायटी फॉर प्रोटेक्शन ऑफ बर्ड्स या संस्थेच्या स्पेसीज् प्रोटेक्शन डिपार्टमेंट या शाखेत पीटर रॉबिन्सन काम करतात.

रॉबिन्सन १९८० साली प्रसिद्धीच्या झोतात आले. बहिरी ससाण्याची काही अंडी चोरीला गेली होती. ती रॉबिन्सननी शोधून काढली त्यामुळे रॉबिन्सनना ही प्रसिद्धी मिळाली होती. या अंड्यांवर रॉबिन्सननी अदृश्य शाईनं खुणा केलेल्या होत्या. यामुळं त्यांनी ती झटकन शोधून काढण्यात झटकन यश मिळवलं. इंग्लंडमध्ये दुर्मिळ पक्षी, त्यांची अंडी आणि पिल्लं यांचा चोरटा व्यापार त्या काळात भरभराटीस आलेला होता. यामुळे दुर्मिळ पक्ष्यांच्या विणीच्या ऋतूत रॉबिन्सन या पक्ष्यांची घरटी शोधून काढीत असत. या घरट्यांमध्ये पक्ष्यांनी अंडी घातली की अतीनील किरणात चमकणाऱ्या भुकटीनं या अंड्यांवर खुणा करीत. ही अंडी घरट्यांमधून नाहीशी झाली की संशयिताच्या घराची किंवा दुकानाची अथवा कोठाराची झडती घेतली जाई. त्यावेळेस रॉबिन्सन पोलिसांना बरोबर घेऊन जात असत. अंड्यांवर खुणा दिसल्या की मग ती व्यक्ती चोर ठरत असे.

पक्षिसंरक्षणासाठी ही शाही संस्था जे काम करते त्यात गुन्हा घडण्याआधीच तो थांबविणे महत्त्वाचे ठरते. यासाठी बऱ्याच स्वयंसेवकांची मदत घेतली जाते.

एखाद्या पक्ष्याने घरटे बांधायला सुरुवात केली की त्याची माहिती रॉबिन्सनना दिली जाते. मग रॉबिन्सन या स्वयंसेवकांच्या मदतीने त्या घरट्यावर नजर ठेवतात. यामुळे चोरीस प्रतिबंध होतो.

इंग्लंडमध्ये पक्षी संरक्षण कायदा बरीच वर्षे अस्तित्वात आहे. त्याची नीट अंमलबजावणी व्हावी म्हणून ही संस्था कामे करते. पीटर रॉबिन्सननी या संस्थेचं गुन्हा प्रतिबंधक दल स्थापन करण्यात मोठा वाटा उचलला आहे. पीटर आणि त्याच्या सहकाऱ्यांनी निसर्गप्रेमींची एक भली मोठी यादीच तयार केली आहे. हे सर्व स्वयंसेवक त्यांच्या त्यांच्या भागातल्या पक्ष्यांवर नजर ठेवत असतात. शिवाय या लोकांची पक्षिबाजारातही ये-जा असते. रोज आपल्या कामावर जाताना वाटेत कुठे काय घडतंय यावरही हे लोक नजर ठेवतात. जर काही वावगं आढळलं तर ते पीटर आणि त्याच्या सहकाऱ्यांना कळवलं जातं. दरवर्षी साधारणपणे अशा हजार घटनांची माहिती पीटरकडे येते. मग पीटर या माहितीचं पृथक्करण करून काय करायचं ते ठरवतात.

या पृथक्करणात आलेल्या माहितीचे दोन भाग केले जातात. उपयुक्त माहिती आणि कायद्याच्या दृष्टीनं गुन्हा ठरणारी माहिती. उपयुक्त माहितीत नव्यानं दिसलेले पक्षी; पक्ष्यांची घरटी बांधणी, पक्ष्यांची जोडी तयार झाली आणि एखाद्या विशिष्ट भागात वारंवार दिसू लागली; अशा तऱ्हेच्या माहितीचा समावेश असतो. ही माहिती इतर स्वयंसेवकांना दिली जाते. मग या पक्ष्यांच्या हालचालींवर नजर ठेवली जाते. यातही दुर्मिळ नाहीसे होत चाललेल्या जातीचे पक्षी असतील तर त्यास जास्त महत्त्व दिलं जातं.

माहितीच्या दुसऱ्या गटात घरटी काढायचा प्रयत्न करणाऱ्या व्यक्ती, बेकायदेशीररीत्या पक्षी विकायचा एखाद्या व्यक्तीचा प्रयत्न, एखाद्या पक्षीबाजारात दुर्मिळ पक्षी, त्याची पिल्लं किंवा अंडी विकायला आल्याची कुणकुण अशा माहितीचा समावेश असतो. यातल्या कमी वीण आणि संख्येनं कमी असलेल्या पक्ष्यांसबंधी असलेल्या माहितीकडं अधिक काटेकोरपणे लक्ष दिलं जातं. पक्षी बाजारातील गैरव्यवहार असेल तर त्या संबंधी माहिती पोलीसांकडे दिली जाते. पक्ष्यांना क्रूरपणे वागवण्यासंबंधीची तक्रार असेल तर प्राण्यांचा क्रूरपणापासून बचाव करणाऱ्या संस्थेला ती माहिती दिली जाते.

गरुड, ससाणे आदी शिकारी पक्षी हे मुळातच संख्येनं कमी असतात. शिवाय बरेच शिकारी पक्षी संख्येनं कमी अंडी घालतात. या पक्ष्यांच्या घरट्यांवर जास्त लक्ष ठेवण्यात येतं. घरट्यांमधून अंडी काढताना जर मुलं सापडली तर त्यांना शिक्षा केली जात नाही तर पक्ष्यांचे संरक्षण करण्याचे प्रशिक्षण देण्यात येतं; आणि या मुलांचं रूपांतर स्वयंसेवकांमधे केले जाते.

पक्ष्यांची आयात-निर्यात करणाऱ्या व्यापाऱ्यांवर लक्ष ठेवणं ही एक डोकेदुखी असते. हे व्यापारी श्रीमंत असतात. त्यांच्याकडे अत्याधुनिक साधने असतात. आणि हा व्यापार करण्याचा कायदेशीर परवाना असतो. शिवाय ते चांगल्या वकिलासाठी पैसे खर्च करू शकतात. तरीही जर हे प्रत्यक्ष पुराव्यासह सापडले तर त्यांची खैर नसते. केवळ गम्मत म्हणून सहजगत्या पक्ष्यांना त्रास देणारे किंवा त्यांची घरटी पाडणारे काही लोकही आढळतात. ते योगायोगानंच पकडले जातात; अशा व्यक्तीही कमी नाहीत असा पीटरचा अनुभव आहे.

◆

जॉन जेम्स ऑड्युबाँ

आज निसर्ग निरीक्षण, पक्षी निरीक्षण गोष्टी सार्वत्रिक झाल्या आहेत. या संदर्भात जॉन ऑड्युबाँ या आद्य निसर्गवेड्याचे स्मरण करणे योग्य ठरेल. त्याच्या स्मरणार्थ स्थापन झालेली ऑड्युबाँ सोसायटी हे त्याने लावलेल्या रोपट्याचं प्रचंड वटवृक्षात झालेलं रूपांतर म्हणावे लागेल.

जाँ जाक्कस ऑड्युबाँ हा त्याच्या वडिलांच्या दृष्टीने अतिशय नालायक व निरुपयोगी मुलगा होता. तो घराजवळच्या रानात जाऊन पक्षी पाहात बसायचा, घरट्यातून पडलेल्या पिलांना स्वत:च्या हातानं भरवून वाढवायचा, नाहीतर शीळ घालत नुसताच रानावनातून फिरायचा. फ्रान्समधल्या त्यांच्या खेड्यामध्ये येणाऱ्या सर्व प्रकारच्या पक्ष्यांची रेखाटने तो करायचा. जाँ जॉक्कसचे वडील नौदलात कॅप्टन होते. त्यांना या पोराचं बेशिस्त वागणं अजिबात आवडत नसे. अभ्यासात दुर्लक्ष आणि चित्रकार व्हायची आपल्या मुलाची महत्त्वाकांक्षा या दोन्ही गोष्टी त्यांच्या दृष्टीने निरर्थक होत्या. यामुळे जाँ वयात येताच त्यांनी या मुलाचे नाव नौसैनिकी शाळेत घातलं. इथल्या शिस्तीनं आपलं पोरगं सुधारेल असे वडिलांना वाटत होतं. पोरगं याच शिस्तीला कंटाळून पळून गेलं. वडिलांनी त्याला धरून आणला आणि अमेरिकेत पाठवला. पेनसिल्वानियात त्यांची शेती व मालमत्ता होती. त्याची या पोरानं देखभाल करावी ही त्यांची माफक इच्छ होती. अमेरिकेत 'जाँ' या फ्रेंच नावाचा लोक 'जीन' असा उच्चार करावयाचे म्हणून जाँ ने आपलं नाव बदलून 'जॉन जेम्स' असं ठेवलं. आपली रेखाटनांची वही व व्हायोलिन घेऊन तो अमेरिकाभर फिरला. त्याच्या वडिलांच्या मलमत्तेची देखभाल करण्यासाठी तो जेव्हा शेतीवाडीवर आला तेव्हा यापूर्वी कधीही न बघितलेले पक्षी त्यास पाहावयास मिळाले. तो शेतीवाडीची देखभाल करण्याऐवजी या पक्ष्यांमागे फिरू लागला. रानावनात हिंडण्यात त्याचा बराच वेळ जाऊ लागला.

इथेच जॉन जेम्सची ओळख ल्युसी बेकवेलशी झाली. तो ल्युसीला चित्रे रेखाटायला शिकवू लागला. ती त्याला इंग्रजी शिकवू लागली. ल्युसीच्या वडिलांनी चित्रे काढून संसार करणे शक्य नाही असे सुनावल्याने जॉन जेम्स फ्रान्सला

परतला. त्याच्या वडिलांनी त्याला हेच सुनावलं. तेव्हा आपल्या जवळच्या मित्राला घेऊन जॉन जेम्स अमेरिकेत परतला. त्यानं पेनसिल्वानियातील मालमत्ता विकली आणि केंटुकीत दुकान थाटलं. हिवाळ्यात पक्षी दिसत नसल्यानं जॉन जेम्सचं दुकान व्यवस्थित चाललं व यामुळे यावेळी ल्युसीच्या वडिलांनी त्यांच्या लग्नाला होकार दिला. ल्युसी ऑद्युबाँ बनून लुईसव्हिल केंटुकी इथे राहावयास आली.

जॉन जेम्स ऑद्युबाँने लुईसव्हिल येथे दुकान थाटावयाचे ठरवलं. तो निर्णय किती सुदैवी होता याची त्याला कल्पना नव्हती. केंटुकी हा प्रांत, विशेषत: लुईसव्हील जवळचा भाग हा स्थलांतरित पक्ष्यांचा महत्त्वाचा थांबा आहे. यामुळे उन्हाळ्यात जॉन तीन तीन दिवस बेपत्ता होऊ लागला. पक्ष्यांची रेखाटनं करणं अवघड जाऊ लागलं. तेव्हा पक्षी मारून तारेच्या साहाय्यानं पंख पसरून तो पक्ष्यांची रेखाटनं करू लागला. या काळात जॉन जेम्सचा भागीदार कंटाळून देणी न भागवता दुकान सोडून निघून गेला. देणीदारांची देणी भागवता न आल्यामुळे जॉन जेम्सला तुरुंगवासाची शिक्षा झाली. जॉन जेम्सची रेखाटनं आणि चित्रं सोडून बाकी सर्व मालमत्तेचा लिलाव झाला. चित्रं कोण विकत घेणार? म्हणून ती मात्र तशीच राहू देण्यात आली. या लिलावानंतर जॉन जेम्सची सुटका झाली.

नवरा व दोन मुलं यांचा सांभाळ करण्यासाठी ल्युसी शिक्षिकेची नोकरी करू लागली. 'तू फक्त चित्रं काढ' असं तिनं नवऱ्याला सांगितलं. यामुळे उल्हसित होऊन जॉन जेम्स न्यूऑर्लिअन्सला गेला. या भागात या पूर्वी फारच थोडी गोरी माणसं आली होती. जास्तीत जास्त अमेरिकन पक्ष्यांची त्यांच्या मूळ आकारातील आणि मूळ रंगातील चित्रं काढावयाचा त्यानं चंगच बांधला होता. या भूप्रदेशातलं जंगल आणि बरेच पक्षी आता फक्त चित्रातच बघावयास मिळतात. न्यूऑर्लिअन्समधील प्रतिष्ठित व्यक्तींची चित्रे काढून त्यानं पैसा मिळवला. पण त्यात त्याचा जीव रमणं शक्यच नव्हतं. त्याऐवजी आसपासच्या जंगलातून, डोंगदऱ्यांतून हिंडणं त्याला जास्त भावत असे.

त्याचं काम त्याच्या मनाइतकं पूर्ण झालं. पण अमेरिकेत ही चित्रं आणि निसर्ग वर्णन छापायला प्रकाशक मिळेना. जॉन जेम्स ऑद्युबाँ आपलं सर्व बाड घेऊन मग इंग्लंडला गेला. तिथे त्याचं अपेक्षेपेक्षा जास्त स्वागत झालं. एक हजार डॉलरला एक अशा हजार प्रतींची आगाऊ नोंदणी झाली. प्रकाशक व मुद्रक यांच्याबरोबरीनं आपल्याला हवी तशी छपाई व्हावी म्हणून जॉन जेम्स राबला. इ. स. १८३७ मध्ये त्याचं 'बर्ड्स इन अमेरिका' छापून पूर्ण झालं. त्याचे ८७ भाग असून त्यात ४३५ अेनग्रेविंग आहेत. आज या मूळ प्रतीची

किंमत काही हजार डॉलर आहे.

जॉन जेम्स अमेरिकेत परतला तेव्हा पूर्वी त्याला टाळणारे लोक, आता त्याचे मित्र म्हणून वावरण्यासाठी पुढे सरसावले. त्याच्यावर 'पक्षिशास्त्रज्ञ' असा शिक्का बसला आणि तो अमेरिकेचं भूषण मानला जाऊ लागला.

◆

अर्विन लास्झलो

शिक्षण आणि विद्वत्ता ह्यांचा काही परस्परसंबंध नसतो, असे बरेचदा म्हटलं जातं. अर्विन लास्झलो हे या उक्तीचं उत्तम उदाहरण ठरेल. लास्झलो 'अलार्मिस्ट' नाहीत, ते स्वतःच तसं सांगतात. अजूनही पृथ्वीवर आणि मानव जातीवर कोसळणारं संकट टाळता येईल ह्यावर त्यांचा ठाम विश्वास आहे. उत्क्रांती ही कधीही न थांबणारी, सतत चालू असलेली आणि चालू राहणारी प्रक्रिया आहे. मानवही ह्या प्रक्रियेतील एक घटक आहे. आपण उत्क्रांतीची कुठली दिशा पकडावी, हे ठरवणं शक्य असलेला जो एकमेव प्राणी आहे, ही संधी मानवाने सोडली तर मानव जातीचे भवितव्य अंधकारमय आहे असं लास्झलोंना वाटतं. आपण मानवातली माणुसकी नष्ट करणारी क्रूर अशी वाट तंत्रज्ञानाच्या साहाय्यानं पकडायची की निसर्गाचं भान ठेवून आपल्याला मदत करेल अशा तंत्रज्ञानाची मदत घ्यायची हे ठरवायची वेळ आली आहे असं ते म्हणतात.

आपलं हे मत मांडण्यासाठी लास्झलोंनी ४१ ग्रंथ लिहिले किंवा संपादित केले आहेत. त्यांनी ह्या विषयावर शंभरहून अधिक शोध निबंध लिहिले असून त्यांना सोर्बोन विद्यापीठानं डॉक्टरेट दिली आहे. येल, प्रिन्सटन सारख्या पाच-सहा प्रतिष्ठित विद्यापीठातून त्यांनी प्राध्यापक म्हणून काम केलंय. त्याचबरोबर युनायटेड नेशन्स इन्स्टिट्युट फॉर ट्रेनिंग अँड रिचर्स ह्या संस्थेचं संचालक पदही त्यांनी भूषविलं आहे. अशा ह्या थोर माणसाचं शालेय शिक्षण पूर्ण झालेलं नाही. हे सांगितले तर कुणाचाही विश्वास त्यावर बसणार नाही, पण ही वस्तुस्थिती आहे.

लास्झलोंच्या मते जैविक उत्क्रांतीचे मार्ग दोन मूलभत नियमांनुसार ठरतात. कुठलीही प्रणाली अधिकाधिक गुंतागुंतीची आणि जटिल बनत जाते. पण त्याचवेळी ती ऊर्जेचा कमीत कमी वापर करून जास्तीत जास्त कार्यप्रवण बनत असते. ह्या तत्त्वानुसार अतिशय सूक्ष्म मूलभूत कणांपासून अधिकाधिक जटिल अणु-रेणूंची निर्मिती झाली, एक पेशी प्राण्यापासून प्रायमेटवर्गी प्राण्यांपर्यंत मधल्या सर्व पायऱ्या उत्क्रांत झाल्या. तसेच आदिमानवी टोळ्यांमधे उत्क्रांती होऊन

आजची समाज व्यवस्था अस्तित्वात आली. त्याचबरोबर आजच्या मानवी समूहानं स्वत:च्या अध:पतनाचा मार्गही निर्माण करून ठेवला आहे. मानवानं निर्माण केलेल्या अण्वस्त्रांनी नाना प्रकारच्या तंत्रज्ञानावर आधारित वेगवेगळ्या उद्योगधंद्यांनी केवळ मानवजातीचंच नव्हे तर संपूर्ण पृथ्वीवरील जीवावरणाचं अस्तित्व धोक्यात आणलं आहे. हे थांबविण्याची शक्तीही फक्त मानवातच आहे.

तंत्रज्ञानावर नियंत्रण ठेवण्याची मानवी मनाला इच्छाच उरली नसावी असं सध्याच्या प्रगतीमुळं वाटू लागलं. इकडे तंत्रज्ञानाची अफाट प्रगती त्यामुळे वाढत्या ऊर्जेची गरज अशा कात्रीत मानवजात सापडलीय. ह्या कात्रीत केवळ मानव जातीचंच नाही तर पृथ्वीवरील सर्व सजीवांचं भवितव्य सापडलेलं आहे. हा सर्वनाश टाळण्यासाठी लास्झलोंनी काही उपाय सुचवले आहेत. हे शास्त्रज्ञ व सामान्यजन ह्या दोघांनाही सारखेच लागू पडतात हे विशेष.

लास्झलोंच्या म्हणण्यानुसार प्रत्येक माणूस जी कृती करतो त्याचा मानवी उत्क्रांती आणि पर्यावरण या दोहोंवरही परिणाम होत असतो. ह्याचा प्रत्येकानं विचार करून पर्यावरण रक्षण आणि शांतता रक्षण ह्या दोहोतही आपापल्या कुवतीनुसार सहभागी व्हायला हवं.

शास्त्रज्ञांनी तंत्रज्ञानाबरोबर भरकटू नये तर खऱ्या अर्थानं मानव एकमेकांजवळ येतील असं तंत्रज्ञान निर्माण होईल याची काळजी घ्यावी. सामान्य माणसांनी कुठल्याही तंत्रज्ञानाचा वापर करण्यापूर्वी त्याचे परिणाम समजावून घ्यावेत, सौर आणि पवनऊर्जा यांचा जास्तीत जास्त वापर होण्याच्या दृष्टीनं पावले उचलणं आवश्यक नव्हे तर अनिवार्य आहे. त्या दृष्टीनं पावलं उचलली जावीत. सर्व तंत्रज्ञान हे जगाच्या कल्याणासाठी निर्माण व्हावं. तंत्रज्ञानाबरोबर फरफट होऊ देऊ नये.

ह्या ध्येयपूर्तीसाठी लास्झलोंच्या नेतृत्वाखाली आंतरराष्ट्रीय शास्त्रज्ञ आणि नेत्यांचा एक गट तयार करण्यात आला आहे. त्यात नोबेल पारितोषिक विजेत्यांचाही समावेश आहे. ह्या गटाचं नाव 'इव्होल्युशन रिसर्च ग्रुप' असे असून 'जय जगत' हे त्याचं ध्येय आहे.

१९३३ मध्ये जन्मलेल्या ह्या शास्त्रज्ञाचं स्वप्न सत्यसृष्टीत उतरवणे हे तुमच्या आमच्या हातात आहे.

◆

ॲलन थॉर्नटन

पृथ्वीवरील निसर्गसंरक्षण या विषयासाठी जिवावर उदार होऊन लढणाऱ्या फारच थोड्या संस्था आहेत. एक संस्था मात्र अशी आहे की तिचे सदस्य खरोखरच स्वत:चे जीव धोक्यात घालून निसर्गसंरक्षण आणि प्रदूषण विरोधाचे काम करतात. ह्या संस्थेचे नाव आहे ''ग्रीन पीस'' (Green Peace). ॲलन थॉर्नटन हे या संस्थेचे एक प्रमुख आधारस्तंभ आहेत. त्यांची मुख्य कचेरी लंडनमध्ये असली तरी पायाला भिंगरी बांधल्याप्रमाणे पृथ्वीवर जेथे जेथे वन्यजीवनास धोका आहे तिथे तिथे ॲलन जातीने हजर असतात.

ॲलनचा जन्म कॅनडाच्या ओंटारियो राज्यात विंडसर या ठिकाणी झाला. हे ठिकाण अमेरिकेच्या सीमेवर डेट्रॉइट या औद्योगिक शहराच्या उत्तरेस आहे. त्यामुळे अमेरिकी प्रदूषणाचा मारा थॉर्नटनला लहानपणापासूनच अनुभवावा लागला होता. लेक ईरीच्या काठावर जमा होणारे माशांचे मृतदेह ते लहानपणापासून पाहात आले. डेट्रॉइटच्या कारखान्यातली अपशिष्टे ओतल्यामुळे लक्षावधी मासे असे मारले गेले. त्यांच्या गाडीचा रंग आणि घराचा रंग वायुप्रदूषणामुळे उडून जावयाचा. प्रदूषणामुळे भिंतीचा रंग उडत असेल तर आपल्या शरीराचे काय? हा प्रश्न त्यांना लहानपणापासूनच सतावीत असे. विंडसर सोडून व्हॅंकुव्हरला जाईपर्यंत ॲलन ठाम 'पर्यावरणवादी' बनला होता. मात्र पर्यावरणाचा ऱ्हास थांबविण्यासाठी काय करावे हे त्याला सुचत नव्हते. व्हॅंकुव्हर सागरातटी वसलेले शहर आहे. त्याच्या जवळपास डोंगरही आहेत, तिथेही हवा बरीच स्वच्छ आहे. इथे वेटर, हमाल, लाकडाच्या कताई गिरण्यात काम वगैरे करीत ॲलन शिकू लागला. त्याचबरोबर कादंबऱ्याही लिहू लागला.

''ग्रीन पीस'' ह्या संघटनेचे व्हॅंकुव्हर हे प्रमुख ठाणे होते. देवमासे व सील

यांची हत्या थांबविण्याचे "ग्रीनपीस"चे प्रयत्न येथूनच आकारास येत होते. भूपृष्ठावरील अणुस्फोटाविरुद्ध 'डोंट मेक अ वेव्ह' या चळवळीने व्यापक स्वरूप धारण केले. नुसत्या कागदी प्रचाराऐवजी प्रत्यक्ष चळवळ करावयाचे धोरण आखूनही मंडळी रणांगणात उतरली. ॲलन थॉर्नटन "ग्रीन पीस'चा सदस्य बनला. त्याकाळात ज्या मोहिमा चालत त्यांची माहितीपत्रके वाटणे, टी शर्ट विकणे अशा स्वयंसेवी कामात त्याचे मन लागेना. मग ॲलन "ग्रीन पीस'चा झेंडा घेऊन युरोपात पोहोचला. स्पाइक मिलीगन हा विनोदी नट, बीटल्, जॉर्ज हॅरिसन यांनी दिलेल्या आर्थिक मदतीच्या साहाय्याने ॲलन थॉर्नटनने ग्रीनपीसच्या लंडन शाखेची स्थापना केली.

सीलच्या शिकारी थांबवताना त्या निर्घृण हत्येची ॲलनला शिसारी आली. सीलच्या पिल्लांना वाचवण्याच्या प्रयत्नात त्याला मारही खावा लागला. यावेळी 'ग्रीन पीस'साठी स्वत:चे जहाज असावे, असे त्याच्या मनात आले. इतर सदस्यांच्या मदतीने खूप घासाघीस करून ग्रीन पीसने एक जहाज खरीदले. लोकांनी ग्रीन पीसच्या हाकेला 'ओ' देऊन या जहाजाचे श्रमदानाने पुनरुज्जीवन केले. या जहाजाचे नव्याने नामकरण करून त्याचे नाव 'रेनबो वॉरियर' असे ठेवण्यात आले.

आता ॲलनने आपला मुक्काम या जहाजावर हलविला. रेनबो वॉरियरच्या पहिल्या मोहिमेत त्यांनी देवमाशाच्या शिकारीत अडथळे आणण्याचे प्रयत्न सुरू केले. ते बऱ्याच प्रमाणात यशस्वीही झाले. नंतर रेनबो वॉरियरने सागरात आण्विक कचरा टाकणाऱ्या जहाजांचा पाठलाग सुरू केला. या सर्व बातम्यांमुळे ग्रीन पीसच्या कार्यास चांगलीच प्रसिद्धी मिळाली. त्यांच्याकडे पैसे हळूहळू का होईना पण जमू लागले तेव्हा त्यांनी दुसरी बोट विकत घेतली. या सर्व गोष्टींमुळे देवमासे आणि सीलच्या तसेच इतरही प्राण्यांच्या अनावश्यक हत्येवर बंधने घालण्यात आली.

ॲलन थॉर्नटन मग हत्ती वाचवण्याच्या प्रयत्नास लागले. डेव्ह करी या आपल्या साथीदाराच्या साहाय्याने त्यांनी हस्तीदंताचा चोरटा व्यापार कसा चालतो हे शोधून काढण्याचा प्रयत्न केला. एखाद्या जेम्सबाँडच्या चित्रपटात शोभावीत अशी साहसे करीत त्यांनी ह्या चोरट्या व्यापाराची केंद्रे शोधून काढली. "टू सेव्ह ॲन एलेफंट' या त्यांच्या पुस्तकात ही हकिगत वाचावयास मिळते. या प्रयत्नात अनेकदा त्यांच्या जीवावरही बेतले. पण त्यांनी आपले प्रयत्न सोडले नाहीत. ॲलन आणि एन्व्हायर्नमेंटल इन्व्हेस्टिगेशन या एजन्सीने केलेल्या प्रयत्नांना यश येऊन अखेरीस हस्तीदंताच्या व्यापारांवर बंदी घालण्यात आली. त्यामुळे हत्तींची चोरटी शिकार बऱ्याच प्रमाणात कमी झालीच पण हे हत्ती नामाशेष

होण्यापासून वाचले.

ॲलन थॉर्नटन आणि त्यांच्याप्रमाणे हजारो पर्यटनवादी कार्यकर्ते जिवावर उदार होऊन पर्यावरण संरक्षणाचे काम करीत आहेत. त्यांच्यामुळेच अनेक प्राण्यांना सुखाने जीवन जगणे शक्य झाले असून अनेक जातीचे प्राणी निर्वंश होण्यापासून बचावले आहेत.

◆

व्हर्जिनिया वॉलबॉट

आज पर्यावरण चळवळीस उभारी आली आहे. पृथ्वीवरील वनसंपदा आणि वैविध्यपूर्ण प्राणिसृष्टी वाचविण्यासाठी अनेक शास्त्रज्ञ झटत आहेत. त्याचबरोबर काही शास्त्रज्ञांची नजर भविष्याकडे लागली आहे. पृथ्वीवरील वाढत्या लोकसंख्येस अन्नधान्य पुरविण्यासाठी जैविक तंत्रज्ञानाचा उपयोग करून काही करता येईल का? या प्रश्नाचे उत्तर शोधण्यात हे शास्त्रज्ञ प्रयत्नशील आहेत. आजपर्यंत पृथ्वीवर हयात नसलेल्या पण मानवास उपयुक्त अशा नवनव्या वनस्पती निर्माण करून हरितक्रांती घडवून आणण्यासाठी या व्यक्ती झटतात. स्टॅन्फोर्ड विद्यापीठातील वनस्पतिशास्त्रज्ञ व्हर्जिनिया वॉलबॉट या अशा शास्त्रज्ञांच्या नव्या पिढीच्या प्रतिनिधी आहेत.

गेली शेकडो वर्षे शेतकरी आपल्या पिकांचा दर्जा सुधारण्याचा त्यांच्या परीने प्रयत्न करीत होते. शेजाऱ्याच्या शेतातला चांगला वाण, शेजारच्या प्रांतातला चांगला वाण आणून आपल्या शेतात लावायचा. त्यातून बरेचदा अनाहूत संकर घडून एखाद्या वेळी चांगले संकरित बियाणे हाती यायचे. गेल्या शतकात यात पद्धतशीरपणा आला आणि गेल्या पन्नास वर्षात शास्त्रोक्त पद्धतीने संकर घडवून आणण्यात येऊ लागला. या पद्धती वेळखाऊ, कष्टप्रद होत्याच पण त्यात हाती नक्की काय लागेल याची खात्री नसे.

गेल्या काही वर्षांत जैविक तंत्रज्ञान झपाट्याने विकसित झाले. डी.एन.ए. चे पुनर्मिलन तंत्र शास्त्रज्ञांच्या हाती आले. यामुळे गुणधर्माचे आरोपण करणे शक्य झाले. यामुळे पिकांचे गुणधर्म प्रयोगशाळेत निश्चित करता येऊ लागले. ही क्रांती घडत असताना व्हर्जिनिया वॉलबॉट त्या क्रांतीत सहभागी झाल्या.

वयाच्या तिसऱ्या-चौथ्या वर्षापासून त्यांची बागकामाची आवड त्यांच्या आईवडिलांना त्रासदायक ठरत होती. मुलाचे पाय पाळण्यात दिसतात ही म्हण त्यांनी खरोखर सार्थ ठरविली. आपल्या बागेत काही झाडांच्या फांद्या इतर फांद्यांपेक्षा वेगळ्या वाढतात. त्यांचे आणि त्यावरल्या पानांचे रंग वेगळेच असतात, हे त्यांच्या लक्षात येऊ लागले. हे का आणि कसे घडते याचे उत्तर एक ना एक दिवस शोधायला हवे हा निश्चय त्यांच्या मनात कॉलेजात असतानाच दृढ

होत होता. यामुळे त्यांनी रेण्वीय जीवशास्त्राचा अभ्यास करायला सुरुवात केली. या विषयात येल विद्यापीठातून पदवी घेऊन त्यांनी वनस्पती संरचनेचा प्रगत अभ्यास करण्यासाठी स्टॅन्फोर्ड विद्यापीठात नाव नोंदवले. तेथे पीटर रॅव्हन यांच्या मार्गदर्शनाखाली त्यांनी डॉक्टरेटची पदवी मिळवली.

डी.एन.ए.पुनर्मिलनाचे तंत्र अवगत झाल्यावर थंडी आणि किडींची बाधा होणार नाही अशा तऱ्हेचा मका आणि तांदूळ निर्माण करायचा प्रयत्न त्यांनी सुरू केला. १९८४ मध्ये त्या स्टॅन्फोर्डमध्ये प्राध्यापक म्हणून काम करू लागल्या. तिथे त्यांना हार्वर्डमधील जीवशास्त्रज्ञ हंटिंग्टन पॉटर यांच्या नव्या तंत्राची माहिती मिळाली. या तंत्रास इलेक्ट्रो पोरेशन किंवा विद्युत्छिद्रीकरण असे म्हणतात. विद्युतक्षेत्राच्या साहाय्याने पेशी भित्तीस बारीक छिद्रे पाडायची आणि या छिद्रातून आपल्याला हव्या त्या गुणधर्माचे जीन पेशी केंद्रापर्यंत पोहोचवायचे असे ह्या तंत्राचे स्वरूप होते.

वॉलबॉटनी आपला शिष्य माइक फ्रॉम यांच्या साहाय्याने हे तंत्र स्टॅन्फोर्डच्या प्रयोग शाळेत करायचे ठरवले. प्लायवुडचा तुकडा, घरगुती दिव्याचे बटण आणि तारांचे तुकडे यांच्या साहाय्याने फ्रामने विद्युत छिद्रीकरण यंत्रणचा प्रयोगशाळेत बनवली. शाळकरी पोराने विज्ञान प्रकल्प करावा तसे हे यंत्र तेव्हा दिसत होते. पण हे यंत्र हवे ते कामही करीत होते. लवकरच नव्या गुणधर्माची गाजरे, मका आदी पिके त्यांनी प्रयोगशाळेत घ्यायला सुरुवात केली. त्यानंतर वेगवेगळे गुणधर्म एकाच वेळी एकाच पिकात घुसवायचे त्यांचे प्रयोग सुरू झाले. या तंत्रांमुळे अधिक सुदृढ व त्या त्या ठिकाणच्या पर्यावरणाच्या दृष्टीने सुयोग्य अशा वनस्पती जाती निर्माण करण्याच्या त्यांच्या प्रयत्नांनाही कमी अधिक प्रमाणात यश येऊ लागले.

वॉलबॉटप्रमाणेच इतरत्रही अशा प्रकारचे प्रयत्न चालू आहेतच. कीटकनाशकांचा परिणाम न होणारी आणि कीटकनाशक न स्वीकारणारी पिके हा पुढचा प्रयोग असेल. त्याचबरोबर नैसर्गिकरीत्या कीटकांना दाद न देणरी पिके निर्माण करायच्या प्रयत्नानाही मर्यादित प्रमाणावर यश आलेले आहे. हे प्रयोग यशस्वी झाले तर त्यामुळे कीटकनाशके न वापरता किंवा कमी प्रमाणात वापरून जास्त पीक घेता येईल आणि त्यामुळे पर्यावरणाची होणारी हानी टळू शकेल.

वॉलबॉट यांचे काही विद्यार्थी आणि इतरही काही शास्त्रज्ञ निवडुंगाची गुणसुत्रे गहू आणि सोयाबीनमध्ये घुसवायच्या प्रयत्नात आहेत. त्यामुळे रेताड आणि कमी पावसाच्या अर्धवाळवंटी प्रदेशातही ही पिके घेता येतील. त्याचबरोबर वेगवेगळ्या पण ठरलेल्या वेळी फळ देणारी फळझाडे निर्माण करायचे त्यांचे प्रयत्न सध्या स्ट्रॅबेरीबाबत सुरू आहेत. त्यामुळे ही फळे वर्षभर उपलब्ध होतील.

असे केल्याने त्याच्या साठवणीचा प्रश्न सुटेल, शीतगृहांना लागणारी ऊर्जाही या प्रकारामुळे वाचेल.

सध्या हे प्रयोग हळूहळू सुरू आहेत याचे कारण याविषयीचे कायदेकानून खूप विचारपूर्वक तयार करणे भाग आहे. त्याचबरोबर हेही लक्षात ठेवायला हवे की या प्रयोगामधून एकदा भस्मासुर तयार होणे शक्य आहे. हे धोके लक्षात ठेवूनच हे प्रयोग करणे भाग आहे. याचे भान ठेवूनच वॉलबॉट यांचे प्रयोग चालू आहेत, हे सांगायलाही त्या विसरत नाहीत.

या शास्त्रज्ञांच्या प्रयोगातून अन्नधान्याचा प्रश्न सुटावा ही अपेक्षा मात्र त्यांना मान्य आहे.

◆

पीटर रॅव्हन

पीटर रॅव्हन सेंट लुई इथल्या मिसुरी बोटॅनिकल गार्डनचे संचालक आहेत. ज्यांना बोलता येत नाही, ज्यांना स्वरयंत्र नाही, ज्यांना चालता येत नाही अशा वनस्पतींचे प्रवक्ते आहेत. विशेषत: विषुववृत्तीय अरण्यांचे, पर्जन्य अरण्यांची त्यांना विशेष काळजी आहे. कारण या अरण्यावर सर्वच सजिवांचे अस्तित्व अवलंबून आहे असे त्यांना वाटते.

विषुववृत्तीय पट्ट्यांमध्ये पृथ्वीवरच्या ३ कोटी सजीव जातींपैकी एकतृतीयांश वनस्पती व प्राणी जाती आढळतात. हा एक मोठा नैसर्गिक ठेवा केवळ माणसाच्या हव्यासापोटी झपाट्याने नष्ट होत आहे. शेती, खनिज उत्पादन आणि इतर मानवी गरजांसाठी या अरण्यांची बेसुमार तोड होऊ लागली आहे. ज्या वेगाने ही तोड होत आहे तो वेग पाहता पृथ्वीवर आपटणाऱ्या प्रचंड उल्केप्रमाणे मानव पृथ्वीचे नुकसान करत आहे असे पीटर रॅव्हन यांना वाटते. आजपासून शंभर वर्षांनी पृथ्वी नापीक आणि पडीक असेल असे पीटर रॅव्हन यांना ठामपणे वाटते. या प्रचंड वृक्षतोडीमुळे अनेक औषधी वनस्पती आणि असंख्य प्राणी जाती कायम स्वरूपी नाश पावलेल्या असतील. पृथ्वीचे सरासरी तापमान आज आहे त्यापेक्षा वाढलेले असेल. त्यामुळे धृवीय प्रदेशातले बर्फ वितळू लागले. त्यामुळे सागरी पाण्याची पातळी वाढलेली असेल.

आज जर आपण वेळीच ऱ्हास थांबवला तर आपली मुले, नातवंडे सुखाने जगतील असे रॅव्हन म्हणतात.

पीटर रॅव्हन यांचे वनस्पती प्रेम वयाच्या पाचव्या वर्षीच त्यांच्या मनात उद्‌भवले. त्या वयात हा मुलगा वनस्पतींचे नमुने आणि फुलपाखरांचे नमुने गोळा करीत असे. वयाच्या नवव्या वर्षी कॅलिफोर्निया ॲकॅडमी ऑफ सायन्सने त्यांना विद्यार्थी सदस्यत्व दिले होते. तेराव्या वर्षी त्यांनी आपला पहिला शास्त्रीय लेख लिहिला. इ.स. १९६० मध्ये त्यांना वनस्पती शास्त्रातील डॉक्टरेट मिळाली. त्यानंतर ते कोस्टारिका इथल्या ''ऑर्गनायझेशन ऑफ ट्रॉपिकल स्टडीज'' मध्ये अध्यापन करू लागले. यावेळी ते ज्या विषुववृत्तीय अरण्याबद्दल विद्यार्थ्यांना

शिकवत होते, त्याचे शिरकाण चालू आहे याची त्यांना फारशी कल्पना नव्हती. इथून ते स्टॅन्फोर्ड विद्यापीठात अध्यापक म्हणून दाखला झाले. त्यांची खोली पॉल एहर्लिख यांच्या शेजारी होती. एहर्लिख यांचे ''द पॉप्युलेशन बॉम्ब'' हे पुस्तक तेव्हा नुकतेच प्रसिद्ध झालेले होते. एहर्लिखशी झालेल्या चर्चेतून रॅव्हनना विषुववृत्तीय अरण्यांच्या शिरकाणाची व्यापकता आणि त्यामुळे जगावर कोसळणाऱ्या भयाण संकटाची जाणीव झाली. ही जागृती झाली आणि विषुववृत्तीय अरण्यांचे आपण पालक आहोत या भावनेने या वनस्पती वाचविण्यासाठी रॅव्हन झटू लागले.

याच सुमारास मिसुरी इथल्या वनस्पती उद्यानाचे संचालक आणि जवळच्याच वॉशिंग्टन विद्यापीठात वनस्पती शास्त्राचे प्राध्यापक अशी दुहेरी जबाबदारी त्यांनी स्वीकारली. तेव्हापासून त्यांच्या विषुववृत्तीय अरण्ये वाचवायचा लढा तीव्र झाला. या लढ्याचा एक भाग म्हणून कोलंबिया, पेरू, ब्राझील आणि इक्वेडॉर या देशात आपले विद्यार्थी पाठवायला सुरुवात केली. या देशांमधील वनस्पतींची व प्राणी जातींची नोंद करायचे काम अशा तऱ्हेने सुरू झाले. कोलंबिया, पेरू आणि इक्वेडॉर या तीन देशांमध्ये मिळून पृथ्वीवरच्या एकूण वनस्पती जातींपैकी एक षष्ठांश किंवा जवळजवळ सतरा टक्के वनस्पती सापडतात. पृथ्वीवरील एकूण वनस्पती जाती किती आणि त्या कुठे आढळतात याचा कोश तयार केल्याशिवाय त्यांच्यासाठी बचाव मोहिमा काढणे शक्य नाही, असे रॅव्हनना वाटते. त्यांच्या विद्यार्थ्यांनी गोळा केलेली माहिती एका संगणकात साठवली जाते. पृथ्वीवरील कुठल्याही शैक्षणिक संस्थेस ही माहिती उपलब्ध करून देण्यात येते.

या मोहिमेचा पुढचा भाग म्हणजे पृथ्वीवरील सर्व वनस्पतींची बीज पेढी निर्माण करणे. यामुळे पृथ्वीवरील कुठलीही वनस्पती कायम स्वरूपी नाश पावणार नाही. तसेच जिथे जिथे आदीम जमाती परंपरागत पद्धतीने वने जाळून शेती करतात तिथे जनजागृती व्हायला हवी, त्या दृष्टीने प्रयत्न करणे हा पुढचा भाग. त्याचबरोबर विकसित देशांमध्ये राजकीय पुढाऱ्यांना जागे करून अशा अरण्यांच्या संरक्षणासाठी विषुववृत्तीय देशांना या एकमेव कारणासाठी आर्थिक मदत देण्यास उद्युक्त करणे हेही कार्य आवश्यक आहे. या त्रिसुत्रीच्या दृष्टीने रॅव्हन प्रयत्नशील आहेत.

रॅव्हनना खूप विरोधक आहेत. विशेषतः मुक्त व्यापाराचे पाठीराखे या अरण्यांची किंमत पैशात आणि घनफूट लाकडात करतात. यामुळे मुक्त अर्थव्यवस्थेला जगाचे खरे प्रश्न कळलेलेच नाहीत असे रॅव्हनना वाटते. सर्व गोष्टी पैशात मोजता येत नाहीत असे रॅव्हन सांगतात.

पीटर रॅव्हन यांचे या क्षेत्रातले ज्ञान अगाध आहे. यामुळे या क्षेत्रातले बरेच सन्मानही त्यांना मिळालेले आहेत. अमेरिकन इन्स्टिट्यूट ऑफ बायोलॉजिकल सायन्सचे ते माजी अध्यक्ष आहेत. अमेरिकन असोसिएशन ऑफ ॲडव्हान्समेंट ऑफ सायन्सेसच्या १९८७ च्या अधिवेशनात जीवशास्त्र विभागाचे अध्यक्षपद त्यांनी भूषविले होते. अमेरिकन शासनाच्या पर्यावरणविषयक धोरणावर त्यांचा प्रभाव असतो. पीटर रॅव्हनसारखे शास्त्रज्ञ पर्यावरण रक्षणासाठी झटतात एवढी एकच गोष्ट पुढील शतकाच्या दृष्टीने आशादायी वाटते. असे बऱ्याच पर्यावरणवादी संघटनांना वाटते. यातच रॅव्हन यांच्या कार्याचे महत्त्व दिसून येते.

◆

डायनोसॉरमध्ये जीव ओतणारा चित्रकार चार्ल्स नाईट

'ज्युरॅसिक पार्क' हा सिनेमा बघून सारं जग दिङ्.मुढ झालं. एके काळी पृथ्वीवर असे चित्रविचित्र आवाज करणारे अगडबंब प्राणी अस्तित्वात होते. पुराजीव शास्त्रज्ञांना संशोधन करताना अशा प्राण्यांचे अवशेष सापडले खरे. पण त्या अवशेषांवरून ते प्राणी कसे असतील याची कल्पना करून चित्र काढणारा एक चांगला चित्रकार त्यांना चार्लस् नाईटच्या रूपाने मिळाला.

'लहानपणापासून आपल्याला जे प्राणी, जे पशुपक्षी दिसतात त्यांची चित्रं कागदावर उतरवावीत असं मला वाटत असे. निसर्ग आणि प्राणीसृष्टीनं मला कायमच आकर्षित करून घेतलं होतं. ही काही एखादी कला आहे आणि आपण त्या कलेचे उपासक आहोत, असे विचार माझ्या मनात कधीच आले नव्हते. आपल्याला जे दिसतं तसंच्या तसं कागदावर उतरवावं हाच माझ्या मनाचा प्रयत्न असे. आदिमानवानं आपल्या गुहांच्या भिंतींवर चित्र काढतांना कुठं कलात्मकतेचा विचार केला होता! तो फक्त त्याच्या परिसरातील पशुपक्ष्यांची चित्रं त्याला भावली तशी रेखाटत होता,' असं चार्ल्स नाईटनं आपल्या चित्रकलेच्या सुरुवातीच्या काळाबद्दल लिहून ठेवलं आहे. चित्र रेखाटण्याच्या ह्या नैसर्गिक प्रेरणेनंच प्रागैतिहासिक आणि त्याहून प्राचीनतम काळातील प्राण्यांची चित्रं नाईट रेखाटू लागला. त्यामुळंच अमेरिकन जनतेला आणि मग जगाला डायनोसॉर आणि इतर प्राचीन काळातल्या प्राण्यांचं दर्शन घडलं.

चार्ल्स नाईटचा जन्म १८७४ चा. त्या काळात ब्रुकलिनमधे जरी फारसे प्राणी नव्हते तरी न्यूयॉर्कच्या सेंट्रल पार्कमधलं प्राणी संग्रहालय आणि अमेरिकन म्युझियम ऑफ नॅचरल हिस्टरीमधले प्राणी त्याच्या दृष्टीनं पुरेसे होते. चार्ल्स नाईटचे

वडील जे.पी.मॉर्गनचे स्वीय सहायक होते त्यामुळे चार्ल्स अमेरिकन म्युझियम ऑफ नॅचरल हिस्टरीमधे केव्हांही येऊ जाऊ शकत होता. वयाच्या चौथ्या वर्षीच चार्ल्स ह्या संस्थेत येऊन कागदावर इथले प्राणी चितारू लागला होता. वयाच्या पंधराव्या वर्षी चार्ल्सनं मेट्रोपॉलिटन म्युझियम ऑफ आर्टच्या आर्टस्कूलमधे प्रवेश केला. इ.स.१८९२ मध्ये वडिलांच्या मृत्यूनंतर तो मॅनहटन येथे राहायला गेला. इथून म्युझियम जवळ होतं. तिथे प्राण्यांच्या शरीरात भुस्सा भरून त्यांना आकार देण्याचं काम करणाऱ्या टॅक्सीडर्मी विभागात चार्ल्स बराच काळ घालवायचा. तिथं उभा राहून चार्ल्स ह्या प्राण्यांच्या चेहेऱ्यांची रेखाटनं करायचा. सांगाड्यावर शरीर कसं उभारतात, हेही तो बघायचा. १८९३ मध्ये पैसे मिळवण्यासाठी त्यानं चर्चच्या खिडक्यांच्या काचांवर प्राणी चितारले पण त्यामुळे त्याचं समाधान झालं नव्हतं. मग तो आपली रेखाटनं घेऊन निरनिराळ्या प्रकाशन संस्थांकडे खेटे घालू लागला.

अखेरीस एक दिवस 'अमेरिकन बुक कंपनी' ह्या संस्थेनं त्याला लहान मुलांच्या पुस्तकांसाठी प्राण्यांची चित्रं काढायचं काम दिलं. ह्या प्रत्येक चित्रासाठी चार्ल्सला पंचवीस डॉलर मिळणार होते त्यामुळं चार्ल्सचा आर्थिक प्रश्न सुटला. ह्या कामातून इतर कामं मिळू लागली. पंचविशीच्या आतच्या प्राण्यांचा चित्रकार म्हणून चार्लस्चा जम बसला. मॅक्क्लुअर ह्या नियतकालिकासाठी वैज्ञानिक लेखांना चित्रांनी सजवायचं काम चार्लस्ला मिळालं.

एक दिवस जॉन रॅलीनी चार्ल्सला बोलावून घेतले. चार्ल्सचं चित्रकलेचं ज्ञान आणि प्राण्यांच्या शरीरशास्त्राचं ज्ञान ह्यांचा संगम अमेरिकन म्युझियमला करून घ्यावा असं त्यांना वाटत होतं. तिथं ते टॅक्सीडर्मी विभागाचे प्रमुख होते. त्यांना काही पुराजीवी अवशेष मिळाले होते. त्यावरून हे प्राणी उभे करायचे होते. अशा तऱ्हेनं १८९४ मधे चार्लस्ला आपलं क्षेत्र मिळालं. डायनोसॉरांचे सांगाडे उभे करून आणि त्यांची चित्रं काढून चार्ल्सनं त्या प्राण्यांमधे जणू नवा प्राण ओतला. हे प्राणी उभे राहताच म्युझियमला भेट देणाऱ्यांची संख्या प्रचंड प्रमाणात वाढली. ते अपेक्षितच होतं; कारण फिलाडेल्फिया वस्तुसंग्रहालयात ह्यापूर्वी असाच अनुभव आलेला होता. तिथं ब्रिटिश मूर्तिकार बेंजामिन हॉकिन्स ह्यांनी असा प्रयोग केला होता.

ह्या काळात 'म्युझियम' च्या पुराजीव विभागात हेन्री ऑसबोर्न प्रमुख म्हणून आले. त्यांनी चार्ल्स नाईटचे गुण हेरले. प्रा.ऑसबोर्न आणि चार्ल्स नाईट ह्यांनी मग पृथ्वीवरील अनेक नाहीशा झालेल्या प्राण्यांना म्युझियमच्या भिंतींवर आणि कॅनव्हासवर सजीव केलं. ह्या म्युझियमच्या भिंतीवर चार्ल्स नाईटने चितारलेली तेरा भित्तीचित्रे ही निसर्गशास्त्र आणि चित्रकला ह्यांचा अपूर्व संगम मानली जातात. असा हा थोर निसर्ग चित्रकार इ.स.१९५३ मध्ये निजधामास गेला

◆

काही निसर्गविषयक पुस्तके-हॅबिटॅट्स

निसर्गाचा अभ्यास करताना पुस्तकं खूप महत्त्वाचं मार्गदर्शन करतात. अशी काही पुस्तकं किंवा अभ्यासकांच्या भाषेत ज्याला ग्रंथ म्हणतात, ती मला अचानक मिळून गेली. यापैकी चार ग्रंथांचा मी इथं परिचय करून देणार आहे.

यातला पहिला ग्रंथराज म्हणजे 'हॅबिटॅट्स'. हे डबल डेमी आकाराचं पुस्तक सुमारे दीडशे पानांचं आहे; म्हणजे साधारणपणे ते चांगलं जाडं पुस्तक आहे. या ग्रंथाचं वैशिष्ट्य म्हणजे ते जितकं वाचनीय आहे तितकंच ते प्रेक्षणीयही आहे. याचं कारण त्यातली चित्रे आणि पुस्तकाची रचना. या पुस्तकामध्ये १४ परिस्थिती प्रणालींची माहिती देण्यात आलेली आहे. पर्जन्यारण्यापासून वाळवंटापर्यंत सर्व प्रमुख परिस्थिती प्रणालींची माहिती जशी शब्दबद्ध आहे तशीच ती चित्रीतही करण्यात आली आहे.

या प्रत्येक प्रणालीच्या माहितीची सुरुवात डाव्या बाजूच्या पानावर होते. उजव्या बाजूचं पान संपवून त्याच पानाच्या जोड पानावरही ही माहिती येते. या तीनही पानांवर त्या त्या प्रणालीतील प्रमुख जैविक घटकांची रंगीत चित्रं असतात. हे जोडपान उघडलं की त्याच्या आतल्या बाजूला आणि समोरच्या पानाच्या जोड पानावर मिळून या प्रणालीचं एक भव्य विहंगम दृश्य या पसरलेल्या चार पानांवर तळटीपांसह आणि थोडक्यात माहितीसह समोर येतं. नदी म्हटली की नदीच्या या काठापासून त्या काठापर्यंतच्या प्रवाहातलं वैविध्य, सर्व सजीवांसह आपल्यासमोर उभं राहतं. मग उजव्या बाजूच्या आतल्या बाजूला मुडपलेल्या पानावर नदीच्या किंवा जी परिस्थिती प्रणाली असेल तिच्या ऊर्जा गतिकी (एनर्जी डायनॅमिक्सची)माहिती देऊन प्रकरण संपते. पुन्हा डाव्या बाजूच्या पानावर पुढील परिस्थिती प्रणालीची माहिती सुरू होते. या पुस्तकाच्या पहिल्या प्रकरणात वेगवेगळ्या परिस्थिती प्रणाली कोणकोणत्या, त्यांच्या व्याख्या, त्या एकमेकींपासून कशा भिन्न असतात, याची माहिती देण्यात आली आहे. दुसऱ्या प्रकरणात विविध सजीवांच्या जाती जगभर कशा आणि किती पसरल्या आहेत हे सांगण्यात आलं आहे. त्यानंतर नैसर्गिक निवडीच्या तत्त्वाची माहिती तसंच वेगवेगळ्या

भौगोलिक भागांचं नकाशासहित वर्गीकरण आपल्याला पाहावयास मिळतात. यानंतरचं प्रकरण परिस्थिती प्रणालीतील ऊर्जेच्या जमाखर्चाची माहिती देणारं आहे. त्याचं इंग्रजी नाव आहे 'इको सिस्टीम बजेट'. निसर्गात ऊर्जाचक्र कसं फिरतं आणि कार्बनी पदार्थांचं पुनर्चक्रीकरण कसं होत राहातं यासंबधी थोडक्यात पण सुस्पष्ट माहिती देणारं हे प्रकरण अप्रतिम आहे.

यानंतरचं प्रकरण प्राण्या-प्राण्यांतील, वनस्पति-वनस्पतींतील अशी सर्व सजीवांची आपापसातील तसंच परस्परातील जगण्यासाठी जी स्पर्धा चालते, त्या स्पर्धेचं त्या धडपडीचं वर्णन करणारं आहे. स्वतः भक्ष्य न बनता सजीव स्वतःचं भक्ष्य कसं मिळवतात याचं वर्णन या प्रकरणात आलं आहे. यानंतर सृष्टी ही कशी गतिमान आहे, तिथे सतत कसे बदल होत राहतात, किंबहुना बदल हाच निसर्गाचा स्थायी भाव आहे, हे सांगितलं जातं. यानंतर बेटांवरची परिस्थिती प्रणाली आणि शहरातील परिस्थिती प्रणाली यांची थोडक्यात पण सचित्र माहिती येते. सुरुवातीच्या पानापासून अखेरच्या पानापर्यंत आर्टपेपर आणि त्यावर छापलेली रंगीत चित्रं हे वैशिष्ट्य ह्या पहिल्या आठ प्रकरणांना शोभा आणतं.

या आठ प्रकरणांनंतर 'हॅबिटॅट्स इन फोकस' हा या ग्रंथाचा विहंगम दृश्यांकित दुसरा भाग सुरू होतो. या भागाची सुरुवात तैगाच्या वर्णनानं होते. त्यानंतर टुंड्राचं वर्णन येतं. टुंड्रा आणि धृवीय प्रदेशातल्या प्राण्यांच्या शिकारीच्या पद्धती, वेगवेगळ्या प्राण्यांची बर्फाळ प्रदेशातील चित्रे, सागरात वाहणारे हिमनग, उत्तर आणि दक्षिण ध्रुवीय प्रदेशातीन सजीव सृष्टी विहंगम दृश्यात बघताना मन थक्क होतं.

यानंतरचं पान आपण उघडतो आणि आपल्याला उपग्रहांनी पाठवलेल्या भासप्रतिमा एकत्र करून संगणकांच्या साहाय्यानं तयार केलेलं मिश्रित चित्र पाहायला मिळतं. यानंतरच्या भव्य माहितीपटात सागर लाटांपासून सागरतळापर्यंत सजीव सृष्टी कशी बदलत जाते याचं चित्र त्या सृष्टीच्या वैशिष्ट्यांसह आपल्या समोर उभं केलं आहे. सागरानंतर सागर किनारे येतात पण त्यानंतरचा माहितीपट आपल्याला क्वचित बघायला मिळणार आहे. तो म्हणजे पाणथळ जागा, कांदळवनं आणि दलदलीचा प्रदेश. स्वँप्स आणि मँग्रूव्ह फॉरेस्ट तसेच बॉग्जची माहिती साकल्यानं पण थोडक्यात देण्याची ही कसरत केवळ रंगीत चित्रांमुळेच साधली गेली आहे.

आता पानं उलटून आपण भूमीवर चालू लागतो. पहिल्यांदा आपली पावलं समशितोष्ण प्रदेशातील गवताळ प्रदेशामध्ये पडतात. या गवताळ प्रदेशांचं मानवी जीवनातलं महत्त्व आपल्याला पटवून दिलं जातं. मग समशितोष्ण प्रदेशातील अरण्ये आपल्याला दर्शन देतात. त्यानंतर सॅव्हाना पर्जन्यारण्यांचा प्रदेश आणि

पर्वतराजी आपल्यापुढे उभी राहते. या सर्व परिस्थितींचे दृश्यपट फारच देखणे आहेत. यात तिथल्या सजीव सृष्टीचे बारकावेही या दृश्यपटात येतात. पर्वतराजीनंतर आपल्याला नद्या आणि सरोवरात प्रवेश करावा लागतो. या सुजलाम प्रदेशातून मग आपण वाळवंटात जातो. वाळवंटानंतर भूमध्य सागरी, खुरट्या झाडोऱ्याच्या प्रदेशात आपण येतो. तिथून 'पाणीच पाणी चहूकडे' असलेल्या पण प्यायचा अभाव असलेल्या प्रवाल द्वीपांवर ही वसुंधरा यात्रा संपते. अखेरीस संदर्भ ग्रंथ आणि विषयसूची आहेच. पर्यावरण क्षेत्राशी दुरान्वयानं संबंध असलेल्या व्यक्तींनीही जवळ बाळगावा असा हा ग्रंथ अमेरिकेतल्या मॅक्मीलन ह्या प्रकाशन संस्थेनं प्रकाशित केला आहे. या ग्रंथाला स्मिथसोनियन संस्थेच्या पर्यावरण विभागाचे उपप्रमुख डॉ. थॉमस लव्हजॉय यांची प्रस्तावना आहे. या ग्रंथातील प्रत्येक प्रकरण त्या त्या क्षेत्रातील तज्ज्ञ व्यक्तींकडून लिहवून घेण्याचं काम या संस्थेचे उपाध्यक्ष डॉ. टोनी ला हेअर यांनी पार पाडलं आहे.

◆

डेव्हिड बर्नी आणि चित्ते

डेव्हिड बर्नी हे आफ्रिकेतल्या चित्त्यांचे अभ्यासक इ. स. १९७८ व ७९ ही दोन वर्षे त्यांनी चित्त्याच्या आयुष्याचा मागोवा घेण्याचा प्रयत्न केला. या कामात डेव्हिडला त्याची पत्नी लीडा हिची मदत झाली. चित्ता कसा जगतो, कुठे नि कसा वावरतो या बरोबरच माणसाशी त्याचा संबंध आल्यावर काय घडते याचा शोध घेण्यासाठी नैर्ऋत्य केनियातील मसाईमारा राष्ट्रीय सुरक्षित अरण्यात बर्नी पति-पत्नींनी मुक्काम केला होता.

नॉर्थ कॅरोलिना या अमेरिकन राज्यातील वन विभागात त्याआधी निसर्ग शास्त्रज्ञ म्हणून बर्नी काम करत होते. या राज्यातील वनांमधल्या धोक्यात आलेल्या प्राणी जातींचे संरक्षण कसं करावं, याबाबत त्यांना नेहमीच सल्ला विचारला जात असे. त्यावेळी त्यांना एक प्रश्न सारखा सतावू लागला तो म्हणजे ज्या सुरक्षित वनांना असंख्य प्रेक्षक भेट देतात, तिथल्या प्राण्यांचं विशेषतः नाहीशा होत चाललेल्या प्राण्यांचे भवितव्य काय? यामुळे बर्नींनी नौरोबी विद्यापीठात संशोधनासाठी विद्यार्थी म्हणून नाव नोंदवले आणि त्यांनी चित्त्यांचा अभ्यास केला.

मसाईमारा नॅशनल पार्क हा सेरेंगेटीच्या तीन देशात पसरलेल्या मैदानी प्रदेशाचा भाग आहे. सेरेंगेटी परिस्थितीकीचे सर्व विशेष या राखीव उद्यानात पाहायला मिळतात. मारा राखीव उद्यानाचा भूप्रदेश सुमारे १४०० चौ. किलो मीटर पसरलेला असून इथं दरवर्षी पन्नास हजार पर्यटक भेट दतात. या राखीव उद्यानात फिरण्यासाठी मोटारींचा वापर करतात. त्याच बरोबर या सुरक्षित वनाच्या सीमावर्ती प्रदेशाचा चराऊ रान म्हणूनही उपयोग केला जातो. केनियामधील सुरक्षित वने, राष्ट्रीय वनोद्यान, अभयारण्ये यांच्यापासून मिळणारे उत्पन्न हे राष्ट्रीय उत्पन्नात महत्त्वाची भर घालते. किंबहुना ते दुसऱ्या क्रमांकाचे उत्पन्नाचे साधन आहे.

मसाईमाराभोवती जवळजवळ ३००० चौ. कि. मीटरचे चराऊ रान आहे. यात स्थानिक लोक आपली गुरे चारतात. त्याच बरोबर वन्यजीवही वावरत असतात. या सर्व भूभागाचं विशेष आकर्षण म्हणजे चित्ता भूलोकावरचा सर्वात

डौलदार प्राणी (ग्रेसफुल ॲनिमल) असे चित्त्याला म्हणतात. यामुळे बहुतेक पर्यटकांना चित्ता बघवासा वाटत असतो, पण चित्ता इतका चतुर असतो की तो वाटाडे, मार्गदर्शक आणि पर्यटक यांना चाणाक्षपणे चकवतो. चित्त्याची चपळाई आणि निसर्गाने दिलेले त्वचेवरील नक्षीचे छद्मावरण (कॅमुफ्लाज) यामुळे तो दिसत नाही. चुकूनही दिसला तर झटकन नाहीसा होतो.

बर्नी एकदा एका चित्त्याच्या जोडीचं निरीक्षण करत होते. त्यावेळी जवळजवळ ५०० गाड्या त्या भागात गेल्या. त्यातल्या जवळपास निम्म्या गाड्यांमधील पर्यटकांना २५० मीटर अंतरावरून जाऊनदेखील या चित्त्यांचा पत्ता लागला नव्हता. चित्त्यांच्या दिशेन थेट न जाता सावकाश आणि फारसा आवाज न करता जाणाऱ्या गाड्यांतील पर्यटकांना चित्त्याचं व्यवस्थित निरीक्षण करता आले. थेट चित्त्यांच्या दिशेने निघालेल्या किंवा आवाज करत जाणाऱ्या वाहनांपासून चित्ते दूर पळून गेले नाही तर गवतात दडून बसले. गाडीतून माणूस बाहेर पडला तर २०० मीटर दूरवरूनसुद्धा चित्ता पळ काढतो. या उलट बंद गाड्यातले कॅमेऱ्याचे आवाज, कुजबूज किंवा हळूवार हालचाल यांना चित्ते बुजत नाहीत असे बर्नींना आढळून आले. काही चित्त्यांना अशा गाड्यांची खूप सवय झाली होती. ते पर्यटकांना हमखास दर्शन द्यायचे तर काही चित्ते दिसत नसत. बर्नींनी अशा एका चित्त्याला 'द फँटम' हे नाव दिले होते. हा चित्ता १०० मीटर अंतरापर्यंत वाहन येऊ द्यायचा आणि झटकन नाहीसा व्हायचा. याउलट 'पॉली' नावाची चित्ता मादी कुणालाही फोटो काढून द्यायची. अशा धीट चित्त्यांना सफारी गाड्यांचे चालक 'पोलाईट' किंवा 'विनम्र' चित्ते म्हणतात. तर फँटमसारख्या चित्त्यांना 'भित्रे' किंवा 'कावर्ड' चित्ते म्हणण्यात येते. त्यांना बर्नी लाजाळू (शाय) चित्ते म्हणतात. तर धीट चित्त्यांना (जंटल) चित्ते म्हणतात. पॉलीचे त्या काळात अनेक चित्रपट निर्मात्यांनी अगदी पाच मीटर जवळ जाऊन चित्रीकरण केले होते. बर्नी चित्त्यांचा अभ्यास करीत असताना पॉली व्यायली. तेव्हा तिच्या पिल्लांचा जन्मही छायाचित्रित करण्यात आला होता. या चित्रांना अनेक बक्षिसंही मिळाली.

◆

जागतिक हवामान बदल आणि दक्षिण ध्रुवीय प्रदेश

जागतिक हवामान बदल आणि दक्षिण ध्रुवीय प्रदेश याबाबत फारसं लिहिलं जात नसलं तरी तुटलेल्या हिमखंडाची छायाचित्रं वृत्तपत्रांमधून वारंवार छापली जातात. यातले काही हिमखंड तर पुणे शहराच्या विस्तारापेक्षा मोठे असतात. तर काही एखाद्या तालुक्याएवढे; पण याचा परिणाम काय हे कधी फारसं कुठं छापलं जात नाही. असा एखादा काही सहस्र चौरस कि.मी. क्षेत्रफळाचा, म्हणजे त्याचा बुडालेला ९/१० (९० टक्के) भाग लक्षात घेतला तर काही लक्ष घन कि.मी.चा हिमनग वाहत उत्तरेकडे आला आणि त्यानं पॅसिफिक महासागराचं तापमान कमी केलं तर अेल निनो नावाचा सागरी प्रवाह त्या वर्षी वाहणारच नाही. याचा परिणाम जागतिक पर्जन्यमानावर तर होईलच; पण आपल्या दृष्टीनं महत्त्वाचं म्हणजे त्या वर्षी मोसमी वारे वाहतीलच किंवा वाहिले तर कसे वाहतील याची आज खात्री देता येत नाही. मोसमी वाऱ्यांच्या लहरीपणावर आपल्या देशातल्या बऱ्याच गोष्टी अवलंबून असतात, हे लक्षात घेतलं तर तुटणाऱ्या हिमखंडांचं महत्त्व लक्षात येईल.

याहीपेक्षा वाईट म्हणजे अंटार्क्टिकातील सागरी जीवसृष्टी संपूर्णपणे नाहीशी होईल. यापूर्वी या जीवसृष्टीला ज्यांच्यापासून धोका नव्हता असे शिकारी प्राणी या भागात वावरू लागतील. वेगवेगळे शार्क आणि निरनिराळ्या जातीचे खेकडे या भागात स्थलांतर करून येतील. जागतिक तापमानवाढ अशीच चालू राहिली तर या घटना फार दूर नाहीत. सध्या इथल्या पाण्याचं तापमान वरील हिमाच्छादनामुळं खेकडे आणि शार्कांना या भागात फिरकू देत नाही. हे दोन्ही प्रकारचे शिकारी मुख्यतः उष्ण कटिबंधातले आणि उबदार पाण्याचे चाहते आहेत. दक्षिण ध्रुवीय सागरातलं पाणी हळूहळू उबदार बनलं तर सर्वप्रथम खेकडे या भागात येतील, खेकडे एकदा इथं पोहोचले की ते तिथल्या, आजपर्यंत ज्यांना शत्रू माहीत नव्हता, अशा सजीवांवर ताव मारतील. त्यांची संख्या आणि आकार दोन्हीतही बऱ्यापैकी वाढ होईल, असं प्रा. चेरिल विलगा यांनी सांगितलं. प्रो. विलगा अमेरिकेतील ऱ्होड आयलंड विद्यापीठात सागरी जीवतज्ज्ञ आहेत. ऱ्होड आयलंड विद्यापीठातील

जीवशास्त्रज्ञ सध्या अंटार्क्टिका खंडातील जीवसृष्टीवर जागतिक तापमानवाढीचा होणारा परिणाम याचा अभ्यास करीत आहे. अंटार्क्टिक सागरतळावर राहणारे प्राणी हे इतरत्र सागरतळावर राहणाऱ्या प्राण्यांपेक्षा खूपच वेगळे आणि शास्त्रज्ञांच्या मते विचित्र आहेत. जर या भागात खेकडे, शेवंडं आणि शार्क, तसंच कवचधारी प्राण्यांची कवचं फोडून त्यांना स्वाहा करणारे शिकारी मासे आले तर हे प्राणी नाहीसे होण्याची संभावना आहे. झिंगे, रिबन वर्म नावाचे लांबलचक जंतू आणि ब्रिटल् स्टार हे नाजूक प्रकृतीचे तारकामत्स्य यांची संख्या तर या परिस्थितीत झपाट्यानं खालावेल. साऊदँप्टन विद्यापीठातले मत्स्यशास्त्रज्ञ डॉ. स्व्हेन थाज्जे यांच्या मते दक्षिण ध्रुवीय सागराच्या तटवर्ती सागरतळाशी उथळ पाण्यातले हे प्राणी एकमेवद्वितीय आहेत याचं कारण त्यांची उत्क्रांती जवळजवळ गोठलेल्या पाण्यात आणि हिमखंडांनी आच्छादित सागरात झाली आहे. या प्रकारच्या पर्यावरणात गेली काही कोटी वर्षे झालेल्या उत्क्रांती प्रक्रियेचं ते फळ आहे. अंटार्क्टिका थंड व्हायला सुमारे चार कोटी वर्षांपूर्वी सुरुवात झाली. ही थंडी सहन झाली नाही असे शार्क आणि खेकड्यांसारखे शिकारी सागरी प्राणी या काळात या भागातून नामशेष झाले आणि दक्षिण ध्रुवीय प्रदेशातील सागरी मंचाच्या पाण्याचं सरासरी तापमान केवळ १° (एक अंश) सेल्सिअस एवढं आहे. खेकडे या पलीकडच्या थोड्या उबदार पाण्यात वावरतात. जर अंटार्क्टिका सागरी मंचाचं सरासरी तापमान आणखी १° से.ने. वाढलं तर हे खेकडे अंटार्क्टिक सागरी मंचावर वावरू लागतील. साधारणपणे पुढील १०० वर्षांत ही शक्यता वास्तवात येईल.

अंटार्क्टिक सागराचं सरासरी तापमान ७° से. झालं तर त्याआधीच तिथं हळूहळू शार्क यायला सुरुवात झालेली असेल. इथं त्यांना भरपूर भक्ष्य उपलब्ध असल्यानं त्यांची संख्याही झपाट्याने वाढीस लागेल. ७° से. तापमानास हा भाग शार्कचं आवडतं कुरण बनलेला असेल, असं चेरिल विल्गा म्हणतात ७° से. तापमानाच्या काळात आलेले शार्क इथल्या हिवाळ्यात थोडे उत्तरेकडे सरकतील आणि पाणी पुन्हा उबदार होऊ लागताच उन्हाळ्यात पुन्हा इकडे मोर्चा वळवतील.

या अत्यंत महत्त्वाच्या परिस्थिती प्रणालीचं, जिचं वर्णन फक्त अद्‌भुत या शब्दानीच होऊ शकेल, अशा प्रणालीचं संरक्षण करणं अत्यावश्यक आहे. त्यासाठी जगातल्या सर्व देशांनी एकत्र येऊन ही परिस्थिती प्रणाली वाचविण्याचे प्रयत्न करायला हवेत, असं या शास्त्रज्ञांना वाटतं. जगात सर्वत्र जैवविविधता वाचविण्याचे प्रयत्न चालू आहेत. अंटार्क्टिका सागरतळावरच्या या जीवसृष्टीसारखी जीवसृष्टी पृथ्वीवर इतरत्र कुठेही नाही. त्यामुळं हे सजीव वाचवणं हे आपलं कर्तव्य ठरतं, असं डॉ. रिचर्ड ॲरन्सन यांचं म्हणणं आहे. डॉ. ॲरन्सन हे अलबामातील डॉफीन आयलंड सी लॅबोरेटरी संशोधक आहेत.

या शास्त्रज्ञांनी अंटार्क्टिका खंडाचा अभ्यास केला. त्यावरून त्यांना, ऐककाळी म्हणजे हिमयुगात अंटार्क्टिका खंडातील वातावरण आजच्यापेक्षा कितीतरी जास्त थंड होतं असं आढळून आलं आहे. त्यामुळेच या भागातले भक्षक इथून टळले होते. जागतिक तापमानवाढीचा अभ्यास करणाऱ्या शास्त्रज्ञांच्या मते उत्तरध्रुवीय प्रदेशातील परिस्थितीही फारशी चांगली नाही. गेल्या तीस वर्षांत सुमारे दहा लाख चौरस किलोमीटर क्षेत्रफळ असलेल्या सागर आणि जमिनीच्या भागावरील बर्फ वितळून गेलं असून, त्यामुळं ध्रुवीय अस्वलांचा वावर प्रदेश मर्यादित झाला आहे, तर इ.स. २०५० पर्यंत १५ टक्के ते ३७ टक्के वनस्पती आणि प्राणी जाती जागतिक तापमान वाढीमुळे नष्ट होण्याची भीती आहे. यामुळेच जागतिक तापमानवाढ रोखण्यासाठी जगातील सर्व राष्ट्रांनी पुढे होऊन एकजुटीनं प्रयत्न करणं आवश्यक होऊन बसलं आहे. नाहीतर पृथ्वीवर आपल्यालाही जगणं अशक्य होऊन बसेल.

◆

पर्यटन आणि पर्यावरण

सध्या पर्यटनाच्या साहाय्याने अनेक राष्ट्रे आर्थिकदृष्ट्या महत्त्वाचे असे परकीय चलन मिळविण्याच्या प्रयत्नात असतात. या पर्यटनामुळे पर्यावरणाची हानी होते असेही बरेचदा निदर्शनास येते. त्यामुळे पर्यावरणवादी पर्यटन म्हटलं की नाक मुरडतात. पर्यावरणासंबंधित बरीच शास्त्रं ज्यांना नॅचरल सायन्सेस किंवा निसर्गशास्त्र असं म्हटलं जातं, त्यात आजकाल संगणकानं प्रवेश केलाय. असं असलं तरी या संगणकापेक्षाही या शास्त्रांमध्ये क्षेत्रपरीक्षणास फार महत्त्व असतं. उदाहरणच घ्यायचं तर भूशास्त्राचं घेता येईल. या भूशास्त्राची एक शाखा म्हणजे पुराजीवशास्त्र. या शास्त्राचा अभ्यास करायचा, त्यात संशोधन करायचं तर आधी उन्हातान्हात हिंडून, कधी वाळवंटात तर कधी जंगलामध्ये हिंडून पुराजीवावशेष किंवा जीवाश्म गोळा करावे लागतात, त्यांना यशही येतं. पुराजीवशास्त्राशिवाय इतरही अनेक शास्त्रं आहेत, त्यात घराबाहेर, शहराबाहेर जाऊन काम करावं लागतं. या सर्वच निसर्गशास्त्रात हौशी पर्यटकांनी, विशेषतः शास्त्रांची आवड असलेल्या पर्यटकांनी काही महत्त्वाचे शोध लावले आहेत. किंबहुना बरेचदा असं म्हणतात की विज्ञानाची झापडं लावून काम करणाऱ्या शास्त्रज्ञांचं बरेचदा एखाद्या महत्त्वाच्या पुराव्याकडं 'अति परिचयात्' दुर्लक्ष होतं; पण ते काहीतरी वेगळं आहे, हे हौशी संशोधकाची नजर बरोबर टिपते. शिवाय अशी एखादी गोष्ट बिनमहत्त्वाची असली तरी या हौशी व्यक्तीला त्याचं विशेष काही वाटत नाही, ती 'बरं' म्हणून नव्या उत्साहानं कामाला लागते. बनचुक्या संशोधकाप्रमाणं या व्यक्तीस स्वतःच्या प्रतिष्ठेस जपायचं नसतं. त्यामुळे बरेचदा क्षेत्र परीक्षणात हौशी संशोधकांची मदत मोलाची ठरते.

अमेरिकेत सुट्टीच्या काळात बऱ्याच अमेरिकन व्यक्ती पर्यटक म्हणून जगभर प्रवास करतात. १९८०-८५ पासून अमेरिकन विद्यापीठांनी आणि प्रयोगशाळांनी एक आगळावेगळा पर्यटन प्रयोग राबवायला सुरुवात केली. या प्रयोगाचं नाव आहे 'वैज्ञानिक पर्यटन'! एवीतेवी तुम्ही सुट्टीत निरुद्देश हिंडणार, त्याऐवजी सुट्टी सत्कारणी लावा. संशोधन मोहिमेत सहभागी व्हा. 'जॉईन रिसर्च व्हेकेशन अँड एन्जॉय सायन्स टुरिझम' अशा जाहिराती आजकाल अमेरिकन नियतकालिकांमध्ये

आढळतात. या जाहिरातींना चांगला प्रतिसादही मिळतो हे विशेष. पर्यावरणविषयक निरीक्षणं, जीवशास्त्र, भूशास्त्र यासारख्या क्षेत्रपरीक्षणाची आवश्यकता असणाऱ्या शास्त्रशाखांच्या संशोधनात हे तरुण-तरुणी स्वतःचे पैसे खर्च करून सामील होऊ लागले. यामुळं या संशोधन अनुदानातून वाचलेला पैसा खर्चिक उपकरणांसाठी वापरता येऊ लागला. या पर्यटनात भाग घेणाऱ्यांमध्ये केवळ तरुण-तरुणीच उतरले असे नाही तर किशोरांपासून निवृत्तीपर्यंत विज्ञानशाखेशी कधीही संबंध न आलेल्या व्यक्तीही या मोहिमेत स्वखर्चाने सामील होऊ लागल्या. सुरुवातीला या पर्यटन-सहली फक्त पुराजीवशास्त्राशी संबंधित असत. पुढं हळूहळू इतर शास्त्र शाखांनाही ही कल्पना मानवली. ब्राझीलमधील गोड्या पाण्यातील डॉल्फिनांचा अभ्यास, अलास्कातील हिमनद्यांची पाहणी, सागरतटाचं प्रदूषण,

फ्लोरिडायतील ॲलिगेटरांचा अभ्यास अशा विविध १४६ प्रकल्पांना या हौशी पर्यटकांचा हातभार लागला. हा आकडा 'अर्थवॉच' या पर्यावरणविषयक अभ्यास करणाऱ्या संस्थेच्या प्रकल्पांचा आहे. भूशास्त्र आणि पुरातनशास्त्रीय प्रकल्पांतर्गत पर्यटनाचा आकडाही जवळजवळ एवढाच आहे. या हौशी पर्यटकांची शास्त्रज्ञांना खूप मदत होते. याचं कारण शास्त्रज्ञ बरेचदा चाकोरीबद्ध विचार करतात. एखादा महत्त्वाचा शोधसुद्धा क्वचित प्रसंगी परंपरागत रूढ विचारांशी मिळताजुळता नसल्यामुळे मग बाजूस ठेवला जातो. सामान्य माणसांवर परंपरेचं दडपण नसतं. अनेक साहसी विचारांचा ती खुल्या दिलानं पाठपुरावा करतात. लोक हसतील याची त्यांना तमा नसते. त्यांची निरीक्षणं यामुळं पूर्वग्रहदूषित असत नाहीत.

टेक्सास विद्यापीठातले एक जीवशास्त्रज्ञ प्राध्यापक डेव्हिड ओवेन्स कोस्टारिकात ऑलिव्ह रिडली या सागरी कासवांचा अभ्यास करीत होते. ही कासवं कोस्टारिकाच्या किनाऱ्यावर अंडी घालायला येतात. या घटनेस 'ॲरिबाडा' असं स्थानिक लोकांनी नाव दिलं आहे. ॲरिबाडाच्या वेळेस या किनाऱ्यावर ऑलिव्ह रिडलींच्या लाटा विशिष्ट भागात येऊ लागतात. प्रत्येक लाटेत दोन ते अडीचशे कासवं असतात. या कासविणी इथं अंडी घालायला येतात. किनाऱ्यावर येऊन अंडी घालून सागरात परतायला त्यांना पंधरा ते वीस मिनिटांचा कालावधी लागतो.

या कासवांची एकूण संख्या किती? दरवेळी तीच कासवं इथं येतात की नवी कासवं इथं येतात? व अशा कासवविषयक प्रश्नांची उत्तरं डेव्हिड ओवेन्स शोधत होते. हे काम त्यांच्या अनुदानातून उपलब्ध होणारे दोन मदतनीस घेऊन करणं ओवेन्सच्या आवाक्याबाहेरचं होतं. या हौशी पर्यटकांची मदत मिळाल्यावर ओवेन्सचे मदतनीस घेऊन करणं ओवेन्सच्या आवाक्याबाहेरचं होतं. या हौशी पर्यटकांची मदत मिळाल्यावर ओवेन्सचे मदतनीसविषयक प्रश्न संपुष्टात आले. आपण काहीतरी

नवं, उपयुक्त असं वैज्ञानिक काम करतोय या भावनेनं काम करणारे हे स्वयंसेवक हौसेनं काम करीत होते. त्या कासवांची संख्या मोजणं, त्यांच्यावर खुणा करणं वगैरे गोष्टी सहज करता आल्या. दरवेळी नव्या लाटेत नव्या कासविणी येतात व प्रत्येकी ४० अंडी घालून परततात हे यामुळे त्यांच्या लक्षात आले. काही कासविणींना ॲल्युमिनियमचे नंबर अडकवण्यात आले, त्यामुळे पुढच्या मोसमात या कासविणीच इथं येतात हेही कळले.

'अर्थ आयलंड' या संस्थेनं ही सहल आयोजित केली होती. या प्रयोगात फर्ग्युसन कुटुंब सामील झालं. जाहिरात वाचून त्यांनी या सहलीचे पैसे भरले. गॅरी आणि ज्यूली फर्ग्युसन, त्यांचा मुलगा रायन आणि मुलगी मेगन हे चौघेजण कासवं मोजण्याच्या प्रकल्पात सहभागी झाले. 'एका चौपाटीवर पंधरा हजारांच्या जवळपास कासवं पाहणं हा एक अनोखा अनुभव होता. आपण या कासवांच्या संरक्षणास हातभार लावतोय ही भावनाही सुखद होती. इतके दिवस माणसांच्या गर्दीत जाऊन कचरा करणारे आम्ही, काहीतरी उपयोगी कार्य करीत होतो. शिवाय वीज नाही, पाणी नाही असे भाग जगात आहेत, याची जाणीवही आम्हाला प्रथमच झाली. आमच्या मुलांच्या आयुष्याला या अनुभवानं समर्पक वळण लागेल असं आम्हाला वाटतं' असं ज्यूली या अनुभवानंतर म्हणाली.

डायाने गॅब्रिएल आणि तिचे सहकारी मोंटानातल्या 'हेल क्रीक' इथं डायनोसॉरांचे जीवश्म शोधतात. इथे सापडलेल्या जीवाश्मांवरूनच मायकेल क्रिश्टननी 'ज्युरासिक पार्क' ही कादंबरी लिहिली. इथे डायनोसॉरांची खाणच आहे. त्याचे भरपूर जीवाश्म या भागात मिळतात. त्यामुळे शास्त्रज्ञांच्या माहितीत रोज नवनवी भर पडत असते. डायनोसॉर नाहीसे कसे झाले या वादावर इथल्या जीवाश्मांमुळे प्रकाश पडेल असं शास्त्रज्ञांना वाटतं. यामुळं मोंटानात अनेक पुराजीवशास्त्रज्ञ काम करीत आहेत. येथील जीवाश्मांचा शोध घेणं वाटतं तितकं सोपं मात्र नाही. या भागात डायनोसॉरांचे जीवाश्म सापडतात याचा सर्वप्रथम पत्ता लावणारे प्रख्यात पुराजीवशास्त्रज्ञ जॅक हॉर्नर यांनी डायन गॅब्रिएल आणि तिच्यासारख्या हौशी स्वयंसेवकांनी शक्यतो डायनोसॉरांचे पूर्ण सांगाडे बघायला सांगितलं. या स्वयंसेवकांनी अथक प्रयत्नानंतर असा एक सांगाडा शोधला आणि तो उकरून काढायला मदतही केली. हा शोध कसा लागला याची हकिगतही मनोरंजक आहे. इर्विन याला सर्वजण 'इर्व' म्हणत. हा पट्टीचा धूम्रपान करत असे. जिथं त्याचं धूम्रपान चालायचं तिथंच तो थोटकं टाकायचा. इतर स्वयंसेवक यामुळे नाराज व्हायचे. तेव्हा सिगारेट ओढायची असेल तर दूर जाऊन सिगारेट ओढावी, असं ठरलं. जिथं उकराउकरी चालली होती, तिथून 'इर्व' त्यामुळे दूर जाऊन बसत असे. असाच एकदा तो धूम्रपान करायला दूर बसला असताना त्याला जमिनीतून काहीतरी वर डोकावताना दिसलं. त्यानं बुटानं उकरलं

तेव्हा ते एक शिंग असावं, असं त्याच्या लक्षात आलं. त्यानं मग आरडाओरडा करून इतर स्वयंसेवकांना तिथं बोलावलं. मग सर्वांनी मिळून काळजीपूर्वक उत्खनन केलं, तेव्हा या शिंगाखाली त्यांना तीनशिंगी ट्रायसेरॅटॉप्स (याचा अर्थ तीन टेंगळं असलेला) नावाच्या प्राण्याचा अखंड सांगाडा मिळाला. हे उत्खनन 'म्युझियम ऑफ रॉकीज्' या संस्थेतर्फे चालू आहे. त्यांच्या जाहिरातीला प्रतिसाद देऊन हे स्वयंसेवी पर्यटक इथं हजर झाले होते. इतर अनेक क्षेत्रांतली अशी उदाहरणं देता येतील. आपल्याकडेही सुट्टीत भटकायची हौस वाढू लागली आहे. त्याचबरोबर नानाविध शास्त्रीय सर्वेक्षणंही चालू असतात. अनेक विद्यापीठांमध्ये भूशास्त्र, वनस्पतीशास्त्र, प्राणीशास्त्र आणि पर्यावरणविषयक शास्त्रासंबंधी संशोधन चालूच असतं. असे संशोधक आणि हे पर्यटक एकत्र आले तर पर्यटकांचं पर्यटनही होईल, त्यांना निरनिराळ्या विज्ञानशाखांची माहितीही होईल, पद्धतशीर क्षेत्रपरीक्षण कसं करावं हेही त्यांना कळेल. त्यामुळे हे हौशी भटके शिस्तीनं काम करायला शिकतील. ऐतिहासिक ठेव्यांवर नाव कोरण्याचा अशा लोकांचा छंद कमी होऊन त्यांचा संशोधनास हातभारही लागेल.

◆

गॅलापागोसचे राक्षसी कासव

गॅलापागोस बेटांवर चार्ल्स डार्विनने मुक्काम केला होता. इथले प्राणी बघून उत्क्रांतीच्या सिद्धान्ताबद्दलचे त्याचे विचार पक्के व्हायला मदत झाली. त्यामुळे या बेटांना प्रसिद्धी मिळाली हे खरं; पण त्यामुळेच यातल्या काही प्राण्यांचा निर्वंश व्हायची वेळ आली असं म्हटलं तर वावगं ठरणार नाही. अशा प्राण्यांत राक्षसी कासवाचाही समावेश होतो. या कासवाचं शास्त्रीय नाव 'टेस्टुडो एलिफांटोपस' असं आहे. कासवातला हत्ती म्हणावं असंच हे कासव दिसतं. त्याच्या कवचाचा व्यास ११० सें.मी. म्हणजे साडेतीन फुटांच्या आसपास असतो. पूर्ण वाढ झालेल्या कासवाचं कवचासह वजन २०० किलोग्रॅमच्या आसपास असू शकतं. त्याच्या पायावर हाडांचे खवले असतात. याच्या उपजातींमध्ये थोडाफार फरक असतो. एका जातीच्या कासवाची मान पाठीवरच्या ढालीतून पूर्णपणे बाहेर येते. यामुळे पुढचे पाय खोडावर टेकवून ते कासव वरच्या फांद्यांवरची पालवी खाऊ शकते. या उपजातीला खोगरपाठी (सॅडल बॅक) कासव असं म्हणतात.

गॅलापागोस बेटांवर प्यायचं पाणी मिळणं फार अवघड असतं. इथली हवा उष्ण असते. सागरकिनाऱ्यावरून ही कासवं मग या ज्वालामुखीजन्य बेटांच्या मध्यापर्यंत चालत जातात. इथं नैसर्गिक खळग्यातून साठलेल्या पाण्यात जलविहार करतात. तिथल्या वनस्पतींचा पाला खातात. त्यांचा हा प्रवास पिढ्यान्‌पिढ्या ठरलेल्या मार्गांनीच होतो. शतकानुशतके त्या विशिष्ट मार्गांवरूनच या कासवांची ये-जा चालत असल्यामुळं या कासवांच्या पायवाटा किंवा कासववाटा त्या अग्निज खडकांमध्ये कोरल्या गेल्या आहेत. त्याची ही वर्तणूक प्रतिक्षिप्त क्रियेप्रमाणे घडते. यामुळे या कासवांना कुठंही सोडलं आणि तो भूभाग व ते पर्यावरण कितीही वेगळं असलं तरी ठरावीक ऋतूत ती ठरावीक दिशेनं चालू लागतात आणि गॅलापागोसवर त्यांना जशी वळणं घ्यावी लागत होती तशीच वळणं घेत घेत ती चालतात. या प्राण्यांच्या अनेक उपजाती आहेत. त्यांची वैशिष्ट्यं खलाश्यांनी वेळोवेळी करून ठेवलेल्या नोंदीमुळे शास्त्रज्ञांना ठाऊक झाली; कारण या शास्त्रज्ञांचं आयुष्य त्या कासवांपेक्षा खूपच कमी असतं.

या कासवांच्या १५ ज्ञात उपजातींपैकी आता फक्त ११ जातींची कासवं शिल्लक आहेत. चार उपजातींची कासवं मानवी आक्रमणामुळं नाहीशी झाली आहेत. आणखी एक जात टेस्टुडो ॲबिंग्डोनी नष्ट झाल्याचं मानण्यात येत होतं; पण १९७२मध्ये या जातीची दोन कासवं सापडली. ही कासवं गॅलापागोस द्वीपसमूहातल्या बेटांवरच आढळतात. यातल्या पाच उपजाती आल्बर मार्ल या एकाच बेटावर सापडतात, तर जेम्स, इंडिफॅटिगेबल् डंकन, चॅटॅम आणि ॲबिंग्डन या बेटांवर प्रत्येकी एका जातीची कासवं सापडतात. ज्या जाती नाहीशा झाल्या त्या नार्बरो आणि जर्व्हीस बेटांवर आढळत असत.

अशा राक्षसी कासवांचा दुसरा एक समूह सेशेल्झ द्वीपसमूहात आढळतो. इतरत्र राक्षसी कासवं आढळत नाहीत. साधारणपणे मुख्य भूमीवर राहणारी कासवं ही बेटांवर राहणाऱ्या कासवांपेक्षा आकारानं लहान असतात. या नियमाला सेशेल्झ आणि गॅलापागोस बेटांवरची कासवं अपवाद मानण्यात येतात.

गॅलापागोस राक्षसी कासवं ज्वालामुखीय बेटांवर कोरड्या भागात आढळतात; पण या बेटांवर गोडं पाणी आणि वनस्पती असणं या कासवांच्या जगण्याच्या दृष्टीनं आवश्यक ठरतं. या बेटांवर काही जातीची एक-दोन कासवं आहेत म्हणून या जाती नष्ट झालेल्या नाहीत, असं आपण म्हणू शकतो. एकेकाळी हजारोंच्या संख्येनं आढळणारी ही कासवं नष्ट व्हायचं प्रमुख कारण म्हणजे या कासवांची माणसांकडून झालेली हत्या. गॅलापागोस या स्पॅनिश शब्दाचा अर्थ कासव असा आहे. पॅसिफिक सागरात भटकंती करणाऱ्या जहाजांच्या खलाश्यांनी गॅलापागोस बेटानं आपलं अन्न भांडार मानलं आणि जेव्हा गरज पडेल तेव्हा शोधून शोधून अन्न म्हणून या कासवांची हत्या केली. तसंच त्यांच्या पाठी श्रीमंतांना विकून पैसेही केले.

पुढं या बेटांवर माणसं राहावयास आली. त्यांच्याबरोबर आलेल्या शेळ्या, डुकरांनी या कासवांचं अन्न खाऊन त्यांची उपासमार केली, तर मांजरांनी अंडी खाल्ली.

१९५९पासून या कासवांना शासकीय संरक्षण मिळालं. आता त्यांच्या संख्येत हळूहळू वाढ होऊ लागली आहे.

◆

राऊल ड्युटॉईट : काळ्या गेंड्यांचा त्राता

मानवी लोकसंख्या विस्फोटाचा एक परिणाम म्हणजे जगातील अनेक प्राण्यांची कमी कमी होत जाणारी संख्या. ज्या प्रमाणात मानवी लोकसंख्या वाढत चालली आहे त्या प्रमाणात जंगलं आणि गवताळ प्रदेश कमी होत चालले आहेत. 'महापुरे झाडे जाती, तेथे लव्हाळे वाचती ।' हे वचन आपण ऐकून असतो. जंगल तोडीत किंवा गवताळ प्रदेश हटवून तिथं शेती करताना हेच घडतं. अन्नसाखळीच्या तळाच्या प्राण्यांच्या जाती कमी प्रमाणात नाहीशा होतात, त्याचप्रमाणे ज्यांच्या जगण्याच्या गरजा कमी वैशिष्ट्यपूर्ण असतात, असे प्राणी जगतात. तर मोठे प्राणी झटपट नाहीसे होतात; कारण त्यांच्या जगण्यासाठीच्या गरजा अधिक आणि त्यामुळं त्यांची वावर क्षेत्रंही मोठी असतात. अशा प्राण्यांचा मानवाशी संघर्ष होणं अटळ असतं. हत्ती, पाणघोडे आणि गेंडे या शाकाहारी प्राण्यांची भूक भागवणाऱ्या वनस्पती आणि गवत कमी झालं की, ते शेतीवर गुजराण करायचा प्रयत्न करू लागतात. यात हत्तींचे दाखवायचे दात पैसे मिळवून देतात म्हणून त्यांची चोरटी शिकार केली जाते.

गेंड्यांच्या नशिबाशी तर निसर्गानं एक अनोखा खेळ केला आहे. त्यांच्या नाकाडावर एक शिंगासारखा अवयव असतो. हे खरं शिंग नसतं, तर ते एकत्रित वाढलेले केस असतात. गेंड्याच्या दुर्दैवाने काही मानवी समाजांमध्ये हे शिंग कामोत्तेजक आणि पौरुषवर्धक असल्याचा जोरदार गैरसमज आहे. यामुळे गेंड्यांची फार मोठ्या प्रमाणावर हत्या होते. खरे तर गेंड्याला त्याच्या शिंगाचा तसा फारसा उपयोग नसतो. अशा या शिंगासाठी त्याची हत्या केली जाते. त्याला मारून, त्याचं शिंग कापून उरलेलं शरीर तरसं, गिधाडादी प्रेतभक्षींची भूक भागवण्यासाठी सोडून दिलं जातं. याचं कारण माणसं गेंड्याचं मांस खात नाहीत.

तशीही गेंड्यांची नाहीशा होणाऱ्या प्राण्यात गणना केली जाते. गेंड्यांमध्ये काळे गेंडे हे तर आणखी दुर्मिळ प्राणी आहेत. काळे गेंडे अधिक दुर्मिळ आणि विशिष्ट भूभागातच सापडत असल्यामुळे त्यांचा निर्वंश होणं तर अटळ मानलं जात होतं; कारण त्यांना एक त्राता मिळाला. त्याचं नाव राऊल ड्युटटॉईट. त्यानं काळ्या गेंड्यांचा निर्वंश होऊ न देता त्यांचं रक्षण करण्याची योजना राबवली आणि

ती यशस्वी केली.

झिंबाब्वेमधील काळ्या गेंड्यांची संख्या वाढवणे आणि यांना सुरक्षा पुरवणे, ही फार मोठी कामगिरी त्यानं बजावली. ड्युटॉईटनं इ.स. २००९ मध्ये लोव्हेल ऱ्हिनो ट्रस्टची स्थापना केली. त्यानं झिबाब्वेमध्ये फिरून जिथं गेंडे वाढू शकतील आणि त्यांची भरभराट होईल, अशा गवताळ प्रदेशांचा शोध घेतला. तिथं आरक्षित गेंडा वनांची स्थापना केली. आता राऊल आंतरराष्ट्रीय गेंडा संस्थेच्या आफ्रिकी विभगाचा प्रमुख आहे. हे पद त्याला मिळालं याचं कारण आज झिंबाब्वेमधील कार्य. झिंबाब्वेतील काळे गेंडे हे त्यानं प्रस्थापित केलेल्या संरक्षित वनात वावरतात. त्याच्या या प्रयत्नात खासगी जमीन मालकांचाही सहभाग मिळविण्यात तो यशस्वी झाला आहे.

१९८० नंतरच्या दशकामध्ये चोरट्या शिकाऱ्यांनी झिंबाब्वेतील गेंडे जवळजवळ संपवत आणले होते. त्यातच १९९० नंतर झिंबाब्वेमध्ये राजकीय अस्थैर्य निर्माण झालं. तेव्हा वन्यप्राणी संरक्षणाकरिता खासगी मळेवाले पुढं सरसावले. त्यामुळं गेंड्यांच्या प्रजननाला संरक्षण मिळून हळूहळू त्यांची संख्या वाढू लागली. जन्मानं झिंबाब्वेयन असलेल्या ड्यूटॉईटनं या प्रकल्पात फार महत्त्वाची भूमिका बजावली होती. राजकारणी उलथापालथीला न जुमानता त्यानं त्याची गेंडेसंवर्धन आणि संरक्षण प्रयत्नांची धडपड चालूच ठेवली.

अनेक नागरिकांनी इ.स. २००० नंतर झिंबाब्वे सोडून जिवाच्या भीतीनं पळ काढला. त्या काळात गेंड्यांचं संरक्षण करू शकतील असे फार थोडे तज्ज्ञ झिंबाब्वेत उरले. त्यांचं नेतृत्व ड्यूटॉईटनं केलं. हा काळ खूपच कठीण होता. जीवनावश्यक वस्तूही दुर्मिळ बनत चालल्या होत्या. झिंबाब्वेवर आर्थिक बहिष्कार टाकण्यात आला होता. झिंबाब्वेच्या चलनाची किंमत कवडीमोल झाली होती. त्यामुळंही नागरिक झपाट्यानं देश सोडून गायब होत होते. अशा वेळी वन्यप्राणी संरक्षणासाठी आर्थिक मदत मिळणं अशक्यच होतं. तरीही ड्युटॉईटनी त्यांचे प्रयत्न थांबवले नव्हते.

इ.स. २००० मध्ये मुगांबे शासनानं कायद्यात बदल केला. त्यामुळं वन्यजीव संरक्षणाच्या तोपर्यंतच्या सर्व प्रयत्नांवर पाणी पडणार हे स्पष्ट झालं. जर स्थानिक शेतकऱ्यांना पारंपरिक तोडा, जाळा आणि शेती करा, ही पद्धत वापरायची असेल तर ते आरक्षित वनातही याच पद्धतीनं शेती करतील. त्यांना अडविणाऱ्यांना गुन्हेगार समजलं जाईल, असं हा नवा कायदा बजावत होता. ह्या कायदे बदलामुळं गेंड्यांसह अनेक नष्टप्राय प्राण्यांचं अस्तित्वच धोक्यात आलं होतं. आधीच्या दहा वर्षांतील वन्यजीवांच्या संरक्षण प्रयत्नांना या निर्णयामुळे मातीत घातलं होतं.

ड्युटॉईटनं तरीही धीर सोडला नाही. आफ्रिकेत बहुसंख्येनं आलेल्या चिनी

नागरिकांच्या हव्यासापुढंही त्यानं हात टेकले नाहीत. त्यानं झिंबाब्वेतील स्थानिक नागरिकांना निसर्ग सरंक्षणाचं शिक्षण द्यायला सुरुवात केली. गेंडे मारून त्यांची शिंगं विकण्याऐवजी गेंडे सुरक्षित ठेवणं आणि पर्यटकांकडून पैसे मिळवणं जास्त किफायतशीर आहे, हे त्यानं ह्या स्थानिकांना पटवून दिलं. त्यामुळं लोव्हेल्ड परिसरातील गेंडे मोठ्या प्रमाणावर वाचू शकले. त्याच्या ह्या कार्याबद्दल इ.स. २०११मध्ये त्याला गोल्डमन पुरस्कारानं सन्मानित करण्यात आलं.

◆

ॲलन तुवेड : प्राचीन औषधींच्या शोधात

प्राचीन काळातील प्रत्येक संस्कृतीला तिची स्वतःची अशी एक वैद्यकीय परंपरा होती. काही संस्कृतींनी ते पारंपरिक ज्ञान घालवलं. उदाहरण घ्यायचं तर इजिप्तचे सैनिक लढाईवर जाताना जिथं मुक्काम असेल तिथल्या पाणवठ्याजवळ त्यांच्या शिळ्या रोट्या टाकून ठेवत असत. त्यावर बुरशी चढे. लढाईत जखमी झालेल्या सैनिकांच्या जखमांवर ती बुरशी येईल अशा पद्धतीनं ती रोटी बांधली जात असे. हे कच्च्या स्वरूपातील पेनिसिलीन त्याचं काम चोख बजावत असे. पुढं रोमनं इजिप्त जिंकलं आणि हा खेडवळांचा औषधोपचार हळूहळू मागं पडला. नंतर ही परंपरा काफरांची असल्यानं सातव्या शतकानंतर नष्ट झाली. पुढं या किंवा अशाच बुरशीपासून अलेक्झांडर फ्लेमिंग यांनी पेनिसिलीन बनवलं.

ॲलेन तुवेड हा विज्ञानेतिहास तज्ज्ञ आहे. अमेरिकेच्या नॅशनल म्युझियम ऑफ नॅचरल हिस्टरीमध्ये ॲलेन वनस्पतीशास्त्र विभागात कार्यरत आहे. त्यानं आयुष्यभर प्राचीन ज्ञानाचा हरवलेला खजिना उघडकीस आणण्याचे प्रयत्न केले आहेत. त्यासाठी हा गृहस्थ त्याच्या ५७ वर्षांच्या आयुष्यात बारा भाषा शिकला. त्याचा जन्म १९५५ सालचा. त्यातही प्राचीन ग्रीक आणि लॅटिन भाषांचा त्यानं कसून अभ्यास केला. तो पायाला भिंगरी बांधल्यासारखा प्राचीन हस्तलिखिते गोळा करीत जगभर हिंडत असतो. प्राचीन चिनी, भारतीय, ग्रीक, लॅटिन आणि इजिप्ती भाषांमध्ये अनेक औषधी वनस्पतींची सचित्र माहिती आढळते. याशिवाय अनेक आदिवासी जमातींकडे औषधी वनस्पतींची मौखिक पंरपरेनं गोळा केलेली आणि सांभाळून ठेवलेलीही माहिती असते.

इ.स. २००२ मध्ये ॲलन तुवेडच्या वाचनात एक लेख आला. त्याआधी काही वर्षांपूर्वी टस्कनीच्या किनाऱ्याजवळ सागरतळी एका जहाजाचे अवशेष सापडले होते. हे जहाज सुमारे दोन हजार वर्षांपूर्वी बुडाले होते. जहाज बुडाल्याची घटना इसवी सनपूर्व १० ते इसवी सन १० ह्या वीस वर्षांत कधीतरी घडली असावी, असा शास्त्रीय अंदाज होता. या जहाजातल्या ज्या वस्तू सागराबाहेर काढण्यात आल्या त्यामध्ये त्या काळातील अनेक वैद्यकीय साधने होती. तांब्याची

तुंबडी म्हणजे रक्त खेचून घेण्याचं साधन, शस्त्रक्रियेसाठी वापरण्यात येणारी आकडी, संगमरवरी खलबत्ता, औषधं ठेवलेल्या बरण्या आणि पत्र्याचे काही डबे असा वैद्यकीय खजिना होता. अत्यंत आश्चर्यकारक गोष्ट म्हणजे त्या डब्यांमध्ये औषधी गोळ्या होत्या. या गोळ्यांना कसलाही धोका पोहोचलेला नव्हता. त्या कोरड्या ठणठणीत होत्या. त्यांचा रंगही होता तसाच होता. या फिकट हिरव्या गोळ्या मिळवायला हव्यातच असा निश्चय ॲलेननं केला.

ॲलेन तुवेडला त्या गोळ्या मिळवायचा ध्यास लागला याचं कारण प्राचीन औषधीचा तो एकमेव उपलब्ध नमुना होता. त्यानं मग इटलीच्या पुरातत्त्व खात्याशी बोलणी सुरू केली. ही बोलणी दीड वर्षाहून थोडा अधिक काळ चालली होती. अखेरीस तुवेडला त्या गोळ्यांपैकी दोन गोळ्या मिळाल्या. त्या गोळ्या मिळाल्यानंतर त्यानं रॉबर्ट फ्लीशर या अनुवंश शास्त्रज्ञाला मदतीची विनंती केली. रॉबर्ट स्मिथ्सोनियन संग्रहालयात कामाला होता. वस्तू परीक्षण काँझर्वेशन आणि उत्क्रांतिजन्य अनुवंश शास्त्रज्ञ म्हणून तो प्रसिद्ध होताच; पण स्मिथ्सोनियनमधल्या अनुवंशशास्त्र विभागाचा प्रमुखही होता. तुवेडनं त्या गोळ्यांमध्ये वनस्पतीच्या घटकांमध्ये डीएनए रेणू सुस्थितीत शिल्लक असतील असं त्याला वाटत नव्हतं. ॲलेनच्या आग्रहाला बळी पडून त्यानं त्या गोळ्या तपासायला अखेर संमती दर्शवली.

रॉबर्टनं त्या गोळ्यांची जेव्हा तपासणी केली तेव्हा त्याच्या आशा पल्लवीत झाल्या. त्या गोळ्यांमध्ये वनस्पतींचे तंतू आणि काही तुकडे आहेत, हे त्याच्या लक्षात आलं. इ.स. २००४ ते २०११ या सात वर्षांच्या काळात या गोळ्यांमधील वनस्पतींच्या अवशेषांमधील डीएनए रेणू वेगळे करण्यात रॉबर्टला यश आलं. या डीएनए रेणूंची त्यानं जीन पेढीत संग्रह केलेल्या वनस्पतींच्या जीनमधील डीएनए रेणूंशी तुलना केली. अमेरिकेतील राष्ट्रीय आरोग्य संस्थेनं शक्य तेवढ्या वनस्पतींच्या बियांचा आणि जीनचा संग्रह केलेला आहे. या तुलनेनंतर त्याला या गोळ्या तयार करताना कुठल्या वनस्पतींचा वापर करण्यात आला होता, ते सांगणं शक्य झालं. या औषधी गोळ्यांमध्ये गाजर, पार्सली, अल्फाल्फा, सेलरी, रानकांदा, मुळा, जास्वंद आणि सूर्यफूल हे घटक होते. यातील सूर्यफूल त्या गोळ्यांमध्ये कसं आलं हा प्रश्न आहे. बहुतेक त्या गोळ्या हाताळताना अलीकडच्या काळात ती भेसळ झालेली असावी, असं रॉबर्टला वाटतं. याचं कारण सूर्यफूल मध्य अमेरिकेतून युरोपात आणि उतरत्र गेलं. हे सर्व घटक चिनी मातीत मिसळून मग या गोळ्या तयार करण्यात आल्या होत्या, असंही रॉबर्टच्या परीक्षणातून दिसून आलं.

रॉबर्टच्या निष्कर्षांचा वापर करून मग तुवेडनं ग्रीसमधील प्राचीन वैद्यकीय ग्रंथातील वनस्पतींची माहिती या निष्कर्षांशी जुळते का हे पाहायला सुरुवात केली. पाश्चात्त्य वैद्यकाचा जनक हिप्पोक्रॅटिस याचे ग्रंथ त्यानं प्रथम अभ्यासासाठी निवडले.

या गोळ्यातील घटक ज्या औषधात वापरले जात असत, ती पोटाच्या तक्रारीसाठी वापरली जाणारी औषधे होती, हे त्याच्या लक्षात आले. पूर्वी खलाश्यांमध्ये पोटाच्या तक्रारी मोठ्या प्रमाणात आढळत असत.

हा उद्योग तुवेडनी का केला? आजकाल बऱ्याच औषधी वनस्पती दुर्मिळ होऊ लागल्या आहेत. पूर्वीच्या औषधांच्या ऐवजी नवनवी रासायनिक औषधं बाजारात येऊ लागली आहेत. त्यांचे परिणाम जरी उपयुक्त असले तरी दुष्परिणामही तितकेच त्रासदायक ठरतात. आपल्या पूर्वजांनी नैसर्गिक ठेव्याचा औषधी उपयोग केला. तो ठेवा गमावण्याऐवजी जतन करायला हवा. त्या औषधी वनस्पती शोधून त्यांना वाचवायला हवं. त्यासाठी काही संरक्षित वनं निर्माण करायला हवीत असं तुवेडना वाटतं. निसर्गसंरक्षण तसंच संवर्धन हे आपल्या दृष्टीनं फायद्याचं आहे, हे लक्षात आलं की आपोआपच लोक तिकडे वळतील, असंही तुवेड म्हणतात. आपल्याकडेही असे प्रयत्न होतील, अशी आशा आहे.

◆

हिमनदी अभ्यासक – व्हिक्टर झोगोरोडनोव्ह

इ.स. १९८० मधली गोष्ट. सोव्हिएट रशियातील काही शास्त्रज्ञ स्व्हालबार्ड बेटावरील हिमथरांचा अभ्यास करीत होते. त्यासाठी तिथे जे हिमथर तयार झाले होते त्यात कूपनलिकांच्या साहाय्यानं हा शास्त्रज्ञांचा चमू हिमक्रोड काढीत होता. हे स्व्हालबार्ड बेट नॉर्वेच्या उत्तरध्रुवीय वर्तुळातल्या प्रदेशात आहे. उत्तरध्रुवीय सागरातल्या या बेटावरचे हे क्रोड जेव्हा बाहेर काढण्यात आले तेव्हा आपण व्हायकिंग अस्तित्वात होते त्या काळातल्या बर्फाकडं बघतोय हे व्हिक्टरच्या लक्षात आलं. त्या क्षणी त्यानं उरलेलं सर्व आयुष्य हिमनद्या आणि हिमक्रोडांचा अभ्यास करण्यात घालवायचं असा निश्चिय केला.

युरोपच्या इतिहासात या व्हायकिंग जमातीला फार महत्त्व आहे. युरोपमधील तमोयुगात हे व्हायकिंग दक्षिणेकडच्या प्रदेशात म्हणजे डेन्मार्क, नेदर्लंड्स, इंग्लंड, बेल्जियम, फ्रान्सपर्यंत त्यांची जहाजं घेऊन जात. किनाऱ्यावरील प्रदेशात लुटालूट करीत आणि परत येत. यामुळे युरोपभर त्यांची वांशिक भेसळ झाली. तांबडे कसे, गर्द निळे डोळे आणि अतिशय गोरेपण हे नॉर्स गुण आता युरोपभर आढळतात. ते इतर गुणधर्मांत मधूनच डोकं वर काढतात. व्हिक्टरनं भूशास्त्रात संशोधन करून डॉक्टरेट मिळवली. त्याच्या संशोधनाचा विषय 'प्राचीन हवामान बदल' जाणून घेण्यासंबंधित होता. हिमक्रोडांचा अभ्यास करूनही माहिती कशी मिळवायची, या विषयातील तज्ज्ञ म्हणून तो आता जगभर ज्ञात आहे. व्हिटरची मूळ पदवी विद्युत अभियांत्रिकीमधली होती. त्याचा फायदा त्याच्या या नव्या संशोधनाला झाला. हिमक्रोड सुरक्षित बाहेर काढण्यासाठी त्याने नवनवी साधने या ज्ञानाचा वापर करून तयार केली. त्याचं भूशास्त्रीय ज्ञान आणि नवी साधने बनविण्यातील वाकबगारी यामुळे त्याला अमेरिकी पोलर (ध्रुवीय) आइसकोअरिंग (हिमक्रोड अभ्यास) संस्थेत अलास्कामध्ये नोकरी मिळाली. ध्रुवीय हिमस्तरांचा अभ्यास करणाऱ्या तरुण शास्त्रज्ञांमध्ये त्याचं नाव गाजलं. इ.स. १९९५ मध्ये ओहायो राज्यविद्यापीठातले ख्यातनाम हिमअभ्यासक लोनी थॉम्सन यांनी व्हिक्टरला बोलावून घेतलं. या विद्यापीठाच्या कोलंबस इथल्या बर्ड पोलर रिसर्च सेंटरमध्ये संशोधन सहायक

म्हणून आता ते काम करू लागले. गेली वीस वर्षं (म्हणजे १९९५ ते २०१५) ते याच संस्थेत कार्यरत आहेत. २०१५मध्ये ते ६५ वर्षांचे झाले. तरीही अत्यंत उत्साहाने ते जिथे जिथे हिमनद्या आणि हिमस्तर आहेत त्या ठिकाणी जायला ते उत्सुक असतात.

व्हिक्टर ज्या क्षेत्रात ते काम करतात, त्या क्षेत्रात नोकरी मिळणं, हे तसं अवघडच. यामुळेच थॉम्सनकडे काम करण्याची संधी मिळणं हे स्वप्नवत् होतं. या मिळालेल्या संधीचं व्हिक्टरनं सोनं केलं. थॉम्सन हे या क्षेत्रातील जिवंत दंतकथा (लिव्हिंग लीजंड) होते. १९७० च्या दशकात इतर हवामान शास्त्रज्ञांनी ज्या गोष्टीला ती अशक्य आहे, असं म्हटलं होतं ती गोष्ट त्यांनी करून दाखवली होती. त्या वेळी या संशोधनासाठी फारसा पैसा उपलब्ध नसे. तरीही जो पैसा उपलब्ध होता तेवढ्या अत्यल्प रकमेत पेरूतील क्वेलकाया हिमटोपावर ते पोहोचले. हा हिमटोप पाच हजार सातशे मीटर उंचीवर आहे. सागर सपाटीपासून तितक्या उंचीवर पोहोचल्यावर त्यांनी समोरच्या हिमकड्यांचं दृश्य त्यांच्या कॅमेऱ्यात टिपलं होतं. त्या कड्याच्या या दृश्याला अगदी सहजपणे दरवर्षीचा हिमथर वेगळा आणि स्पष्टपणे दिसत होता. ही छायाचित्रे बघितल्यानंतर त्यांना जी वाढीव आर्थिक मदत मिळाली तिचा फायदा घेऊन एका तज्ज्ञांच्या मोठ्या तुकडीसह थॉम्सन अँडीजच्या त्या शिखरावर परतले. यावेळी त्यांच्याकडे हिमक्रोड काढणारी यंत्रणा होती. या हिमक्रोडांच्या अभ्यासातून दक्षिण अमेरिकी भूखंडाच्या हवामानविषयक गेल्या पंधरा वर्षांच्या इतिहासावर प्रकाश पडला होता.

थॉम्पसनना व्हिक्टर झोगोरोड्नोव्हची मदत घ्यावीशी वाटली याला तसंच कारण होतं. पोलर आइस कोअरिंग संस्थेला ध्रुवीय प्रदेशाच्या अभ्यासात अधिक रस होता. त्यामुळे त्या संस्थेची हिमक्रोड काढण्याची यंत्रणा बरीच अवजड होती. ही यंत्रणा मोठ्या लष्करी विमानातून ध्रुवीय प्रदेशात नेली जाते. थॉम्पसन पर्वत शिखरांवरील बर्फाच्या थरांचा अभ्यास करीत असत. तिथे ही अवजड यंत्रसामुग्री नेता येत नव्हती. थॉम्पसन यांच्या अभ्यासकार्यासाठी सुटसुटीत, छोटी, खेचरांवर किंवा माणसांच्या साहाय्यानं पर्वतराजीत कुठेही नेता येईल अशा यंत्रणेची गरज होती. याचं कारण थॉम्पसन यांचं कार्य सात हजार मीटरहून अधिक उंचीवर केलं जात होतं. इथं जर त्या यंत्रणेत काही बिघाड झाला, तर ती तिथल्या तिथे दुरुस्त करता आली तर दुधात साखर; कारण त्या उंचीवर दुरुस्ती पथक पोहोचेपर्यंत हात हलवत बसणंही योग्य ठरत नसे. बरं खाली उतरून परत पर्वत चढणं हे खर्चिक तर होतंच; पण धोकादायकही होतं. त्यामुळं पर्वतशिखरांवर विंधन करताना सर्व मोहीम ही सदस्यांनीच सर्व प्रश्न हाताळून त्यांची उत्तरं शोधावी अशा स्वरूपाची असणं महत्त्वाचं ठरत होतं. यामुळं थॉम्प्सनच्या संघातील पहिला विंधनतज्ज्ञ

दुसऱ्या विद्यापीठात गेला तेव्हा थॉम्प्सननी झागोरोड्नोव्हाला बोलावून घेतलं.

कुठल्याही अडचणीचा तसंच अंगावर पडलेल्या कामाचा अभ्यास करायचा. त्या समस्येच्या मुळाशी जायचं आणि समस्येचं उत्तर शोधायचं ही व्हिक्टरची पद्धत तोपर्यंत त्याच्या क्षेत्रात सर्वांना ठाऊक झाली होती. तो स्वत: उत्कृष्ट यंत्रज्ञ होताच; पण अंतःस्फूर्तीनं निर्णय घेऊन तो धडाक्यानं समस्या सोडविण्याबाबत प्रसिद्ध होता. पदार्थ विज्ञान आणि गणिताचा त्याचा अभ्यास दांडगा होता. सुरुवातीच्या काळात थॉम्पसन सौर ऊर्जेवर चालणारं उष्मा विंधन (थर्मल ड्रिल) तंत्र वापरीत असत. या तंत्रात विंधन करताना बर्फ वितळवलं जातं. यासाठी प्रकाशविद्युत निर्मितीसाठी वापरले जाणारे पंख खूप अवजड होतेच; पण खूप महागडेही होते. त्यापेक्षा डिझेल यंत्रणा सुटसुटीत, सोपी आणि स्वस्त होती. सौरपंख काळजीपूर्वक हाताळावे लागत. डिझेल जनित्र तसं नाजूक नसतं. गाढव किंवा खेचराच्या पाठीवरून धक्के खात ते कुठेही नेलं तरी त्याचं काम बदं पडत नाही. मुख्य म्हणजे छोट्या छोट्या जनित्रांची शृंखला वापरून हवी तेवढी वीज निर्माण करता येऊ शकते.

दहा हजार फुटांपेक्षा वर (सुमारे ३२०० मीटर) जास्त उंचीवर वजन आणि यंत्र वापरण्यामधील सुलभपणा, हे दोन घटक फार महत्त्वाचे ठरतात. हिमराशीत विंधन करून क्रोड काढणे हे वरकरणी अगदीच सोपे वाटते; पण ते वाटते तितके सोपे नाही, हे या क्षेत्रातील तज्ज्ञांना ठाऊक असते. औष्णिक विंधनात हा अनुभव येतो.या विंधनातील हिमस्तर वितळणारे टोक जसजसे खोलवर जाऊ लागते तसतसे त्या हिमाचे झालेले पाणी सतत गोठत जाते. ते तसे गोठून त्याचा विंधनाला अडथळा होऊ नये, त्यासाठी प्रतिगोठके (अँटिफ्रीझ) या प्रकारची रसायने वापरावी लागतात. नाहीतर वितळलेलं पाणी पुन्हा त्याच ठिकाणी गोठून पुढच्या प्रगतीत अडथळा होतो. हिमस्तरात पूर्णपणे उभे विंधन करणेही अवघड जाते. मुख्य म्हणजे विंधनशीर्ष (ड्रिल हेड) खोल जात असताना मागे बर्फ गोठून विंधनछिद्र बुजवण्यामुळे खूप नुकसान होऊ शकते.

ध्रुवीय प्रदेशांमध्ये अशी महागडी विंधनशिर्षे अडकून पडल्यामुळे त्या मोहिमांचं कार्य थंडावल्याची उदाहरणं आहेत. इ.स. २००३ मध्ये ग्रीनलंडच्या हिमटोपात विंधन करीत असताना तिथल्या ठिसूळ बर्फात त्यांना वर सांगितलेल्या अडचणींना तोंड द्यावं लागलं. व्हिक्टरला त्या ठिकाणी बोलावण्यात आलं तेव्हा व्हिक्टरनं त्या विंधन छिद्रात अिथेनॉल ओतायची युक्ती योजली. त्यामुळे पाणी गोठत नाही. एरवी या कामासाठी फ्रिऑन वापरतात; पण फ्रिऑनमुळे पृथ्वीच्या ओझोनच्या आवरणास हानी पोहोचते. त्यामुळे व्हिक्टर बरीच वर्षे इथेनॉलच्या वापराचा पुरस्कार करीत आला आहे.

व्हिक्टरने ज्या मोहिमेला मदत केली ती डॅनिश शास्त्रज्ञांची होती. तिचं नेतृत्व विलि डान्सगार्ड करीत होते. डान्सगार्ड हे हिमक्रोडांचे आघाडीचे अभ्यासक म्हणून प्रसिद्ध आहेत. त्यांना १९७५ च्या सुमारास पर्वतराजींमधील हिमक्रोड मिळवता येणं शक्य नाही, असं सांगितलं होतं. थॉम्पसनना तर ध्रुवीय हिमसाठ्यात जसे हवामान बदलाचे पुरावे सापडतात, तसेच ते पर्वतराजीतील हिमसाठ्यात नोंदवले जातात का ते पाहायचं होतं. या त्यांच्या प्रयत्नात त्यांना डान्सगार्डच्या म्हणण्यात तथ्य नाही, हे सिद्ध करता आलंच; पण त्याचबरोबर इ.स. ५०० पासून पंधराशे वर्षांचे एल निनो आणि ला निना यांचे पुरावेही मिळाले, त्याचबरोबर जागतिक हवामान बदलातील हेलकाव्यांबद्दलही त्यांना बरीच माहिती मिळाली आहे. या त्यांच्या प्रयत्नांची आघाडी सांभाळण्याचं काम व्हिक्टर झागारोड्नोव्ह करतो. त्यामुळेच थॉम्पसन त्यांच्या कार्यातील व्हिक्टरच्या योगदानाबद्दल नेहमीच आदरपूर्वक बोलतात.

* * *

लेखातील काही शब्दांसाठीचे इंग्रजी प्रतिशब्द
क्रोड – कोअर, विंधन – ड्रिलिंग,
हिमटोप – आइस कॅप, कूपनलिका – बोअर वेल

◆

द लास्ट पांडा

जॉर्ज शालर यांनी आपलं आयुष्य आकाराने मोठ्या पण संख्येने छोट्या सस्तन प्राण्यांचा अभ्यास करण्यात खर्च केले आहे. त्यांच्या या अभ्यासाची सुरुवात पर्वती गोरिलांच्या अभ्यासापासून झाली. त्यांचे 'द इअर ऑफ द गोरिला' हे या अभ्यासातून निर्माण झालेले पुस्तक खूप गाजले. त्यानंतर शालरनी वाघ, सिंह, हिमबिबळ्या, ओरांग उटांग यांसारख्या प्राण्यांचा अभ्यास केला. १९८० मध्ये शालर दक्षिण अमेरिकेमधील जाग्वारांचा अभ्यास करायला गेले. दक्षिण अमेरिकेत असतानाच त्यांना चीनमध्ये प्रवेश करायची परवानगी मिळाल्याची बातमी आली. 'वर्ल्ड वाईड फंड फॉर नेचर' या संस्थेच्या वतीने 'राक्षसी किंवा बृहत् पांडा' या प्राण्याचा अभ्यास करण्यासाठी ही परवानगी देण्यात आली होती.

पांडा हा प्राणी 'सर्वानाम प्रिय:' असा आहे. 'वर्ल्ड वाईड फंड फॉर नेचर'चे बोधचिन्ह म्हणून पांडाची निवड करण्यामागे त्याच्या लोकप्रियतेचा भाग होताच. पांडा लोकांना का आवडतो याचा मानसशास्त्रीय अभ्यासही झालेला आहे. कोआला या ऑस्ट्रेलियन प्राण्याबरोबरीने तो सर्वात आवडत्या प्राण्यांच्या स्पर्धेत पहिला नंबर टिकवून आहे. लोकांना आवडणाऱ्या या प्राण्याला मात्र मनुष्यप्राणी फारसा आवडत नसावा. प्राणीसंग्रहालयातल्या सेवकांना होणाऱ्या इजा करण्यात पहिला नंबर हत्तीचा तर दुसरा नंबर पांडाचा असतो. ही माहिती शालर प्रस्तावनेतच देतात.

१९८० साली चीनमध्ये म्हणजेच प्राणीसंग्रहालयाबाहेर नैसर्गिक अवस्थेत फक्त अकराशे पांडा शिल्लक होते. तोपर्यंत कुठल्याही पाश्चात्त्य प्राणीशास्त्रज्ञाने किंवा निसर्गशास्त्राज्ञाने पांडा हा प्राणी संग्रहालयाबाहेर बघितलेला नव्हता, त्यामुळे मिळालेल्या या संधीचा पुरेपूर फायदा घ्यायचा असे शालर आणि त्यांच्या सहाकाऱ्यांनी ठरवले. त्यांनी चार वर्षे पांडाचा अभ्यास केला. त्या अभ्यासाचा तांत्रिक अहवाल लिहून झाल्यावर सामान्यजनांसाठी म्हणून १९९३ मध्ये शालरनी 'लास्ट पांडा' लिहून प्रसिद्ध केले.

पांडा जरी खूप लोकप्रिय असला तरी तो वाघ, सिंह, गोरिलासारख्या

चळवळ्या प्राणी नाही. त्याच्या आयुष्यात आणि दिनक्रमात खळबळजनक असे फारसे काही घडत नाही. त्यामुळे पांडांच्या अभ्यासकांना तो कंटाळवाणा प्राणी वाटतो. पांडाचा दिनक्रम म्हणजे बांबू खाणे, झोपणे आणि त्याज्य पदार्थांचे उत्सर्जन करणे. हा पांडाचा दिनक्रम माहीत व्हायला चार वर्षे घालवावी लागली. याचे कारण पांडा नैसर्गिक वातावरणात माणसाच्या दृष्टीस पडणे कठीण जाते.

पांडा दृष्टीस पडल्यावर त्याचा पाठलाग करून त्याला पकडायचे, मग त्याच्या गळ्यात रेडिओ प्रक्षेपक बांधायचा आणि पांडाला परत निसर्गात सोडायचा यातच सुरुवातीचे काही महिने शालर आणि त्यांच्या सहकाऱ्यांना घालवावे लागले. पहिल्या पांडाचं दर्शन व्हायलाच मुळी दोन महिने जावे लागले. मग पांडा धरून रेडिओ प्रक्षेपक त्याच्या गळ्यात बांधायचा यात आणखी काही काळ गेला. त्यामुळे पांडांवर लक्ष ठेवणे सोपे जाऊ लागले. मात्र पांडाच्या प्रत्यक्ष हालचाली त्यांना फारच कमी वेळा पाहावयास मिळाल्या.

पांडाचा अभ्यास असा कंटाळवाणा आणि काहीसा कष्टप्रद आहे. जॉर्ज शालर यांच्या लेखणीत मात्र एक ताजेपणा आणि टवटवी आहे. त्यामुळे शालरना 'द लास्ट पांडा' मध्ये जान भरता आली आहे. बोलाँग रिझर्व या पांडांसाठी निर्माण केलेल्या संरक्षित शास्त्रज्ञासमोर उभ्या राहणाऱ्या अडचणी आणि त्यावर मात करण्याची त्या शास्त्रज्ञाची जिद्द या पुस्तकामधून उघड होते.

बर्फकड्यावरून चालत रात्रीच्या वेळी तीन पांडांवर लक्ष ठेवणे, दर पंधरा दिवसांनी त्यांचा मागोवा घेणे म्हणजे काय आणि शालर हे किती जिद्दीचे आणि त्यांच्या अभ्यास विषयाशी तादात्म्य पावलेले आहेत हे स्पष्ट होते. त्याचबरोबर निसर्गविषयक अभ्यास फार मनोरंजक आणि गमतीचा उद्योग आहे अशी कल्पना असणाऱ्यांचा शालरचे कष्ट बघून नक्कीच भ्रमनिरास होईल. बांबूचे पांडाने खाऊन टाकलेले तुकडे गोळा करणे, पांडाच्या बर्फात उमटलेल्या पावलांचे ठसे घेणे, पांडाचे अन्नपचन जाणून घेण्यासाठी त्याची विष्ठा गोळा करणे, रेडिओ लहरी ग्राहकावरून पांडाचा मागोवा घेत खाचखळगे आणि जंगलातून हिंडणे ही सोपी गोष्ट नाही.

द लास्ट पांडामध्ये पांडापेक्षाही राजकारण्यांचे, छोट्यामोठ्या फायद्यासाठी

पांडाचे आयुष्य पणाला लावणाऱ्या माणसांचे जे दर्शन होते ते फारच घृणास्पद आहे. पांडाच्या लोकप्रियतेचा फायदा घेऊ पाहणारे अमेरिकन राजकारणी, आर्थिक लाभ घेऊ पाहणारे चिनी अधिकारी, पांडा सापळ्यात सापडल्यावर त्याची हत्या करणारे शेतकरी, शेतकऱ्यांकडून पांडाची कातडी विकत घेऊन परदेशी पाठवणारे व्यापारी या सर्वांचं दर्शन 'द लास्ट पांडा' मध्ये घडते. पांडांसाठी सुरक्षित वन्यक्षेत्रात लाकूडतोड होते. ते लाकूडतोडे अधिकाऱ्यांसमोर लाकडे तोडत होते हे पाहून शालर थक्क झाले. आणि ते वाचताना आपणही थक्क होतो. मग आपल्या लक्षात येते भारतात वाघाचेही असेच हाल चालले आहेत. 'द लास्ट पांडा' हे एक उत्कृष्ट पुस्तक आहे यात शंका नाही.

◆

द बोटनायझर्स

'द बोटनायझर्स-ॲमॅच्युअर सायंटिस्ट इन नाईटींथ सेंच्युरी अमेरिका' अशा या पुस्तकाच्या पूर्ण नावावरूनच एलिझाबेथ कीनी यांच्या पुस्तकाच्या स्वरूपाविषयी आपल्याला कल्पना येते. 'द बोटॅनिस्ट्स' हे इतर निसर्गविषयक पुस्तकांपेक्षा खूपच वेगळे पुस्तक आहे. हे मात्र सुरुवातीपासूनच आवर्जून सांगावयाला हवे. ह्या पुस्तकात पुष्प मुकुट, पराग वगैरे शास्त्रीय परिभाषा अजिबात आढळणार नाही की फुलापानांची वर्णनेही मिळणार नाहीत. तर एकोणिसाव्या शतकामध्ये अमेरिकेत जी विज्ञानप्रेमी अशी हौशी मंडळी होती आणि या लोकांना निसर्ग जाणून घेण्याची जी आच आली होती त्याची माहिती या पुस्तकामधून आपल्याला होते.

बोटॅनिस्ट्स म्हणजे धंदेवाईक वनस्पतिशास्त्रज्ञ. वनस्पतींचा अभ्यास हा त्यांच्या पोटापाण्याचा व्यवसाय होता. तर बोटनायझर्स हे हौशी वनस्पती निरीक्षक आणि पक्षी शास्त्रज्ञ म्हणजे ऑर्निथॉलॉजिस्ट या दोहोत जो फरक आज केला जातो तोच फरक १९ व्या शतकात बोटॅनिस्ट्स आणि बोटनायझर्समध्ये केला जात होता. एकोणिसाव्या शतकामध्ये शेकडो अमेरिकन फावल्या वेळामध्ये नवनव्या वनस्पती शोधायचा उद्योग करीत होते. वनस्पती शोधायची, रद्दीत सुकवायची, तिचं परीक्षण-निरीक्षण करून वर्गीकरण करायचं हा छंद संपूर्ण अमेरिकन राष्ट्रालाच गेल्या शतकामध्ये लागला होता, असं म्हटलं तर वावगं ठरू नये.

आपल्याला ज्ञान प्राप्त व्हायला हवं हीच प्रेरणा त्या मागे होती. यामुळेच त्या काळातल्या स्त्रियांच्या आणि मुलांच्यासाठी प्रसिद्ध होणाऱ्या नियतकालिकांमधून या चळवळीची आपल्याला माहिती मिळते. ही चळवळ पूर्णपणे असंघटित होती. तिला नेता नव्हता पण भरपूर अनुयायी होते. गोडेज् लेडीज बूक, द युथ्स कंपॅनियन अशा नियतकालिकांमधून आणि लुईझा मे अस्कॉट हिच्या स्त्रियांसाठी लिहिलेल्या कादंबऱ्यांमधून बोटनायझर्सची माहिती मिळते.

बोटनायझर्सची बोटनायझिंगबद्दलची मतंही तशी ठाम होती. बॉटनायझिंगमुळं मताला शिस्त लागते. कुठल्याही वस्तूची नैसर्गिक जागी प्रस्थापना करायला प्रोत्साहन मिळते आणि भाषेत काटेकोरपणा येतो असं एक पुरस्कर्ता म्हणतो.

'टू प्लेस थिंग्ज इन देअर नॅचरल ऑर्डर' हे कशासाठी करायचं तर 'वनस्पतींच्या सहवासात राहिल्यामुळं सध्याच्या हृदयशून्य आणि तत्त्वहीन समाजात सुधारणा घडून येईल' असंही मत आणखी एक पुरस्कर्ता वृत्तपत्रातल्या जनमानसाच्या कानोशात म्हणताना आढळतो.

एलिझाबेथ कीनी ह्या वेडामागचं किंवा ह्या छंदामागचं म्हणून रहस्य उलगडायचा प्रयत्न करतात. त्यांनी शोधलेलं उत्तर तसं पटण्यासारखंही आहे. युरोपात कार्ल लिनिअसनी वनस्पतींच्या पृथक्करणाची एक पद्धत तयार केली होती. पाकळ्या किती, पुंकेसर किती आणि पाकळ्या सुट्या की जोडलेल्या असा फुलांचा अभ्यास केला की वनस्पतीची जातकुळी ठरविणे सोपे जात होते. या पद्धतीत पुढे खूप बदल झाले खरे पण प्राथमिक अवस्थेत ती अगदीच सोपी वाटावी अशी होती. ती आल्पायुषी ठरली पण ही पृथक्करण पद्धत सामान्य अमेरिकनांना फार भावली. आपणही काहीतरी शास्त्रीय गोष्ट करू शकतो हा आत्मविश्वास सर्वसामान्य अमेरिकन नागरिकाच्या मनात त्या काळात निर्माण झाला. विज्ञान आणि वैज्ञानिक यांच्याभोवती जे गूढ वलय होतं ते यामुळं वनस्पतिशास्त्रापुरतं तरी दूर झालं. विज्ञान आपल्या आवाक्यात आलं असे सामान्यजनांना वाटू लागले. या बॉटनायझर्समधून काही खरोखरचे वनस्पती शास्त्रज्ञ पुढे निर्माण झाले हे खरे पण बहुसंख्य बॉटनायझर्स हे हौशी छंदिष्ट म्हणून वनस्पतिशास्त्राच्या परिघाबाहेरच्या परिसरात वावरले.

बहुतेक सर्व बॉटनायझर्स श्रीमंत होते, सुशिक्षित होते. विज्ञानाचं प्राथमिक शिक्षण झालेले होते. त्यांना खाण्यापिण्याची ददात नव्हती. घराचा पिढीजात धंदा असला तर फारच छान त्यांना भरपूर मोकळा वेळ होता. शिवाय बॉटनायझिंग करणारी व्यक्ती सुसंस्कृत मानली जात होती. श्रीमंतांची पोरं मद्य आणि जुगाराच्या नादी लागली असे घडणे स्वाभाविक होते, पण असल्या ऐहिक गोष्टीत ती गुंतली नाहीत ती बॉटनायझिंगमुळे असेही कीनी म्हणतात. विज्ञानाचा हा एक फायदा त्या काळातल्या अमेरिकेला नक्कीच झाला. त्यामुळेच बॉटनायझिंग अमेरिकेत अतिशय लोकप्रिय झालं होतं. बॉटनायझिंग लोकप्रिय व्हायचे आणखी एक कारण होते. ते अतिशय सभ्य, सौम्य आणि मानवी वासनांना आवर घालणारे शास्त्र म्हणून प्रसिद्ध होते. त्यात प्राणी मारावे किंवा फाडावे लागत नव्हते. पक्ष्यांची हत्या करावी लागत नव्हती आणि कीटकांना टाचणीत टोचून ठेवावे लागत नव्हते.

सगळ्यात महत्त्वाची गोष्ट म्हणजे इतर कारणाने स्त्रियांना घराबाहेर पडायची बंदी असली तरी वनस्पतींची पाने-फुले गोळा करायच्या निमित्ताने अमेरिकन स्त्रिया घराबाहेर पडून राजरोस रानावनात हिंडू शकत होत्या. त्या काळात शिकार

आणि मासेमारीला निघालेले पुरुष बॉटनायझिंगच्या निमित्ताने आपल्या कुटुंबालाही बरोबर नेत होते. अमोस ओटनच्या वनस्पतीविषयक व्याख्यानांना भरपूर गर्दी होत होती.

अमोसला खोटी सही केल्याच्या खोट्या आरोपावरून तुरुंगात डांबण्यात आले होते. तिथं त्याने वनस्पतिशास्त्राचा अभ्यास केला. नंतरचे आयुष्य त्याने वनस्पतींच्या अभ्यासाचा प्रसार करण्यात घालवले. इ. स. १८१७ मध्ये त्याने 'मॅन्युअल ऑफ बॉटनी फॉर नॉर्दन स्टेट्स' लिहिले. त्याचीच एक विद्यार्थिनी अस्मिरा हार्ट लिंकन फेल्पूस हिने लिहिलेलं 'बॉटनी फार बिगिनर्स' हे पुस्तक फारच गाजलं. त्याच्या चाळीसहून अधिक आवृत्त्या निघाल्या.

घरात बसून राहिल्याने फिकट दिसणाऱ्या स्त्रियांसाठी डॉक्टर बॉटनायझिंगचा सल्ला देऊ लागला.

त्याचा एक परिणाम म्हणजे बॉटनीची आवड असलेल्या तरुणांना त्याचे मित्र 'बायकी छंद' लावून घेतला म्हणून चिडवू लागले. अशा अनेक गमतीच्या गोष्टी कीनींच्या 'द बॉटनायझर्स-अमॅच्युअर सायंटिस्ट्स इन नाइंटींथ सेंच्युरी' अमेरिकेमध्ये वाचायला मिळतात. आज अमेरिकेत पर्यावरण रक्षणात स्त्रिया आघाडीवर का याचं उत्तरही 'बॉटनायझिंग' मध्ये दडलेले असावे, हा कीनींचा तर्कही विचार करण्यासारखा आहे.

◆

म्हणे पाऊस शहरात जास्त

'मुंबईस पावसाने झोडपलं,' 'पुण्यात प्रचंड पाऊस,' 'पावसाने नागपूरमधले व्यवहार ठप्प!' असे मथळे आपण वृत्तपत्रांतून वाचतो तेव्हा आपली अशी समजूत होते की वृत्तपत्रांतून फक्त शहराला पावसाने झोडपलं तरच या बातम्या येतात. ग्रामीण भागात पाऊस पडत असला तरी तिकडे दुर्लक्ष केलं जातं. बरेचदा शहरात पाऊस पडत असताना शहरातील माणसं वैतागून म्हणतात. 'इथे पडून तू गटारात जाणार त्यापेक्षा शेतावर पड!' म्हणजे हा पाऊस शहरात पडत असताना ग्रामीण भागात पडत नाही, अशी बोलणाऱ्यानं समजूत करून घेतलेली असते आणि आश्चर्याची गोष्ट म्हणजे ही खरी असं सिद्ध झालंय. शहरावर आजूबाजूच्या परिसरापेक्षा नेहमीच १५ ते २० टक्के अधिक पाऊस पडताना आढळतो, हे असं का घडतं? याचा गेली कित्येक वर्षे अभ्यास केला जात आहे. मूलतः मान्सूनचं किंवा इतरत्रही पावसाचं कोडं आपल्याला अजून पूर्णपणे उमगलेलं नाही, पण त्यातले बरेच बारकावे आपल्या लक्षात येताहेत.

साधारणपणे सूर्याच्या उन्हाने जमीन तापते. तिथली गरम हवा वरवर जाते. तिथे कमी दाबाचे पट्टे निर्माण होतात आणि मग बाहेरून थंड हवा त्या भागाकडे धाव घेते, हे आपल्याला आता ऐकून माहिती आहे. यावेळी वातावरणात ढग असतील तर तेही या हवेबरोबर लोटले जातात. जिथे पावसाचे थेंब तयार व्हायला केंद्र किंवा बीज मिळेल तिथे विशिष्ट तापमानास ढगात बर्फाचे कण तयार होतात नि पुढे ते पाण्याच्या थेंबाच्या रूपाने जमिनीवर पडू लागतात. यालाच आपण पाऊस म्हणतो. पाऊस पडण्यासाठी तापमान, आर्द्रता, हवेतील धूलीकण व परागकण यांचा सुयोग्य समन्वय साधला जावा लागतो. शहरावर जास्त पाऊस पडतो. याचाच अर्थ हा 'सुयोग्य समन्वय' शहरावर जास्त प्रमाणात साधला जात असतो. असं का घडत? हा प्रश्न आता आपल्या समोर उभा राहतो. आपण माळरान बघितलं तर आपल्या लक्षात एक गोष्ट येते की, समोर पसरलेली जमीनच फक्त तापणार आहे. त्या माळरानावर झाडं असतील तर थोड्याफार प्रमाणात या तापण्यात फरक पडेल, एवढंच. याउलट आपल्या

नजरेसमोरच्या माळरानाचं एक शहर झालंय अशी कल्पना करू या. आता या माळरानाच्या तापणाऱ्या पृष्ठभागाचं क्षेत्रफळ आणि उष्णता शोषून घेण्याची क्षमता कशी बदलते ते बघू या. शहर म्हटलं की प्रथम डांबरी रस्ते आले. त्याच्या कडेने फुटपाथ आले. (म्हणजे पुणं सोडून देऊ पण मुंबईत तरी ते आहेत) काँक्रिटच्या उंच उंच इमारती, औद्योगिक भागात पत्र्यांच्या शेड्समध्ये चालणारे कारखाने, हे सर्व बाहेरून उन्हाने तापतातच, पण यातले कारखाने स्वत:च उष्णता आणि धूर निर्माण करतात. उंच इमारतीचं काँक्रीट तापतं, खिडक्यांची काचेची तावदानं तापतात. साधारणपणे माळरानाएवढा विस्तार एक किंवा दोन इमारतींच्या चारी बाजू नि माथ्यावरच्या पृष्ठभागानं व्यापलेला असतो. अशा अनेक इमारती शहरात असतात. यातल्या बऱ्याच इमारतींमध्ये कचेऱ्यातून दिवेही लागलेले आढळतात. या इमारतींतून ही उष्णता साठवली जाते.

रस्त्यावरून वाहनं धावत असतात यातही बरीच वाहनं इंधन जाळतात. निष्कासित वायू रस्त्यावर सोडतात. अशा तऱ्हेनं संपूर्ण शहरभर उष्णता साठविली जात असते आणि हे आज घडतंय असं नाही. उन्हाळ्यात शहरात जास्त उकडतंय म्हणून पूर्वीपासून लोक शहराबाहेर जात आले आहेत. अगदीच काही नाही तर संध्याकाळी हवा खायला शहराच्या सीमेवर फिरायला जात आले आहे.

शहरात फार मोठ्या प्रमाणावर कचरा नि अवशिष्टे निर्माण होतात. कुजलेल्या कचऱ्यात उष्णता साठवली जाते तर रासायनिक अवशिष्टे तापमान वाढीत भर घालत असतात. कारण ती कुठल्यातरी रासायनिक क्रियेला उष्णतेचं साहाय्य मिळाल्यानंच बरेच वेळा निर्माण होतात. अशा तऱ्हेने येणाऱ्या उष्णतेत शहराचा फार मोठा पृष्ठभाग स्वत:च्या उष्णतेची भर शहराचं तापमान वाढवत राहतो. अगदी वातानुकूलित व्यवस्थाही इमारत आतून गार करत असल्या तरी बाहेरची हवा गरम करत असतातच.

याहून महत्त्वाची गोष्ट म्हणजे शहराच्या हवेत घन, द्रव आणि वायुरूपात अनेक पदार्थ मिसळलेले असतात. यातल्या घन पदार्थातले ८० टक्के पदार्थ सूक्ष्मकणांच्या रूपात असल्याने ते अनेक दिवस हवेत तरंगत राहू शकतात. या धूरकणांमुळे बाहेरून येणारा सूर्यप्रकाश जसा बाहेरच परावर्तित होतो त्याप्रमाणे जमिनीकडून आकाशात जाणारी उष्णताही अडवून पुन्हा जमिनीकडे पाठवली जाते, हे लक्षात ठेवायला हवं!

यामुळं संध्याकाळी शहरातली हवा जास्त तापलेली आणि शहराभोवतालची हवा मात्र त्या मानानं थंड किंवा कमी तापलेली अशी परिस्थिती निर्माण होते. यामुळे बाहेरून शहराच्या दिशेनं हवेचे प्रवाह सुरू होतात. पावसाळा असेल तर

ते आपल्याबरोबर ढग आणतात. शहराजवळ अर्धवट जळलेल्या निष्कासित वायूतील कण आणि इतर कणांभोवती थेंब किंवा हिमकण बनण्याच्या प्रक्रियेस जोर चढतो आणि नेमका संध्याकाळी शहरात पाऊस पडू लागतो.

गमतीची गोष्ट अशी की शहर सागर तटाजवळ असो, खोलगट भागात पर्वताच्या कुशीत असो, मैदानी प्रदेशात असो सर्वत्र शहरावर आजुबाजूच्या परिसरापेक्षा वर्षभरात १५ टक्केच्या आसपास जास्त पाऊस पडतो.

रविवारी किंवा सुट्टीच्या दिवशी पावसाचं हे प्रमाण कमी तर सोमवारी आणि सुट्टीच्या दुसऱ्या दिवशी हे प्रमाण वाढलेलं आढळतं.

◆

शहराचं हवामान

'प्रचंड उन्हाळ्यानं पुणेकर हैराण!' या मथळ्याची सत्यता पुणेकरांना पटली. त्यावेळी भारतभर उष्णतेची लाट आलेली होती. पृथ्वीच्या सरासरी तापमान वाढीचा आणि हरितगृह परिणामाचा हा आविष्कार तर नाही ना, ही शंकाही अनेकांनी व्यक्त केली. पर्यावरण अभ्यासकांच्या मनात इंडोनेशियातल्या जळत्या अरण्यांचा विचार यावेळी नक्कीच आला असणार, काही जणांच्या मनात 'सी अेफ सी आणि ओझोन विवर' डोकावून गेलेले असणार; पण आपल्यासारख्या शहरवासियांना स्थानिक हवामानावर परिणाम करणारं आपल्या सर्वांना परिचित आणि सर्वात जवळचं कारण लक्षात येत नाही. ते कारण म्हणजे आपलं शहर.

शहराची लोकसंख्या जसजशी वाढत जाते तसतशी शहराच्या आसपासची शेतजमीन आणि शहरातली झाडी कमी कमी होत जाते. त्यांची जागा कॉंक्रीट आणि पोलादी सळ्या घेतात. काळे कुळकुळीत डांबरी रस्ते, उंच उंच इमारती, इमारतीं समोर ठेवलेली आणि कॉंक्रीटनं भरून काढलेली वाहनतळांची जागा, बाल्कनीची खोली करून त्यावर चढवलेल्या धातूच्या चौकटी आणि काचांच्या खिडक्या हे आपण पाहतोच. हे सर्व पदार्थ म्हणजे कॉंक्रीट, डांबर, पोलाद, ॲल्युमिनियम आणि काच हे मोठ्या प्रमाणात उष्णता शोषून घेतात आणि ती वनस्पती आणि मातीपेक्षा जास्त काळ साठवून ठेवतात. गावाभोवती शेतजमीन असेल तर विशेषत: बागायत असेल तर पिकांना पाणी घातलं जातं; तेही शहराच्या आसपास घडत नाही. थंडीच्या दिवसात शहराच्या मध्यभागी शहराबाहेरच्या भागापेक्षा तापमान नेहमीच जास्त असतं. काही वेळा हा तापमानातला फरक १० अंश ते १२ अंश सेल्सियस एवढा असतो. यामुळं शहराच्या सभोवतालच्या परिसरात विशेषत: वाऱ्याच्या प्रवाहाच्या दिशेस पावसाचं प्रमाण वाढतं. याला शास्त्रज्ञ शहरी औष्णिक बेट परिणाम (अर्बन हीट आयलँड इफेक्ट) असं म्हणतात.

आजूबाजूच्या शेतीच्या किंवा ग्रामीण परिसरापेक्षा शहरात उष्णता जास्त असते याचं आणखी एक कारण म्हणजे कॉंक्रीट आणि पोलाद पाण्याची वाफ होण्यामुळे जो गारवा निर्माण होऊ शकतो त्यालाही प्रतिबंध करतात. ग्रामीण

भागात सूर्याचे किरण जमिनीवर पडले की माती, वनस्पती, गळून पडलेली पानं तापतात म्हणजे सूर्याकडून येणारी ऊर्जा शोषून घेतात. यामुळे त्यांच्यातील पाण्याची वाफ होते आणि ती बाहेर पडते व ती हवेत मिसळते. यामुळे हा पृष्ठभाग थंड व्हायला आणि राहायला मदत होते. आपल्याला घाम येतो तेव्हा अगदी असंच घडतं. त्यामुळं आपली त्वचा गरम व्हायला वेळ लागतो. सूर्याची ऊष्णता पाण्याची वाफ होण्यात खर्च करणे हा घामाचा उद्देश असतो. ग्रामीण भागात नेमकं हेच घडतं. जमिनीच्या वरच्या थरातील पाण्याची वाफ होण्यात उष्णता वापरली गेल्यामुळे तिथलं तापमान आपल्या शहरापेक्षा थंड वाटतं.

शहरात मोकळी माती नसते. झाडं नसतात. सूर्याच्या किरणांमुळे रस्ते आणि इमारती तापतात. तिथं पाणी नसतं त्यामुळे ही तापण्याची क्रिया वेगानं घडते. यामुळं त्यांच्यावरची हवाही तापते. पोलाद आणि काँक्रीट हे उष्णता झटकन शोषून घेतात. पाण्यापेक्षा ते लौकर तापतात. त्यातच काळा पृष्ठभाग उष्णता शोषून घेण्यात अग्रणी असतो. बहुतेक शहरांतून काळे कुळकुळीत डांबरी रस्ते गडद रंगांच्या इमारती पाहावयास मिळतात. त्या अर्थातच जास्त उष्णता शोषून घेतात. ती साठवून ठेवतात आणि हळूहळू वातावरणात परत सोडतात. ज्यांनी रात्री प्रवास केला असेल त्यांनी जंगलातून जाणाऱ्या हायवेवर हिवाळ्यात ससे, कोल्हे यांसारखे प्राणी उबेसाठी येऊन बसलेले बघितले असतीलच.

जसजसं शहर वाढतं तसतसा उष्णतेचा साठा करून ठेवण्याची त्याची क्षमता वाढत जाते. मेरिलँड विद्यापीठातले एक संशोधक हेल्मुट लँड्सबर्ग आणि त्यांच्या सहकाऱ्यांनी १९८१ मधे शहरी जलवायुमानाचा (म्हणजे वर्षभराच्या हवामानाचा) अभ्यास केला होता. त्यांनी वॉशिंग्टन (डी.सी.) या अमेरिकेच्या राजधानीचे गेल्या शंभर वर्षातील रोजच्या हवामानाचे आकडे तपासले. तेव्हा गेल्या शंभर वर्षात वॉशिंग्टनच्या उन्हाळी तापमानात सरासरी २.४ अंश (दोन पूर्णांक ४ दशांश) सेल्सियस वाढ झाल्याचं तर हिवाळी तापमानात सरासरीनं .९ अंश (९दशांश) से. वाढ झाल्याचं त्यांना आढळून आलं. बोस्टन या वॉशिंग्टन पेक्षा जास्त प्रमाणात औद्योगीकरण झालेल्या शहरात उन्हाळी तापमानातील सरासरी वाढ २.६ अंश (दोन पूर्णांक सहा दशांश) से. तर हिवाळी वाढ १.६ अंश (एक पूर्णांक सहा दशांश) से. असल्याचं त्यांना दिसून आलं.

क्लीव्हलॅंड या शहराचं उन्हाळी तापमान २.८ अंश (दोन पूर्णांक आठ दशांश) से.ने वाढल्याचं त्यांना दिसून आलं.

शहराचं तापमान आजूबाजूच्या ग्रामीण भागापेक्षा वाढतं एवढाच शहर आणि ग्रामीण भागात फरक आहे असं नाही. शहरांच्या अभ्यासातून इतरही काही गोष्टी पुढे आल्या आहेत. खूप विस्तारलेली शहरं ढगांवर आणि पावसावरही परिणाम करतात. इलिनॉय राज्यातल्या नैसर्गिक जलनियंत्रण विभागातले एक शास्त्रज्ञ स्टॅन्ली शॅंगनॉन यांनी शिकागो आणि सेंट लुई या शहरांच्या बाबत अभ्यास केला आहे. इंडियानातल्या ला पोर्ते या खेड्यापेक्षा जरा मोठ्या म्हणजे आपल्याकडं तालुक्याचं गाव म्हणतात अशा छोटेखानी शहरातला पाऊस इतक्या विचित्र प्रमाणात पडतो की याला 'ला पोर्ते ॲनॉमली' म्हणतात. हे गाव शिकागोच्या परिसरातल्या औद्योगिक वसाहतींपासून ४८कि.मी. अंतरावर आहे. हे वाऱ्याच्या वाहण्याच्या दिशेला (डाउनविंड) म्हणजे शिकागोच्या पूर्वेस आहे. इथं १९२५ पर्यंतच्या पावसाच्या सरासरीपेक्षा २५ ते ४० टक्के अधिक पाऊस पडू लागल्याचं शॅंगनॉनना आढळून आलं.

अशाच एका दुसऱ्या पाहणीमधे सेंट लुईकडून ज्या दिशेनं वारं वाहतं त्या दिशेला-अधोवात दिशेला (डाउनविंड डायरेक्शन) पावसाचं प्रमाण दहा टक्क्यानं वाढलं. सेंट लुईत या काळात उद्योगधंद्यांचं प्रमाण १०टक्के वाढलं. तसंच सोमवार ते शुक्रवार या दिवसात हे प्रमाण वाढतं आणि शनिवारी दुपारी ते सोमवारी दुपारपर्यंत पावसाचं प्रमाण मूळ पदावर येतं असंही शॅंगनॉनना दिसून आलं. शनिवार रविवार औद्योगिक कारखाने बंद असल्याचा हा परिणाम आहे.

जलवायुमान शास्त्रज्ञ या वाढीव प्रमाणातल्या पावसाला ऊर्ध्ववात दिशेस (अपविंड डायरेक्शन) असलेली औद्योगिक शहरे जबाबदार आहेत, असं म्हणतात. या शहरातली वाढती उष्णता आणि प्रदूषण वातावरण ढवळाढवळ करतं. हवेत मिसळणारे काही रासायनिक रेणू जलशोषक असतात. यामुळं ते पाणी शोषून घेतात आणि पावसाच्या थेंबाचे केंद्र म्हणून काम करतात. पाऊस पडण्यासाठी हा एक आवश्यक घटक असतो. कुठल्याही औद्योगिक परिसरात खूप धूळ असते. रासायनिक उद्योगांमुळे बरेचदा गंधकाचे कणही मोठ्या प्रमाणात हवेत विखुरलेले असतात. (सागराजवळच्या वसाहतींमधे मिठाचे कण आढळतात. तेही जलशोषक असतात.) हे सर्व कण मोठ्या प्रमाणावर पाणी शोषून घेतात. ढगांमधल्या वाफेला किंवा हवेतल्या वाफेला ज्याभोवती गोळा होता येईल असं केंद्रक सापडलं की तिथं पाण्याचा थेंब तयार होतो. हा थेंब एका विशिष्ट मर्यादेपेक्षा मोठा झाला की पृथ्वीच्या गुरुत्वाकर्षणानं जमिनीकडं खेचला जातो.

हवेतले जलग्राहक कण या वाफेला थेंब बनायला उद्युक्त करतात. साधारणपणे पाण्याच्या ढगातील थेंबाचा आकार ०.०००३८ सें.मी इतका असतो; पण खाली पडण्याआधी हा थेंब याच्या ५० पट मोठा होऊ शकतो. त्यावेळी तो इतर थेंबांच्या संपर्कात येतो. त्यांच्या मीलनानं पावसाचे थेंब तयार होतात. जेव्हा हवेत ढगातल्या वाफेला अशी आयती केंद्रकं मिळतात तेव्हा पावसाचं प्रमाण आणि थेंबांचा आकार या दोन्हीतही वाढ होते. तसंच हिमवृष्टीचेही प्रमाण वाढते.

मोठ्या शहरात जमा झालेल्या उष्णतेमुळे स्थानिक हवामानातही फरक पडतो. नवे हवेचे प्रवाह निर्माण होत राहतात. शहरावर एक कायमस्वरूपी कमी दाबाचा पट्टा निर्माण होतो. याचं कारण इथली हवा तापून वर जाते. तिच्या जागी बाजूची म्हणजे ग्रामीण भागातील कमी गरम हवा येते. ती तापते आणि वर जाते. जिथे मान्सून नसतो तिथे याचे अर्थातच वेगळे परिणाम जाणवतात. त्या ठिकाणी आसपासच्या परिसरात आलेले ढग गोळा होतात; आणि बाजूच्या ग्रामीण भागापेक्षा शहरावर अधिक प्रमाणात आणि अधिक तीव्रतेनं पाऊस पडतो असं अमेरिकेच्या राजधानीच्या म्हणजे वॉशिंग्टन (डी.सी.) च्या अभ्यासात आढळून आलं. तर सेंट लुईच्या अधोवात दिशेला ६५ किलोमीटर पर्यंत पंख्याच्या आकाराच्या क्षेत्रात पावसाचं प्रमाणं वाढलेलं दिसून आलं.

इ.स. २००१ पर्यंत पृथ्वीवरच्या ४०० शहरांची लोकसंख्या १० लाखाहून अधिक झालेली असेल. या सर्व शहरांच्या वाढीचं कारण औद्योगीकरण हेच आहे. त्यात या शहरांची पुण्यासारखी अनियंत्रित वाढ झाली तर बघायलाच नको. पुण्याचं वैशिष्ट्य म्हणजे ते चारीबाजूंनी टेकड्यांनी वेढलेलं आहेच पण चारीही बाजूनी औद्योगिक कारखान्यांनी वेढलेलंही ते एकमेव शहर आहे. त्यामुळे पुण्याच्या हवामानात काय बदल घडले आहेत याचा अभ्यास व्हायला हवा; आणि असा अभ्यास झाला असेल तर तो सरकारी फायलींमधे बंद न ठेवता जनतेसमोर यायला हवा.

◆

वुमेन इन द फिल्ड

मार्सिया मायर्स बोंटा यांच्या पुस्तकाचे पूर्ण नाव आहे वुमेन इन द फिल्ड : अमेरिकाज पायोनिअरिंग वुमेन नॅचरॅलिस्ट्स. या पुस्तकामध्ये ज्या स्त्रियांनी हौस म्हणून वनस्पती आणि प्राणी जीवनाचा अभ्यास केला अशा अमेरिकन स्त्रियांबरोबरच ज्या स्त्री शास्त्रज्ञा निसर्गशास्त्राच्या वेगवेगळ्या शाखांमध्ये शिक्षण घेऊन या शास्त्रशाखांमध्ये संशोधन करीत होत्या अशा स्त्रियांचाही समावेश आहे. अमेरिकेतल्या आद्य स्त्री-शास्त्रज्ञांकडे काही वेळा विज्ञानेतिहासक दुर्लक्ष करतात असे या पुस्तकाच्या प्रस्तावनेत म्हटले आहे.

या पुस्तकात अठराव्या शतकाचा उत्तरार्ध, १९ वे शतक आणि विसाव्या शतकाचा पूर्वार्ध एवढा काळ अभ्यासासाठी घेतला आहे. या साधारण दोनशे वर्षांच्या काळात संशोधक स्त्रिया होऊन गेल्या त्यांची अल्पचरित्रेही दिली आहेत आणि त्यांच्यावर झालेला अन्यायही कथन केला आहे. उदाहरणच घ्यायचं तर बर्कली, कॅलिफोर्निया इथे सपृष्ठवंशी प्राण्यांचे संग्रहालय जोसेफ ग्रिनेलने निर्माण केले असे म्हटले जाते. ग्रिनेलबरोबरच ॲनी मोंटाग अलेक्झांडर ही स्त्री या संग्रहालयाच्या निर्मितीसाठी झटली होती. पण तिच्या नावाचा संग्रहालयाचा इतिहास लिहिताना क्वचितच उल्लेख होतो.

या पुस्तकाचे विषयानुरूप भाग पाडले आहेत. ऑद्युबाँच्या पक्षी आणि सस्तन प्राण्यांच्या पार्श्वभूमीवर असलेल्या वनस्पती अचूकपणे काढणाऱ्या, त्यांची शास्त्रीय नावांसह माहिती देणाऱ्या मारिया मार्टिनपासून या पुस्तकाची सुरुवात होते. मारियाचे वैशिष्ट्य म्हणजे तो तो प्राणी ज्या भूभागात सापडत असे त्या भूभागात आढळणाऱ्या वनस्पतीच त्याच्या चित्रात पार्श्वभूमीवर असतील याबाबत मारिया काटेकोर होती. अशा निसर्गशास्त्रज्ञ स्त्रियांनंतर, वनस्पतिशास्त्रज्ञ स्त्रियांची चरित्रे येतात. अमेरिकेत तेव्हा आणि आताही वनस्पतिशास्त्रामध्ये स्त्रियाच बहुसंख्येने आढळतात. मग कीटकशास्त्रज्ञ, पक्षिशास्त्रज्ञ आणि परिसर विज्ञानात काम करणाऱ्या स्त्रियांचं दर्शन आपल्याला घडतं. पर्यावरण आणि परिसर विज्ञानात सुरुवातीस प्रवेश करणाऱ्या महिलांना विज्ञानाच्या इतर शाखांत स्त्रियांना जसा त्रास होत

असे तसाच त्रास झाला. त्यांच्या कार्याकडे दुर्लक्ष करणे, त्यांना मानहानीची वागणूक देणे, पुरुषांपेक्षा कमी पगार देणे अशा गोष्टींनी त्या वैतागल्या असतीलच; पण त्याहून मानहानीकारक गोष्ट म्हणजे शास्त्रज्ञांच्या चर्चासत्रांमधून, विद्वत् सभांमधून त्यांना प्रवेश नसे आणि त्यांच्या शोध निबंधाची दखलही घेतली जात नसे. या शिवाय संसार की संशोधन यातून त्यांना संसाराची निवड करण्यास भाग पाडले जात असे.

मोजक्या २५ स्त्री शास्त्रज्ञांपैकी फक्त १४ जणींची लग्नं झालेली होती. त्यातल्या दोघींनाच मुले झाली होती. ज्या दोन स्त्रियांना मुले झाली त्यांच्या जीवनावर दृष्टिक्षेप टाकला तर काय दिसते? कोलोराडोमधली निसर्ग शास्त्रज्ञा मार्था मॅक्सवेल यांनी १८७० च्या आसपास अमेरिकेच्या पश्चिमेतले सपृष्ठवंशी प्राण्यांचे नमुने गोळा केले. या काळात अमेरिकेतल्या या भागास 'वाइल्ड वेस्ट' म्हणत. या काळावर बरेच चित्रपट आपण बघतो. मार्थाचा नवरा तिला सोडून गेला. तिच्या कार्यमग्नतेमुळे पुढे मुलगीही तिला शिव्या देऊ लागली आणि त्या मुलीने आईचे नावच टाकले.

मागरिट मोर्स नाइसने पक्ष्यांच्या वर्तणुकीचा अभ्यास केला. तिला चार मुली होत्या. त्या घर सांभाळू लागल्यावर मागरिटने पक्षी निरीक्षण कार्य सुरू केले.

इतर स्त्रियांचे अनुभवही बोलके आहेत. केट ब्रांडेजीने अमेरिकेच्या पश्चिम किनाऱ्यावरच्या वनस्पतींचा अभ्यास केला. 'पॅसिफिक फ्लोरा' वरचा तिचा अभ्यास आजही प्रमाणभूत मानला जातो. काही पुरुष शास्त्रज्ञांच्या चुका तिने दाखवून दिल्या तेव्हा सर्व वनस्पतिशास्त्रज्ञ पुरुष एकत्र झाले आणि केटवर तुटून पडले. त्यांनी केटवर टीका काय केली तर कुठलीही स्त्री पुरुषांच्या चुका काढू शकेल एवढी विद्वान बनूच शकत नाही.

बऱ्याच स्त्रियांनी एखाद्या पुरुष शास्त्रज्ञाच्या आश्रयाखाली काम करणे पसंत केले. यामुळे काम स्त्रियांनी करायचे आणि श्रेय पुरुषांनी लाटायचे असेही प्रकार घडले. फक्त शोधनिबंधाखाली यासाठी करावे लागलेले क्षेत्र परीक्षण केल्याबद्दल अमुक अमुक चे आभार, एवढी ओळ आली तरी या स्त्रिया स्वत:स धन्य समजत असत.

काही स्त्री शास्त्रज्ञांनी इतर स्त्री शास्त्रज्ञांना पुढे यायला मदत केल्याचे दिसते. केट ब्रॅंडेजीनं एलीस इस्टवुडला आणि एलीसने ॲग्नेस चेजला वनस्पतिशास्त्रज्ञ बनण्यास मदत केली. ज्या स्त्रिया पिढीजात श्रीमंत होत्या त्यांना संशोधन करणे सुखावह होत असे, इतरांना कुठंतरी नोकरी करावी लागे. विद्यापीठात स्त्रीप्राध्यापिका दिसणे त्या काळात तरी अवघड होतं.

ॲडेल मेरियन फिल्डने १८९४ ते १९०७ दरम्यान वेगवेगळ्या प्रकारच्या मुंग्यांचा सखोल अभ्यास केला. त्या बॅप्टिस्ट मिशनरी म्हणून चीनमध्ये गेल्या. चिनी भाषेच्या तज्ज्ञ अभ्यासक बनल्या. त्यांनी चिनी स्त्रियांना प्रसूतिशास्त्र व बालसंगोपन शिकवले. पुढं स्त्रियांच्या हक्कासाठी चळवळ केली.त्या ७७ व्या वर्षी वारल्या.

या पुस्तकात जेवढ्या स्त्री संशोधिकांची माहिती आहे त्या सर्व दीर्घायुषी आहेत हे एक आश्चर्यच; किंवा निसर्गसान्निध्यामुळंही त्या दीर्घायुषी झाल्या असतील. याबद्दल लेखिकेने काही म्हटलेले नाही. कसेही असले तरी हे पुस्तक बरेच माहितीपूर्ण आणि वाचनीय आहे यात शंका नाही.

◆

काही निसर्गविषयक पुस्तके - पॉइझन्ड हार्वेस्ट

आपल्या स्वार्थासाठी माणूस ज्या गोष्टी करतो त्याचे दुष्परिणाम निसर्गाला भोगायला लागतात. राचेल कार्सनच्या 'सायलेंट स्प्रिंग'सारख्या पुस्तकांनी मानवानं वापरलेल्या डीडीटीसारख्या कीटकनाशकांचे परिणाम जगासमोर आणले आणि कीटकनाशकांमुळे होणारे तोटे किती घातक ठरू शकतात याची जाणीव आपल्याला झाली. अशाच प्रकारचं पॉइझन्ड हार्वेस्ट हे पुस्तक आहे. 'सायलेंट स्प्रिंग'मध्ये भावनेवर अधिक भर होता आणि आकडेवारी फारशी नव्हती. त्या पुस्तकाच्या लयकारी भाषेमुळं कीटकनाशकांचे धोके आपल्याला प्रकर्षानं जाणवले.

'पॉयझन्ड हार्वेस्ट' हे एका शेती शास्त्रज्ञानं आकडेवारी, कायदे यांचा उहापोह करीत लिहिलेलं, वैज्ञानिक प्रबंधस्वरूप पुस्तक आहे. त्यामुळे त्याचं महत्त्वही 'सायलेंट स्प्रिंग' एवढंच आहे. या पुस्तकाच्या प्रत्येक प्रकरणाच्या सुरुवातीस महत्त्वाचे मुद्दे चौकटबद्ध केलेले आहेत. तर परिशिष्टामध्ये बरीच महत्त्वाची माहिती एकत्रित केलेली आहे. पुस्तकाच्या सुरुवातीस कठीण पारिभाषिक शब्दांचे अर्थ तसेच अद्याक्षरं एकत्र करून केलेल्या लघुरूपांची मूळ रूपं यांची यादी देण्यात आली आहे. त्यानंतर 'वीड्स' ही अलेक्सीस लॉरेन्स रोमॅनॉफ यांची कविता देण्यात आली आहे. केवळ आपल्याला उपयोग नाही म्हणून ज्यांना आपण तण ठरवतो त्या वनस्पतींनाही निसर्गात वैशिष्ट्यपूर्ण स्थान आहे. त्या वनस्पती त्यांचं म्हणणं मांडू शकत नाहीत म्हणून आपण त्यांचा नाश करतो, असा या काव्याचा अर्थ आहे.

कीटकनाशकं आणि तणनाशकांचा दुसऱ्या महायुद्धानंतर मोठ्या प्रमाणावर वापर सुरू झाला. आज हजारो व्यापारी नावांनी ही तणनाशकं आणि कीटकनाशकं बाजारात उपलब्ध आहेत. या रसायनांशिवाय आपण जगूच शकणार नाही, अशीही एक सार्वत्रिक भावना निर्माण झालेली आहे. आज घराघरांतून कीटकनाशकं घरातील त्रासदायक सजीवांचा नाश करण्यासाठी वापरली जात आहेत. ही सर्व रसायने एवढ्या मोठ्या प्रमाणात वापरण्यापूर्वी ती वापरणं धोकादायक नाही याची किती जण खात्री करून घेतात? ही रसायनं त्यांचं कार्य कसं करतात हे जाणून घेणंही महत्त्वाचं असतं याचं कारण ती सजीवांचा नाश करण्यासाठी असतात;

आपणही सजीवच आहोत, हेही लक्षात ठेवायला हवं.

१९५० नंतर पेट्रोरसायनांपासून निर्माण केलेल्या दुर्जीव नाशकांचा वापर वाढीस लागला तर पुढच्या पंधरा-वीस वर्षांतच, ही रसायनं भस्मासुरासारखी असून आपल्यावरच उलटणारी आहेत हेही या क्षेत्रातल्या तज्ज्ञांच्या लक्षात येऊ लागलं. यातल्या काही रसायनांच्या अत्यल्प प्रमाणातील शरीरप्रवेशानं कर्करोग होऊ शकतो. तर काही रसायनांनी पेशींमध्ये उत्परिवर्तनही होऊन त्याचा पुढील पिढ्यांवर परिणाम होतो, हे लक्षात आल्यावर सर्वत्र खळबळ माजली. यामुळे ओढवणाऱ्या 'जेनिऑलॉजिकल डिझास्टर' वर गंभीरपणे चर्चा होऊ लागल्या. अमेरिकन मातांच्या दुधात डीडीटीचा अंश मोठ्या प्रमाणावर आढळला तेव्हा 'दुधाच्या कुठल्याही प्रकारच्या डब्यात एवढ्या मोठ्या प्रमाणावर डीडीटी सापडलं तर ते डबे शासन नष्ट करतं, आता काय करणार?' असे प्रश्न विचारले गेले तेव्हा सामान्यजनांना या प्रश्नाचं गांभीर्य लक्षात आलं.

पाश्चात्त्य देशात नव्या रसायनांची कसून तपासणी होते, चाचण्या घेतल्या जातात आणि मगच त्यांच्या वापराला परवानगी मिळते. तरीही अशी रसायनं निर्धोक असतील असं नाही; असं या पुस्तकात दाखवून देण्यात आलं आहे. सामान्य माणसाला या रसायनांची अजिबात माहिती नसते. बरेचदा ही रसायनं वापरण्यास सुरक्षित आहेत, हे त्या रसायननिर्मिती करणाऱ्या व्यापारी संस्थेनंच सांगितलेलं असतं आणि ग्राहक केवळ ते निवेदन डब्यावर लेखी स्वरूपात आहे म्हणून त्यावर विश्वास ठेवतो. सामान्य माणसाची ही भोळसट वृत्ती जावी, हाही या पुस्तकाचा हेतू आहे. ख्रिस्तोफर रॉबिन्स, हे या पुस्तकाचे लेखक स्वतः शेती शास्त्रज्ञ आणि वनस्पती शरीररचना तज्ज्ञ आहेत. ते जन्माने ऑस्ट्रेलियन पण आता इंग्लंडमध्ये स्थायिक झाले आहेत. 'सेंटर ऑफ ॲग्रिकल्चरल स्ट्रॅटेजी' या वैचारिक संघटनेचे ते अध्वर्यू आहेत. दरम्यान, त्यांचा ग्राहक चळवळीशी संबंध आला आणि खाद्यपदार्थ टिकविण्यासाठी वापरण्यात येणाऱ्या रसायनांचाही त्यांनी अभ्यास केला. मग ते वृत्तपत्रे, नभोवाणी आणि दूरचित्रवाणीच्या विविध वाहिन्यांवरून या रसायनांबाबत जनजागृतीचे कार्य करू लागले. इ.स. १९८०मध्ये त्यांची कॉरोनरी प्रिव्हेन्शन ग्रूपचे पहिले संचालक म्हणून नेमणूक झाली. त्यातून इंग्लंडभर त्यांनी 'काय खावे आणि कसे खावे' याची माहिती देणारी 'आरोग्यदायी खाणे' म्हणजे 'फूड फॉर हेल्थ' ही मोहीम राबवली.

अशा या आरोग्यविषयक कळकळ असलेल्या व्यक्तीनं लिहिलेल्या या पुस्तकात दिलेली माहिती ही उपयुक्त असते यात शंका नाही. दुर्जीवनाशके म्हणजे पेस्टीसाइड्स. मानवाला त्रास देणाऱ्या सजीवांचा किंवा वनस्पतींचा नाश करणारी ही रसायने मानवी संस्कृतीच्या उगमापासून अस्तित्वात आहेत. आधुनिक काळातली

दुर्जीवनाशकेही बहुतेक दुसऱ्या महायुद्धानंतरच्या काळात अस्तित्वात आली. मानवी शरीरावर ही सर्व रसायने दुष्परिणाम करतात; कारण ती जैविक प्रक्रियेमधील कुठल्यातरी पायरीजवळ अडथळा आणून सजीवांचा नाश करतात. बहुतेक सर्व दुर्जीवनाशके रसायनांच्या दहा कुटुंबांपैकी एका कुटुंबातील असतात. आजकाल हजारो मार्गांनी ही रसायने आपल्या घरात प्रवेश करतात. ही रसायने सजीवांचा नाश करताना 'हा मित्र, तो शत्रू' असा विचार करीत नाहीत. बरेचदा आवश्यकतेपेक्षाही रसायनं फार मोठ्या प्रमाणावर वापरली जातात. दरवर्षी एकट्या ब्रिटनमध्ये या रसायनांची बाधा झालेले तीन हजारहून अधिक रुग्ण वैद्यकीय मदत घ्यायला काही ना काही कारणानं पुढे येत नाहीत. अति उदासीनता, दुभंग व्यक्तिमत्त्व, दमा, अंगावर पुरळ उठून खाज सुटणे आणि रोगप्रतिकारशक्तीचे दमन हे या दुर्जीवनाशकांमुळे माणसाला सतत सतावणरे काही विकार आहेत. मुख्य म्हणजे ही रसायने बाजारात येतात तेव्हा 'जोपर्यंत यांच्याविरुद्ध तक्रार नाही तोपर्यंत ती सुरक्षित आहेत' असं मानलं जातं.

ही आणि अशी भरगच्च माहिती असलेल्या या पुस्तकात दुर्जीवनाशकांची सविस्तर माहितीही आहे. प्रदूषणाविरुद्ध जागृती करण्याचं काम 'पॉइझन्ड हार्वेस्ट' अतिशय उत्कृष्टपणे करतं यात शंका नाही.

◆

'द सिक्स्थ अेक्स्टिंक्शन'

गेल्या काही वर्षांत बरीच चांगली पुस्तकं हाती लागली. ती विज्ञानाची असली तरीही वाचनीय होती. माझं वाचन अलीकडे प्रामुख्यानं विज्ञानविषयक पुस्तके आणि विज्ञानकथा-कादंबऱ्या यापुरतंच मर्यादित झालं आहे. काही मराठी कादंबऱ्या आणि विज्ञानविषयक पुस्तके मी वाचतो, नाही असं नाही; पण त्यांची संख्या तशी कमीच असते. याचं कारण इंग्रजीत जे विषयाचं वैविध्य आढळतं तसं मराठीत क्वचितच पाहावयास मिळतं. आता 'द सिक्स्थ अेक्स्टिंक्शन' या पुस्तकाचा विषय आणि त्याचं पूर्ण शीर्षक यातूनच विषयाबद्दलची उत्सुकता वाढीस लागते. पुस्तकाचं पूर्ण शीर्षक आहे, 'द सिक्स्थ अेक्स्टिंक्शन : ॲन अननॅचरल हिस्टरी.'

ज्या व्यक्तीला विज्ञान विषयांची प्राथमिक माहिती आहे, तिला 'अेक्स्टिंक्शन' म्हणजे काय ते सांगायची खरं तर गरज नाही. पृथ्वीवर या पूर्वी वेळोवेळी 'महासर्वनाशा'ची वेळ आली. या महासर्वनाशाच्या घटनेमध्ये पृथ्वीवरील सजीव सृष्टीची फार मोठ्या प्रमाणात हानी झाली. पूर्वी अस्तित्वात असलेल्या ७० किंवा त्याहून अधिक प्राणीजाती, तसंच वनस्पतींच्या जाती नष्ट झाल्या. या महासंहाराला नैसर्गिक कारणं जबाबदार होती आणि या महासंहारानंतर पुन्हा नव्या जोमानं पृथ्वीवर नव्या प्राणीजाती आणि नवी वानससृष्टी निर्माण होऊन नव्या जोमानं वाढत होती. थोडक्यात सांगायचं तर या महासंहारातच नव्या युगाची बीजे होती. रात्रीच्या गर्भात रम्य उषःकाल म्हणजे काय, त्याचं हे निसर्गातलं उदाहरण म्हणायला हवं.

'सिक्स्थ अेक्स्टिंक्शन' कुठलं हे सांगण्यापूर्वी या पुस्तकाची लेखिका एलिझाबेथ कोलबर्ट यांची थोडक्यात माहिती करून घेऊ या. त्या पर्यावरणाच्या अभ्यासू पत्रकार म्हणून प्रसिद्ध आहेत. त्यांनी 'न्यू यॉर्क टाइम्स'मध्ये १४ वर्षं पत्रकार म्हणून काम केलं. त्यांची पर्यावरणविषयक वार्तांकन गाजली. त्यानंतर इ.स. १९९९मध्ये त्या 'न्यूयॉर्कर' या नियतकालिकात पत्रकार म्हणून दाखल झाल्या. 'फील्डनोट्स फ्रॉम अ कॅटास्ट्रोफ' हे त्यांचं पहिलंच पुस्तक खूप गाजलं. त्यानंतर त्यांनी मानवी हस्तक्षेपामुळं होणारा पर्यावरणाचा ऱ्हास आणि नाहीशा होणाऱ्या प्राणी आणि वनस्पती जाती यांच्यावर लक्ष एकवटलं. त्यातून त्यांचं 'द स्क्स्थि अेक्स्टिंक्शन' हे पुस्तक तयार

झालं. त्याची पुठ्ठाबांधणीची पहिली आवृत्ती २०१४ साली बाजारात आली. त्याच वर्षी त्याची भारतीय आवृत्ती प्रसिद्ध झाली. आता त्याची दुसरी पेपर बॅक म्हणजे साध्या बांधणीतील २०१५ सालची आवृत्ती भारतात उपलब्ध आहे. या पुस्तकाला अमेरिकेतील महत्त्वाचा असा पुलित्झर पत्रकरिता पुरस्कार मिळाला आहे. याचं कारण कोलबर्ट यांची विषय सोपा करून सांगण्याची शैली.

या पुस्तकाची सुरुवात ५५० कोटी वर्षांपूर्वीच्या पहिल्या नैसर्गिक महासंहारापासून होते. त्याआधी त्या या पुस्तकाची मूळ कल्पना आणि विषयाची मांडणी समजावून सांगतात. पूर्वी मराठी पुस्तकात उपोद्‌धात असे. त्याप्रमाणे त्यांचं हे म्हणणं मांडून झालं की त्या मग पहिल्या प्रकरणात गेल्या पन्नास कोटी वर्षांतले पाच महासंहार आपल्याला क्रमाने सांगतात. डायनोसॉरचं नष्ट होणं गाजलं; पण तो काही पहिला महासंहार नव्हता. पहिला महासंहार पृथ्वीवरील आद्यसजीव नष्ट झाले त्यावेळी घडला. त्यांना नव्या ऑक्सिजनयुक्त वातावरणात जगणं अशक्य झाल्यानं हे आद्यजीव नष्ट झाले. त्यांनतर हळूहळू हे नवे सजीव जमिनीवर यायची धडपड करू लागले. ही धडपड चालू होती त्याच काळात म्हणजे सुमारे ६५ कोटी वर्षांपूर्वी सागरतळाशी ट्रायलोबाआीट म्हणजे शरीराचे तीन भाग (ट्राय - तीन, लोब - भाग) असलेले प्राणी आणि सागरी गोगलगायींचे साम्राज्य होते. (हिमालयात या सागरी गोगलगायींचे जे अवशेष सापडतात त्यांना आपण शाळीग्राम म्हणतो. त्यांची पूजा करतो.) ते सर्व प्राणी सुमारे २३॥ कोटी वर्षांपूर्वी नष्ट झाले. ते नष्ट होईपर्यंत सागरात शार्कसारखे शरीरात कूर्चेचे सांगाडे असलेले प्राणी आणि पृथ्वीवर कीटक, तसंच उभयचरी प्राण्यांचं साम्राज्य पसरलं. पुढं तेही नष्ट होऊन त्यांची जागा डायनोसॉरनी घेतली.

डायनोसॉर साडे तेवीस कोटी वर्षांपूर्वी अस्तित्वात आले आणि थोडीथोडकी नव्हे तर सतरा-अठरा कोटी वर्षे पृथ्वीवर नांदले. ते पाणी, जमीन आणि हवा या तीनही ठिकाणी संचार करीत होते. या डायनोसॉरांच्या आधीच्या काळात जे महासंहार झाले, ते अगदी हळूहळू होत होते. एक प्राणीजात नष्ट व्हायची तिची जागा दुसरी प्राणीजात घ्यायची. तर सागरी शैवालं जमिनीवर येताना बदलली. त्यांच्या जागी नेची (फर्न्स) वाढू लागली. त्यांनी राक्षसी रूप धारण केलं. मग नेच्यांचे दिवस भरले, त्यांची जागा अपुष्पी अनावृत बीजधारी (जिम्नो स्पर्म्‌स) वनस्पतींनी घेतली.

डायनोसारांच्या महासंहाराला महत्त्व यायचं कारण पृथ्वीच्या इतिहासात जितक्या अल्पकाळात तितक्या मोठ्या प्रमाणात सजीव सृष्टीचा चेहेरामोहरा यापूर्वी कधी बदललेला नव्हता. केवळ ५० लक्ष वर्षांत (म्हणजे अर्ध्या कोटी वर्षात) पृथ्वीवरून डायनोसॉर कुटुंबातील सर्व जाती नष्ट झाल्या. अपवाद सुसरींचा सर्वच नाही, पण

बहुतेक सर्व अनावृत्तबीजी वनस्पतींची या यादीत भर घातली गेली. पृथ्वीवर सपुष्प वनस्पती आणि महाकाय सस्तन प्राणी मोठ्या प्रमाणावर वावरू लागले. पुढे तेही नष्ट झाले आणि त्यांच्या जागी आकारानं लहान सस्तन प्राणी वावरू लागले, त्याच सुमारास द्विदल वनस्पती फोफावल्या.

या पाच महासंहारांची अगदी थोडक्यात माहिती देऊन कोलबर्ट सहाव्या महासंहाराकडं वळतात. हा महासंहार सध्या सुरू आहे. मानवी निसर्गविरोधी कृत्ये हे त्याचं प्रमुख कारण आहे. आजमितीस कधीही इतक्या झपाट्यानं प्राणीजाती नष्ट झालेल्या नाहीत. एलिझाबेथ कोलबर्ट यांनी मध्य अमेरिका, अँडीज पर्वतराजी, ऑस्ट्रेलियाच्या पूर्व किनाऱ्यावर असलेला महाप्रवाळतट म्हणणे ग्रेट बॅरिअर रीफ अशा ठिकाणी स्वतः जाऊन तिथला पर्यावरणाचा विध्वंस आणि नष्ट होत चाललेली सजीव सृष्टी याचं वार्तांकन केलं. त्यांच्या लेखणीतून त्यांचं पर्यावरणप्रेम तर स्पष्ट होतंच; पण पर्यावरणनाशामुळं त्यांच्या मनाला होणाऱ्या वेदनाही स्पष्ट होतात. त्यांची संवेदनशीलता आपल्यालाही जाणवते आणि जागं करते.

पृथ्वीवर सर्वांत उशिरा अवतरलेला प्राणी म्हणजे माणूस. आत्तापर्यंत ज्या प्राणीजाती पृथ्वीवर अवतरल्या त्यातला सर्वांत मंदगती, संरक्षणाची कुठलीही साधनं नसलेला प्राणी म्हणजे माणूस; पण निसर्गानं या प्राण्याला मेंदू देताना त्यात इतरांपेक्षा थोडी जास्त भर घातली. त्यामुळं हा माणूस पृथ्वीवर तरला, एवढंच नाही तर केवळ एक लाख वर्षांत पृथ्वीच्या कानाकोपऱ्यात पोहोचला. तो जिथं जिथं गेला, तिथं त्यानं त्याच्या उद्योगांमुळं पर्यावरणाची हानी केली. एवढंच नव्हे तर त्यातले बदल इतर प्राणीजातींच्या दृष्टीनं हानिकारक आहेत याची माणसाला कधीच चिंता वाटली नाही. याचं एक आपल्या डोक्यात कधीही न येणारं उदाहरण म्हणजे माणूस, जिथं जिथं गेला तिथं तिथं उंदीर घेऊन गेला. या उंदरांनी पक्ष्यांची अंडी खा, प्राण्यांची पिल्लं कुरतड असे अनेक उद्योग करून बऱ्याच प्राणीजाती नष्ट केल्या. उंदरांचा त्रास नको म्हणून माणसानं बरोबर मांजरं नेली. त्यांनी उड्डाणविहीन स्थानिक पक्ष्यांच्या जाती नष्ट केल्या. या पुस्तकातल्या तेरा प्रकरणांमध्ये अशी अनेक उदाहरणे आपले डोळे उघडायला मदत करून मानवजातीचे पर्यावरणविरोधी उद्योग जगासमोर आणतात.

◆

'सेपियन्स : अ ब्रीफ हिस्टरी ऑफ ह्यूमन काइंड'

काही काळापूर्वी मी गणितासंबंधींच्या पुस्तकांवर लेख लिहिले होते. त्यावेळी बऱ्याच गणितप्रेमींनी दूरध्वनी करून त्याबद्दल माहिती विचारली होतीच; पण ती पुस्तकंही मिळवली होती. तेव्हा एका प्राध्यापकांनी मी फक्त विज्ञानविषयक पुस्तकांवरच लिहीत राहावं, म्हणजे महाशहरांपासून दूरवरच्या शिक्षणसंस्थांत शिकविणाऱ्या प्राध्यापकांना त्याचा फायदा होईल, असं सुचवलं होतं. विज्ञानात सतत काहीतरी नवनवे घडते असते. फक्त पुस्तकांवर लिहीत राहिलो तर या नव्या घडामोडी वाचकांपर्यंत पोहोचविणे शक्य होणार नाही; पण एखादं चांगलं पुस्तक वाचलं तर त्याबद्दल नक्की लिहीन असं उत्तर मी त्यावेळी दिल्याचं आठवतं.

दरम्यानच्या काळात एका प्रदर्शनात एक पुस्तक मी खरेदी केलं. त्याचं नाव 'सेपियन्स : अ ब्रीफ हिस्टरी ऑफ ह्यूमन काओंड' असं होतं. युव्हाल नोहा हरारी या इतिहासाच्या प्राध्यापकानं लिहिलेलं पुस्तक आहे. हरारी हे जेरुसलेमच्या हिब्रू विद्यापीठात मानवी इतिहासाचे प्राध्यापक आहेत. इतिहास आणि जीवशास्त्र या दोन विषयांची ते सांगड घालतात. सुमारे एक लाख वर्षांपूर्वी पृथ्वीवर मानवाच्या सहा जाती वावरत होत्या. आज फक्त आपली मानवी जात 'होमो सेपियन्स सेपियन्स' एवढीच शिल्लक आहे. आपल्यात असं काय वैशिष्ट्य आहे, हा प्रश्न घेऊन हरारी या पुस्तकाची सुरुवात करतात. जीवनसंघर्ष ही निसर्गाची एक प्रकारची कसोटीच मानली जाते. या संघर्षात ज्यांच्याकडे टिकण्यायोग्य गुण आहेत, तेच प्राणी टिकून राहतात. मग आपल्या जातीत असे कोणते गुण होते की त्या गुणांमुळे आपण या जीवनसंघर्षात तरलो आणि इतर मानवी जाती मात्र हरल्या, कायमच्या नष्ट झाल्या. याचा हरारी शोध घ्यायचा प्रयत्न करतात. मुख्य म्हणजे असं काय घडलं आणि आपलं अस्तित्व टिकून राहिलं आणि बाकीच्या पाच मानवजाती नष्ट झाल्या. या प्रश्नाचं उत्तर हरारी शोधायचा प्रयत्न करतात. या प्रश्नाचं उत्तर शोधणं सोपं नाही.

मानवी इतिहासात आपण डोकवायचं म्हणतो तेव्हा आपल्या डोक्यात जो काळ असतो तो बहुतेक वेळा नजीकचा भूतकाळ असतो. मराठी माणूस छत्रपती शिवाजी महाराज, फारतर कृष्णदेवराय आणि देवगिरीच्यापेक्षा मागे जाऊन क्वचितच

इतिहासात डोकावताना आढळतो. जागतिक पातळीवर मेसोपोटेमिया इजिप्त त्यांच्या इतिहासात डोकावून बघितलं की आपण खूप मागे मानवी इतिहासात गेलो, असं वाटतं. मानव शास्त्रज्ञ गेल्या पाच-दहा हजार वर्षांच्या पलीकडे जाऊन मूळ मानवाचा पत्ता लावायचा प्रयत्न करतात. त्यांचा इतिहास साधारणपणे एक कोटी वर्षांपूर्वी सुरू होतो आणि वीस हजार वर्षांपूर्वी थांबतो. याचं कारण या काळात पृथ्वीवरच्या व्यक्तीच्या मानवी जाती अगदी निश्चितपणे संपल्या होत्या आणि आज पृथ्वीवर सर्वदूर पसरलेली एकमेव मानव जात म्हणजे शास्त्रीय नामकरण पद्धतीनुसार जिला 'होमो सेपियन्स सेपियन्स' असं म्हणतात तेवढीच शिल्लक उरली होती. अलीकडच्या संशोधनानुसार होमो निअँडर्टलॅसी म्हणजे निअँडर्थल मानव सुमारे तीस हजार वर्षांपूर्वीपर्यंत निश्चितपणे अस्तित्वात होता. आपले पूर्वज आणि ही मानव जात हे एकमेकांचे शेजारी असावेत तसे राहत होते. नंतर मात्र या मानवी जमातीच्या अस्तित्वाचे पुरावे कमी कमी होत जातात. त्यामुळे सुमारे तीस हजार वर्षांपूर्वी असं काय घडलं की पृथ्वीवर फक्त आपणच उरलो याचा शोध घेण्याचा हरारी प्रयत्न करतात.

हरारी एवढ्यावरच थांबत नाहीत. या एकट्या उरलेल्या मानवाच्या जातीनं बाकीच्या मानव जाती नष्ट व्हायला हातभार लावला का? या मानवजातीचा इतर मानवजातींशी संकर झाला का? झाला असल्यास त्याचे गुणधर्म किती प्रमाणात आपण घेतले? विशेषतः निअँडर्थल मानव आणि आपले पूर्वज यांचे परस्पर संबंध होते का? किती प्रमाणात होते वगैरे बाबींचाही ते शोध घेतात. त्यासाठी आतापर्यंत झालेल्या संशोधनाची ते मदत घेतात. त्यानंतर मग आपण आपली प्रगती कशी करून घेतली त्याचाही ते मागोवा घेतात.

सुमारे दोन लाख वर्षांपूर्वी आफ्रिकेत 'होमो सेपियन्स' वंशातला पहिला प्राणी अवतरला. इथं एक गोष्ट स्पष्ट करायला हवी ती म्हणजे कुठल्याही उत्क्रांती अभ्यासकानं अगदी डार्विननीसुद्धा माकडापासून माणूस निर्माण झाला, असं कधीही म्हटलेलं नाही. हा दावा उत्क्रांतीच्या विरोधकांचा आहे. उत्क्रांतीवादाला बदनाम करण्यासाठी त्यांनी हा दावा उत्क्रांतीवादानं केल्याची बोंब मारली. साधारण १८६० च्या सुमारास डार्विनवादावर एक चर्चा झाली. त्यात चर्चची बाजू बिशप बिल्वर फोर्सनी मांडली तर डार्विन यांची बाजू टी.अेच हक्सली यांनी. वाद रंगात आला असताना आपलं म्हणणं प्रभावीपणानं जमलेल्या प्रेक्षकांना समजावं म्हणून बिशप विल्बर फोर्स काहीशा तिरकसपणे म्हणाले, 'माननीय हक्सले, ज्या उत्क्रांतीवादाचं समर्थन करू पाहतात, त्यानुसार त्यांचा पूर्वज एक कपि आहे असं म्हणतात, तर त्यांनी कृपया हा कपि त्यांच्या वडिलांकडून त्यांचा पूर्वज होता की त्यांच्या आईकडून हे स्पष्ट करावे.'

हे ऐकून 'हा बिशप स्वतःहून माझ्या हाती सापडला', असं हक्सले त्यांच्या शेजाऱ्याला म्हणाले, उत्क्रांतीवादाच्या बाजूने बोलायची त्यांची पाळी आली, तेव्हा ते म्हणाले, 'आपले बिशप हे धर्मशास्त्राचे अभ्यासक आहेत; पण त्यांनी जो प्रश्न मला विचारला तो धर्मशास्त्रातील नाही. तरी त्यांच्या प्रश्नाचे उत्तर तर देणे भागच आहे. त्यांना जर माझ्या पूर्वजांबद्दल एवढी उत्सुकता असेल तर मी त्यांना सांगतो, दोन्ही बाजूंनी माझा पूर्वज कपि असला तरी त्यानं मला काही फरक पडत नाही; पण एखादा बिशप माझा पूर्वज असता तर मात्र मला अतीव दुःख झाले असते.' हा वाद संपला नाही तो पुढे माणसांचा पूर्वज माकड हा गैरसमज गृहीत धरून चालू राहिला. हरारी हा वाद उद्धृत करीत नाहीत. सुरुवातीलाच ते हा गैरसमज होऊ नये म्हणून सुमारे ६० लक्ष वर्षांपूर्वी प्रायमेटवर्गीय प्राण्यांमध्ये, त्यांच्या वंशवृक्षात एक नवी फांदी फुटली, ती मानवी शाखा, ही इतर मर्कटे आणि कपि (एप्स) यांच्यापासून वेगळी होती, हे स्पष्ट करतात आणि मग पुढे सरकतात.

या पुस्तकातील सध्याच्या काळाच्या दृष्टीनं एक संदर्भ असलेला महत्त्वाचा भाग म्हणजे मानव आणि देव, धर्म यांचा संबंध. देव आधी जन्माला आला. प्रत्येक जमातीत तो वेगळा असेल; पण त्याची निसर्गाशी जवळीक होती. मग देवाच्यासाठी कर्मकांडे सुरू झाली, दरम्यान वस्तूंच्या देवाण-घेवाणीतून सोय म्हणून पैसा निर्माण झाला. पैसा हा सत्तेचा सोपान बनतानाच भोळसट लोकांना एकत्रित आणण्यासाठी आणि त्यांच्यावर हुकुमत गाजविण्यासाठी धर्माची निर्मिती झाली. ही धर्माची युक्ती राबविण्यासाठी प्राणीरूप आणि वनस्पतीरूप देवांना मग मानवी रूपे देण्यात आली. त्याचा वापर करून आणि त्यांच्या नावाने साम्राज्ये निर्माण केली गेली. ही साम्राज्ये टिकवायची तर अंधश्रद्धा आणि अज्ञान जास्तीत जास्त दृढ असणे राज्यकर्त्यांना आणि त्यांच्याशी संगनमतात असलेल्या धर्ममार्तंडांना आवश्यक वाटू लागले. विज्ञानाच्या पुनरुत्थानामुळे आणि प्रगतीमुळे या संगनमताला धक्का पोहोचला असला तरी परिस्थितीत फारसा बदल झालेला नाही, हे हरारी त्यांच्या ओघवत्या शैलीने अत्यंत रसभरित भाषेत वाचकांना समजावून देतात.

◆

तेलाभोवती दुनिया

आज आपण ज्याला खनिजतेल म्हणतो ते कसं तयार झालं असावं याबद्दल दोन मतप्रवाह आहेत. यातला जो बहुतेकांना मान्य असा मतप्रवाह म्हणजे गेल्या दोन ते दीड कोटी वर्षांपूर्वी जेव्हा सागरतळ उचलले गेले तेव्हा सागरातील जीवसृष्टीचे कार्बनी अवशेष त्या सागरतळांच्या अवसादात सापडले होते. ते साहजिकच होतं. ते जाणार कुठे, हा प्रश्न होता. बरेचदा भूपृष्ठांतर्गत हालचालींमुळे सागरतळ उचलले जातात. अशा वेळी त्यांना घड्या पडतात. त्यात बराच दाब वाढतो. खडक असे पिळले गेले की, 'प्रयत्ने वाळूचे कण रगडता तेलही गळे' ही म्हण निसर्ग खरी करून दाखवतो. इथं वाळूच्या कणांमध्ये जे सजीवांचे अवशेष असतात ते रगडले जातात. हे सूक्ष्मजीवांचे अवशेष रगडले जाऊन जे तेल तयार होते, ते वाळूच्या कणांमधल्या मोकळ्या सूक्ष्म जागात साठते. ही प्रक्रिया काही लाख ते काही कोटी वर्षे चालू असते. असं हे तेल पाण्यावर तरंगतं. त्यामुळे ते वरती आणि त्याखाली पाणी अशी परिस्थिती निर्माण होते. जेव्हा खडकांना वळ्या पडतात. वळ्यांचे काही खडक जलाभेद्य असू शकतात. ते वरती असले की ते तेलाला अडवतात. हे तेल खडकांच्या वळीच्या वरच्या भागात साठते.

या तेलातले सहज वाफ होणारे घटक खडकातील उष्णतेमुळं वेगळे होतात. ते तेलावर साठतात. हाच नैसर्गिक इंधन वायू. या तेलाचे साठे शोधणारे शोधक गेल्या दीड-दोन कोटी वर्षांपूर्वी पूर्वीपासून तयार झालेल्या अवसादी खडकांचा शोध घेतात.

अशा तऱ्हेचं तेल असतं आणि ते जळतं हे सुमारे अडीच हजार वर्षं माणसाला ठाऊक आहे; कदाचित त्यातूनही अधिक काळ ठाऊक असेल. काय होतं की असं तेल काही वेळा वरच्या खडकांची झीज झाल्यानं जमिनीवर येतं. जसं भूजल झऱ्याच्या स्वरूपात जमिनीवर येतं तसे खनिजतेलाचे पाझर असतात. खनिजतेलात म्हणजे क्रूड ऑइलमध्ये अनेक घटक असतात. यातले बरेचसे संप्लवनशील म्हणजे कमी तापमानास वाफ होऊन हवेत मिसळणारे असतात. अमेरिकेत कॅलिफोर्नियातले ला ब्रुआ टार पिटस प्रसिद्ध आहेत. हे डांबर पेटतं म्हणून आर्किमिडीजच्या काळापासून युद्धात शत्रूंवर जळते गोळे फेकण्यासाठी वापरलं

जात होतं. नैसर्गिक तेलनिर्मितीची ही अगदी थोडक्यात माहिती आहे. त्यावर मोठमोठाले ग्रंथ लिहिले गेले आहेत.

नैसर्गिक इंधन तेलनिर्मिती ही दुसऱ्या एका प्रकारे होते असा दावा शास्त्रज्ञांचा दुसरा गट करतो. हा गट तसा अल्पमतात आहे. पण खनिजतेलाच्या चणचणींमुळं आता या म्हणण्याकडेही लक्ष देण्यात येऊ लागलं आहे. अग्निजन्य खडकांच्या निर्मितीचाच एक भाग आहे. पृथ्वी तयार होताना जी अनेक मूलद्रव्ये होती त्यात कार्बनही होतात. या कार्बनची विविध रूपे पृथ्वीच्या बाह्य गाभ्यात प्रचंड दाब आणि उष्णतेमध्ये वावरतात. शीला रस जेव्हा वर येतो तेव्हा या कार्बनचं हिरे, ग्राफाइट अशा रूपात आपल्याला दर्शन घडतं. शीला रस भूकवचाच्या छेदांमधून बाहेर पडतो तेव्हा त्याच्यावरचा दाब कमी होतो. कार्बनचा हायड्रोजन आणि ऑक्सिजनशी संयोग होऊन विविध हायड्रोकार्बने तयार होतात. त्यांचा कुणीच शोध घ्यायचा प्रयत्न करीत नाही याचं कारण अग्निजन्य खडक सुरुवातीला तप्त असतात आणि खनिजतेल व उष्णता यांचा छत्तीसचा आकडा आहे, पण जर शास्त्रज्ञांच्या या गटाचे म्हणणे खरे असेल तर पृथ्वीवर अजून ज्या ठिकाणी शोध घेतला गेलेला नाही, अशा ठिकाणी भरपूर खनिजतेल आणि इंधन वायू उपलब्ध असेल. तेही आज ना उद्या संपेल हे लक्षात ठेवायला हवे.

आजमितीस कुणीही खनिजतेल आणि इंधन म्हणून वायू यांच्याइतका वापरायला सोपा पर्याय शोधलेला नाही. सौरऊर्जा, पवनऊर्जा, सागरलाटांपासून वीजनिर्मिती हायड्रोजनचा इंधन म्हणून वापर, अणुऊर्जा, कोळशापासून इंधन वायू असे पर्याय पुढे आले; पण ते वापरायला सहज उपलब्ध नाहीत. सौरऊर्जेवर चालणाऱ्या मोटारगाड्यांच्या शर्यती होत. आता त्या प्रकारच्या गाड्या व्यवहारात येऊ लागलेल्या आहेत, तरी त्यापेक्षा खनिज इंधनावर चालणाऱ्या गाड्याच लोकांची पहिली पसंती ठरते. आज पेट्रोल किंवा डिझेल आणि इंधन वायू उपलब्ध आहेत.

आज पेट्रोल किंवा डिझेल आणि इंधन वायू महागला की, नैसर्गिक वायू आणि खनिजतेलाची आपल्याला जाणीव होते; पण मूळ खनिज तेलाचे हे दोन घटक बाजूला केल्यावर इतर अनेक घटक उरतात. त्यावर अनेक उद्योग अवलंबून असतात. रासायनिक खतांपासून सुगंधी द्रव्यापर्यंत, एवढंच कशाला तर कपड्यांना कसर लागू नये म्हणून आपण ज्या डांबर गोळ्या वापरतो तिथपर्यंत खनिजतेलाचे वेगवेगळे घटक आपल्या दैनंदिन जीवनात घुसले आहेत. प्लॅस्टिक उद्योग, कृत्रिम धागे अशा आधुनिक उद्योगात इंधन तेले वगळून उरलेला खनिज तेलाचा भाग वापरला जातो. बहुतांश कृत्रिम रासायनिक खत उद्योगही खनिजतेलजन्य रसायनांवर अवलंबून असतो. यावरून मानवी जीवन किती प्रकारांनी खनिज तेलांवर अवलंबून आहे हे लक्षात येते.

अलीकडे जैवी इंधनांबद्दल बराच वाद चालू आहे. जैवी इंधन म्हणजे इथेनॉल हे वनस्पतींपासून मिळवता येतं. त्यासाठी जर खाद्यान्न वनस्पतींच्या खालची शेती वापरली गेली तर वाढत्या लोकसंख्येचं पोट कसं भरायचा हा प्रश्न निर्माण होईल. इथ एक लक्षात घ्यायला हवं, इथेनॉल हे पूरक इंधन आहे. ते पेट्रोल किंवा डिझेलमध्ये मिसळून वापरावं लागतं. त्यामुळे खनिज इंधनाची बचत होईल. इथेनॉल हा खनिज इंधनाला पूर्णपणे पर्याय सध्यातरी नाही. इथेनॉलनिर्मिती करण्यासाठी शेतजमीन जशी लागणार तसंच ऊस किंवा मका वाढवायला भरपूर पाणीही लागणार. त्या ऐवजी भात किंवा गव्हाच्या कांडांपासून इथेनॉलनिर्मिती करता आली किंवा ज्वारी-बाजरीच्या धाटांपासून इथेनॉलही मिळेल आणि पीकही घेता येईल, असा वाण तयार करता आला तर इथेनॉल विरुद्धची ओरड बरीच कमी होईल.

◆